தலைமறைவுக் காலம்

(மெய்நிலைப் புனைவுகள்)

தலைமறைவுக் காலம்

(மெய்நிலைப் புனைவுகள்)

பிரேம்

எதிர்
வெளியீடு

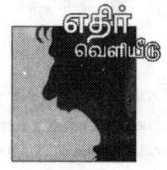

தலைமறைவுக் காலம் (மெய்நிலைப் புனைவுகள்)
பிரேம்

முதல் பதிப்பு: ஜூலை 2024

எதிர் வெளியீடு,
96, நியூ ஸ்கீம் ரோடு, பொள்ளாச்சி – 642 002
தொலைபேசி: 04259 226012, 99425 11302

விலை: ரூ. 250.

ThaLaimaRaivuk KaaLam
Prem
Copyright © Prem
First Edition: July 2024

Published by
Ethir Veliyeedu, 96, New Scheme Road, Pollachi – 2
email: ethirveliyedu@gmail.com
www.ethirveliyeedu.com

ISBN: 978-81-19576-81-4
Cover Design: Lark Bhaskaran
Printed at Jothy Enterprises, Chennai.

All rights reserved. No part of this book may be reprinted or reproduced or utilised in any form or by any electronic, mechanical or other means, now known or hereafter invented, including Photocopying and recording, or in any information storage or retrieval system, without permission in writing from the Publisher.

பிரேம்

தமிழில் படைப்பிலக்கியத்திலும் கோட்பாட்டுத்தளத்திலும் இயங்கும் மிகச் சிலரில் ஒருவர். மார்க்சியத்துடன் பின்நவீனத்துவ, பின்காலனிய, விளிம்புநிலை அரசியல் கோட்பாடுகளையும் விவாதங்களையும் முன்னெடுத்துச் செல்வதுடன் அவற்றின் செயல்பாடுகளிலும் பங்கெடுத்துவருபவர்.

புதுச்சேரி மாநிலத்தில் பிறந்த இவரது இயற்பெயர் பிரேமானந்தன். 1985-89 காலப்பகுதியில் வெளிவந்த 'கிரணம்' படைப்புகள் தொடங்கி இன்றுவரை படைப்பிலக்கியம், கோட்பாட்டாக்கம் என்பவற்றை இணைத்து தொடர்ந்து எழுதி வருபவர். அம்பேத்கர், அயோத்திதாசர் பயிற்சி வகுப்புகள், தலித் நாடக இயக்கம் ஆகியவற்றின் அமைப்பாளராக, 1994-2002 காலப்பகுதியில் புதுவை தலித் இயக்கங்களின் செயல்பாடுகளில் பங்காற்றியவர்.

நாவல்கள், சிறுகதைகள், கட்டுரைகள், கவிதைகள், நாடகங்கள், மொழிபெயர்ப்புகள் என 30க்கும் அதிகமான நூல்கள் வெளியாகியுள்ளன. தில்லி பல்கலைக்கழக நவீன இந்திய மொழிகள் மற்றும் இலக்கிய ஆய்வுகள் துறையில் இந்திய இலக்கியம் மற்றும் ஒப்பிலக்கியத்துக்கான பேராசிரியர்.

தாய்நிலம் காக்கத் தமைத்தந்த
தங்கைகளுக்கு

கதைகள்

உயிர் பிழைக்க வைத்த மூன்று கதைகள் 11
ஆதியினத் தேவதைகளின் தலைமறைவுக் காலம் 44
இங்கும் அங்கும் உடல்கள் அங்கும் இங்கும் கதைகள் 79
குருவிக்காரச் சீமாட்டி 117
பனி இருள் நெருப்பு 141

உயிர் பிழைக்க வைத்த மூன்று கதைகள்

2001ஆம் ஆண்டு செப்டம்பர் 11 அன்று அவன் பிராங்ஃபர்டில் இருந்தான். பிராங்ஃபர்ட் பல்கலைக்கழகத்தின் ஒரு காப்பிக் கடையில் கசப்பான காப்பியை அருந்திக்கொண்டே 'புதியதோர் உலகம் செய்வோம்' என்ற நாவலை எழுதிய கோவிந்தன் வேறு நாவல் எதுவும் எழுதியிருக்கிறாரா என்று தன்னுடன் இருந்த மூன்று நண்பர்களிடம் கேட்டுக் கொண்டிருந்தான். அவர்களில் பெண்ணாக இருந்த ஒரு நண்பர் குறுநகைப்புடன் இவன் இன்னும் 1985-ஐக் கடந்து வரவில்லை என்றும், 1997-க்கு வந்தால் கோவிந்தன் என்ற ஒருவர் இல்லை என்பதும், அதை எழுதியவரும் கூட தற்போது இல்லை என்பதும் தெரிந்திருக்குமே என்று கூறியபோது அவன் எந்தக் கூச்சமும் அடையவில்லை.

அவன் தனக்கு இவ்வாறான கால இடக்குழப்பங்கள் ஏற்படுவது பற்றிக் கவலைப்படுவது இல்லை என்பதுடன் அதுவே தன்னிடமுள்ள ஒரு தனி ஆற்றலுக்கும் தனித் துயருக்கும் அடிப்படை என்பதைத் தனக்குள் உணர்ந்தும் இருந்தான். 'புதியதோர் உலகம் செய்வோம்' ஒரு நாவலே இல்லை அது ஒரு நினைவுக் குறிப்பு எனத் தன் நண்பன் கூறியதாகச் சொல்லியதுடன் "அவர்கள் ஒருவேளை எம்மைக் கொலை செய்வதில் வெற்றி பெறலாம்" எனத் தன் நண்பன் சொன்னதாகத் தெரிவித்தான். "அந்தக் கொலை வெறியர்கள் யார் என நாம் உங்களுக்குக் கூற வேண்டியதில்லை" என்று அந்த நண்பர்களிடம் சொல்லிக் கொண்டே இன்னொரு காப்பி கிடைக்குமா என்று கேட்டான். ஆண் நண்பர் ஒருவர் காப்பி வாங்குவதற்கான ஏற்பாட்டில் இருந்தபோது

அங்கிருந்த ஒரு திரையில் அந்த நேரடிக் காட்சி ஒளிபரப்பாகிக் கொண்டிருந்தது.

உலகின் மிக உயரமான அடுக்குமாடிக் கட்டடங்களின் வடக்குக் கோபுரமும் தெற்குக் கோபுரமும் இரு விமானங்களால் தாக்கப்பட்டு புகையும் நெருப்புமாக தகர்ந்து விழுவதை அவன் தன் கண்களால் நேரடியாகக் கண்டான். மீண்டும் ஒரு காட்சியில் முதல் கட்டடத்தில் ஒரு விமானம் மோதிய சில நொடிகளுக்குப் பிறகு இன்னொரு விமானம் மற்றொரு கட்டடத்தில் மோதி வெடிப்பதைக் கண்டான். அது குறித்து அவன் அதிர்ச்சி அடையவில்லை, மிகுந்த துயரம் அடைந்தான்.

1991ஆம் ஆண்டு செப்டம்பர் 11 அன்று அவனது 30 ஆவது பிறந்தநாளின் பின்னிரவில் அந்தக் காட்சியை அவன் கனவில் கண்டிருந்தான். அதற்குப் பிறகு அந்தக் காட்சி சிலமுறைகள் தன் கனவில் தோன்றியதால் தன் நண்பன் வழியாக உலகின் மிகப் பலம் வாய்ந்த அந்த நிறுவனத்தின் உளவுப் பிரிவிற்கு அவன் தெரிவித்தும் அவர்கள் மட்டுமின்றி அவனுடைய நண்பனும் அதனை ஒரு பொருட்டாக எடுத்துக்கொள்ளவில்லை என்பதில் அவனுக்கு வருத்தம் இருந்து வந்தது.

அத்துடன் அது போன்ற தாக்குதல்களைத் தங்களைத் தவிர வேறு யாரும் திட்டமிட முடியாது என்றும் அதுபோல வேறு யாரும் செய்வதென்றாலும் தங்கள் அனுமதியின்றி அது நடக்காது என்றும் அமெரிக்காவில் இருந்து வந்த ஒரு திரைப்பட ஆய்வாளன் தன்னிடம் சொல்லிப் புன்னகைத்தது அவனுக்கு மேலும் வருத்தத்தையும் அச்சத்தையும் அளித்திருந்தது. தன் நண்பனோ இது போல நீ கனவு காண்பதை வெளியில் சொல்லிக்கொண்டிருக்காதே தமிழ்நாட்டில் அந்த ஐங்கோண வளாகத்தின் உறுப்பினர்கள் பலர் உள்ளனர் அதனால் உன் உயிருக்கும் ஆபத்து வரலாம் என்று ஒருமுறை ஓட்கா வாங்கித் தந்து பேசிக்கொண்டிருந்த போது எச்சரித்தான்.

தான் அதைக் கனவு காணவில்லை என்பதையும் தன் கனவில் அது தோன்றுகிறது என்பதையும் இவன் கூறியபோது உனக்குப் போதை அதிகமாகிவிட்டது என்று கூறி இவனுடைய பங்கையும் அவனே குடித்துவிட்டுப் புதுவையின் கடற்கரைச் சாலையில் நடக்கலாம் வா என இவனை அழைத்துச் சென்றுவிட்டான்.

கனவு காண்பதற்கும் கனவில் ஒன்றைக் காண்பதற்குமான வேறுபாடு தெரியாத அவனுடன் இனி மது அருந்துவதில்லை அல்லது தனக்கு வரும் கனவுகள் பற்றிப் பேசுவதில்லை என முடிவு செய்துகொண்ட பின் சிறு மாற்றம் செய்து இதில் எந்த ஒன்று முதலில் தன் கனவில் வருகிறதோ அதன்படி நடப்பதென அந்த நள்ளிரவில் இவன் முடிவு செய்துகொண்டான்.

தன் கண் முன்னால் அந்தக் காட்சி நிகழ்ந்துகொண்டிருப்பதும் கூட மீண்டும் ஒரு கனவுக் காட்சியில்லை என்பதை அவனுடைய நண்பர்கள் உறுதி செய்ததுடன் அமெரிக்க அதிபர் தன் துயரத்தைத் தொலைக்காட்சியில் அதிகத் துயரமின்றியும் அதிகக் கோபமின்றியும் அறிவித்ததையும் இராக்கின் மீது மட்டுமின்றி அனைத்து அரபு நாடுகள் மீதும் போர் தொடுத்து அந்த நாடுகளின் நகரங்கள் அனைத்தையும் தரைமட்டமாக்கப் போகிறோம் எனத் தங்களின் அடுத்தகட்டத் திட்டத்தை உறுதிசெய்ததையும் அவன் மிகுந்த வருத்தத்துடன் உன்னிப்பாகக் கவனித்துக்கொண்டிருந்தான். சதாம் குஸைனுடன் தொடர்புகொண்டு இதனைத் தான் அறிவிக்க நினைத்தும் கடந்த பல ஆண்டுகளாக அது முடியாமல் போனதுடன் அதற்கான முயற்சிகள் அனைத்தையும் ஒஸாமா பின்லாடன் என்ற போர்ப் பெயர் கொண்ட ஒருவர் கனவில் வந்து தடுத்துவிட்டதையும் நினைத்துத் துக்கமடைவதா அல்லது நடப்பது நடக்கட்டும் என்று இருந்துவிடுவதா என்ற குழப்பம் அவனுக்குள் ஏற்பட்டது.

அவர்கள் தெருவில் நடந்து வந்தபோது இரண்டு இளைஞர்கள் பாக்கி என்று கூறியபடி தாடி வைத்திருந்த இவன் மீது கருப்பு பெயிண்டை ஸ்பிரே ஒன்றால் அடித்துவிட்டுச் சென்றார்கள். உலகின் எந்தத் தீவிரவாத இயக்கத்துடனும் தனக்குத் தொடர்பில்லை எனவும், விழாக்களின் போது வெடித்தவைத் தவிர வேறு வெடிபொருள்களைத் தான் அறிந்ததில்லை என்றும் இவன் ஆங்கிலத்தில் கத்தியபோது திரும்பவும் வந்து அதிகமாக பெயிண்டை அடித்துவிட்டுச் சென்றார்கள். கண்கள் எரிய நண்பர்களின் இல்லத்தை அடைந்து முகத்தைக் கழுவியும் குறையாத எரிச்சலுடனும், பயமுறுத்தும் முகத்தோற்றத்துடனும் பியர் குடித்தபடி இன்று உறங்குவதோ கனவு காண்பதோ இல்லை என முடிவு செய்துகொண்டிருந்தவனை அளவுக்கு மீறிய உறக்கம் வந்து கவிந்துகொண்டது.

அன்றும் ஒரு அச்சுறுத்தும் கனவுக் காட்சி தோன்றிச் சென்றது. அவன் அய்ரோப்பியச் சிறை ஒன்றில் அடைக்கப்பட்டு பட்டினியில் வயிற்று வலியுடன் உட்கார்ந்திருந்தான். தான் காணும் இனிய கனவுகள் பலசமயங்களில் மறந்து போனாலும் இவ்வகைக் கனவுக் காட்சிகள் மறைந்து போவதில்லை என்பதுடன் பிறகு நிகழ்வதாலோ முன்பே நிகழ்ந்து முடிந்திருப்பதாலோ அவனால் மறக்க முடியாதவையாக இருந்தன. மறக்க முயலுதல்தான் நினைவுகளை அதிகமாக்கித் தொடரச் செய்கிறது என்பதையும் அவன் பின்னாளில் அறிந்துகொண்டான்.

1971 செப்டம்பர் 11 முதல் புரிந்துகொள்ள முடியாத கனவுகள் அவனுக்கு வரத்தொடங்கின. எழுத்து வரிகளைப் பிழையின்றி படிக்கக் கற்று ஐந்து ஆண்டுகள் ஆகியிருந்தும் பத்திரிகைகள், கதைப் புத்தகங்கள் வாசிக்கத் தொடங்கிய பின்தான் இரண்டு வகையான காட்சிகள் அவனுக்குத் தோன்றத் தொங்கின.

ஒருவகைக் கனவில் முற்கால நிகழ்ச்சிகள், அதுவும் நூல்களில் எழுதப்பட்ட அல்லது விவரித்துச் சொல்லப்பட்ட நிகழ்ச்சிகள் தோன்றின. இது இயல்பான ஒன்றுதான் என்றாலும் அதில் இருந்த விசித்திரமே அந்த நிகழ்ச்சிகளில் மற்றவர்கள் அறிந்து சொல்லாத, எழுதி வைக்காத பல பகுதிகள் அவன் கனவில் தட்டுப்பட்டன என்பதுதான். அத்துடன் அந்த நூல்களைக்கூடப் பின்னாள்களில்தான் அவன் வாசிக்கத் தொடங்கினான். இதனை அவன் தனது பத்தாவது வயதில் புரிந்துகொள்ள முடியாதவனாக இருந்தான். அவை திரைப்படங்கள் பார்ப்பது அல்லது புத்தகங்கள் படிப்பதின் தொடர்ச்சி என அவன் நம்பினான். புகார் என்ற நகரில் அவன் நடக்கும்போது ஒரு கிரேக்கக் கதை சொல்லி பிளாட்டோ என்ற பெயரை இவனுக்கு அறிமுகம் செய்கிறான். அதனைத் தமிழில் தான் எழுதிய ஓலைச்சுவடியை யாரோ திருடிவிட்டுச் சென்றார்கள், தேடித் தர முடியுமா எனக்கேட்டு அவனுக்கு யவனர் மதுவை ஊற்றித் தருகிறான். மதுரை என்றொரு பழம் நகரில் ஹோமர் என்பவர் எழுதிய கதையைத் தான் சொல்லக் கேட்டு இரு பெரும் கதைகளை வரிமொழியில் சிலர் எழுதிவிட்டார்கள் என வருத்தப்படுகிறான். ஒரு புத்த பிக்கு தாங்கள் உருவாக்கிய சங்கத்திற்குத் தமிழ்ச் சங்கம் எனப் பெயர் மாற்றி நீ பயன்படுத்திக்கொள் என்று நானூறு ஓலைகளைத் தந்துவிட்டுச் செல்கிறார். கப்பலில் வாசனைத் திரவியங்களும் கண்ணாடிப் பொருள்களும் இருப்பதாகச் சொல்லிக் கறையிறங்கிய

ஒரு வெள்ளையன் தன் கப்பல் முழுக்க துப்பாக்கிகள் நிறைந்த பெட்டிகள் இருப்பதாக இவனிடம் சொல்லிப் புன்னகை செய்கிறான். தலைப்பாகை அணிந்த இந்தியர்கள் குழு ஒன்று வெள்ளைக்காரர்கள் நிறைந்த சதியாலோசனைக் கூட்டத்தில் பாரத நாடு பழமையாகிவிட்டது தங்களின் ஆட்சியும் குலைந்து விட்டது இனி நீங்கள்தான் இதன் முடியாள வேண்டும் என எடுத்துக் கூறுகிறார்கள். இவை பற்றி அந்த வயதில் அவனுக்கு எதுவும் தெரியாது என்பதுதான் அவனைக் குழப்பத்தில் ஆழ்த்தின. யாக குண்டத்தில் மனிதர்கள் பலியிடப்படுவதாகக் கனவில் கண்டபோது அது பற்றிய கதைகளைக் கேட்டதின் தொடர்ச்சி என ஆறுதல் அடைந்திருக்கிறான். ஆனால் கைகளிலும் கால்களிலும் சங்கிலிகளால் பிணைக்கப்பட்ட மனிதர்கள் பட்டியில் அடைக்கப்பட்டிருப்பதையும், அவர்களைச் சில கருப்பு அரசர்களே ஏலத்தில் விடுவதையும் கண்டபோது ஒன்றும் புரியாமல் திகைத்தும் இருக்கிறான். இரண்டாவது வகை கனவுகளில் இனி நடக்குமா நடக்காதா எனக் குழப்பம் ஏற்படுத்தும் காட்சிகளே தோன்றின. அவைதான் அவனை மிகவும் மிரட்சியூட்டி தனக்குத்தானே பேசிக்கொண்டு திரிபவனாக அவனை மாற்றியிருந்தன.

முதல்வகைக் கனவுக் காட்சிக்கு இதனையும்கூட ஓர் உதாரணமாகச் சொல்லலாம். நாளேடுகளில் தான் புரிந்துகொள்ளாமலேயே தன் தெருவின் மூத்தவர்களுக்கு அவன் படித்துக் காட்டிய செய்திகளில் வந்திருந்த புரட்சித்தலைவரின் ரஷ்யப் பயணம் பற்றியதும், அவர் புதிய கட்சி ஒன்றைத் தொடங்கலாம் என்பது பற்றியதுமானது.

நடந்து முடிந்த அந்த வரலாற்று நிகழ்ச்சியில் புரட்சித் தலைவர் அவர்களை மாஸ்கோ தலைமையகம் விருந்தினராக அழைத்துப் புதிய கட்சி ஒன்றைத் தொடங்கச் சொல்லியதுடன் அதற்கான திட்ட வரைவையும் எழுதி அளித்து அதற்கான நிதி உதவியைச் செய்வதாக உறுதி அளிப்பதான ஒரு காட்சி திரைப்படம் போல அவன் கனவில் தோன்றியது. புரட்சித் தலைவரின் மாஸ்கோ பயணம் பற்றிச் சரியாக அறியாத தனக்கு இப்படி ஒரு காட்சி தோன்றியது பற்றிய வெட்கம் ஏற்பட்டு அது பற்றிய தகவல்களைத் தேடியபோது ரிக்சாகாரன் திரைப்படம் பற்றியும் தலைவரின் மாஸ்கோ பயணம் பற்றியும் சில தகவல்கள் அவனுக்குக் கிடைத்தன.

சோவியத் ரஷ்யாவின் நிதியுதவியுடன் அவர் அடுத்து ஒரு படத்தை எடுப்பதற்கான ஒப்பந்தம் ஒன்று ஏற்பட்டதாகப் பழைய செய்தித்தாள்கள் குறிப்பிட்டிருந்தன. சோவியத் பற்றியோ, நிதியுதவி பற்றியோ எந்தத் தவிடும் தெரியாத அவன் அதனை மறந்துவிட முயற்சித்தான். ஆனால் பின்னாளில் ஒரு தோழருடன் பேசிக்கொண்டிருந்த போது தலைவர் அதனை லண்டன் பிபிசி நேர்காணல் ஒன்றில் முன்னரே தெரிவித்து இருந்ததாகச் சொன்னார்.

மூத்த கட்சித் தோழர் ஒருவர் சிறுவனான இவனையும் மதித்து அதனைத் தகவலாகச் சொன்னாலும் தலைவர் எந்த ரஷ்ய அதிகாரிகளைச் சந்தித்தார், எவ்வளவு நிதிகள் பற்றிப் பேசினார், எப்போது என்ன காரணம் சொல்லிப் புதிய கட்சி தொடங்குவது என்பது பற்றிய உரையாடல்கள் எல்லாம் அவன் கனவில் வந்திருந்தன. அதைவிடப் புதிய கட்சியைத் தொடங்கும் முன்பே வந்திருந்தன. அவன் கனவில் வந்த ஒரு முதிய பெண்மணி இலைகள் மூன்றாக இல்லாததன் காரணம் முளைத்து மூன்று இலை விடாத கட்சி என்று யாரும் சொல்லிவிடக்கூடாது எனத் தலைவர் தீர்க்கமாக யோசித்ததே எனவும் தெரிவித்திருந்தார். இவையெல்லாம் பின்னாளில் அவனைக் கலக்கம்கொள்ள வைத்தன. 'இரண்டு இலைகளே பெருங்காடாகுமே வறண்டபூமியின் உயிர் வாழ்வாகுமே' என ஒரு கூத்துக்காரன் பாடிக் கிறுக்கியடித்து நின்ற காட்சி 1975-இல் தோன்றி 1977-இல் மெய்யானபோது தன் கனவுகளைப் பற்றிய பெருமிதம் கொள்வதைவிட அச்சமே அவனுக்கு ஏற்பட்டது.

பின்னாளில் அந்தக் கனவுத் திரைப்படத்தின் ஒரு தொடர்ச்சியாகத் தலைவரே ஒரு விஞ்ஞானியாகத் தோன்றுகிறார், அவரை அம்மையார் ஒருவர் தனி விருந்தில் சந்திக்கிறார். மேசை மீது இந்திய வரைபடம் இருக்கிறது, தென்பகுதிக் கோட்டில் ஒரு தீவு இருக்கிறது. அப்போது அவர்கள் சிலவற்றைப் பேசுகிறார்கள், அதனை அவன் இன்று வரை வெளியில் சொல்ல முடியாதவனாகவே இருக்கிறான். ஆனால் அன்டன் பாலசிங்கம் புதுச்சேரி வந்து ஒரு கூட்டத்தில் பேசியபோது அவன் கேட்டிருந்த தொடர்ச்சியான சில வாக்கியங்களை அவரும் குறிப்பிட்டதைக் கேட்டபோது அச்சம் என்பது மடமையடா அஞ்சாமை தாயகக் கடமையடா எனத் தன் பயத்தை மறைக்கப் பாடியபடி சைக்கிளை மிதித்து ஊரை மூன்றுமுறை சுற்றி வந்தான்.

வரலாற்று நிகழ்சிகளைப் பொருத்தவரை பல சிக்கல்களை அவன் கனவின் வழிச் சந்தித்தான். விலாதிமிர் இலியிச் லெனின் நோய்வாய்ப்பட்டு இறக்கவில்லை, சிறுகக் கொல்லும் நஞ்சால் கொல்லப்பட்டார் என சோவியத்தின் கேஜிபி அலுவலர்கள் இருவர் பேசிக்கொள்வதாகக் கனவில் ஒரு காட்சியைக் கண்டான். அதனைப் பற்றி மாஸ்கோ சென்று வந்த தோழர் ஒருவரிடம் தயங்கியவாறு கேட்டபோது 'லெனின் மறைந்தபோதே டிராட்ஸ்கி இப்படி ஒரு வதந்தியைப் பரப்பியிருக்கிறார்' அது ஒன்றும் புதியதல்ல எனச் சற்று இறுக்கமான முகத்துடன் கூறினார். வியட்னாம் தெருவில் உடல் எரிய ஓடியது ஒரு பெண்குழந்தையில்லை இரண்டு லட்சம் பெண் குழந்தைகள் என பிக்குணி ஒருவர் புத்தர் முன் அமர்ந்து கைகூப்பி அழுது கொண்டிருக்கும் காட்சி தோன்றியபோது அவனுக்கு நைட்ரஜன் குண்டு பற்றியோ பிரஞ்சு அமெரிக்கப் படைகள் பற்றியோ எதுவும் தெரியாது. அமைதிகாக்கும் படைகளின் விமானங்கள் ஏவுகணைகளை இரைத்துக்கொண்டே சென்ற ஒரு காட்சியை அவன் கனவில் கண்டபோது ஏவுகணை என்றால் என்ன என்றும் அவனுக்குத் தெரியாது.

அந்தக் காலகட்டத்தில்தான் இவன் அவனைச் சந்தித்தான், அதாவது ஆனந்தன் என்ற பெயர்கொண்ட இவன் பிரேம் என்ற பெயர் கொண்ட அவனைச் சந்தித்தான். இருவரும் சந்தித்துக்கொண்டது இலங்கைத் தமிழர் படுகொலைக்குக் கண்டனம் தெரிவிக்கும் நெடும் ஊர்வல நிகழ்ச்சி ஒன்றில், அது 1977-ஆக இருக்கலாம். இருவரும் முதல்முறை சந்தித்தபோது அது உலக வரலாற்றைப் பல வகைகளில் பாதிக்கப் போகிறது என்பதை இருவருமே உணர்ந்திருக்கவில்லை. அப்போது இருவரும் சந்திக்காமல் இருந்திருந்தால் உலக வரலாற்றிலிருந்து தப்பித்திருக்கலாம் என்பதையும் அவர்கள் அறிந்திருக்கவில்லை. அறிந்து கொள்வதால் ஏற்படும் பெருந்துயரங்களை விட அறியாதவற்றைக் கனவில் காணுவதுதான் இவனுக்குப் பெரும் துயரமாக இருந்தது. புத்தகங்களைப் படிக்காமல் இருந்தால் கனவுகளில் இருந்து தப்பிக்கலாம் என இவன் முயற்சித்த போது கனவில் வந்த புத்தகங்களின் பக்கங்களில் இன்னும் கொடிய வரிகளை இவன் வாசிக்க நேர்ந்தது.

ஆனந்தனுக்கும் இவனுக்கும் இடையில் நட்போ தோழமையோ தொடக்கத்திலிருந்து இருந்ததில்லை, என்றாலும் வெறுப்போ

கசப்போ அவர்களுக்குள் இருக்கவும் இல்லை. இதற்கிடையில் ஆனந்தனால் அவனைச் சந்திக்க முடியாமல் இருப்பதும் கடினமாக இருந்தது. அதற்குக் காரணம் அவனுக்குத் தனியான ஒரு குடிசை இருந்ததும் அதில் அவன் வைத்திருந்த மூன்று நூல்களும்தான்.

அத்துடன் இவனது கனவில் தோன்றும் புதிரான கனவுகளைக் காது கொடுத்துக் கேட்க அவன் மட்டுமே இருந்தான். அவனோ தனக்குப் பிரஞ்சு அறிவுஜீவிகளுடன் தொடர்பிருப்பதாகவும் அவர்கள் வழியாகவே தான் உலகையும் உலக வரலாற்றையும் தெரிந்துகொள்வதாகவும் நம்பியதுடன் தனது தோழர்களிடமும் அதனைத் தெரிவிக்கும் பழக்கமுடையவனாக இருந்தான். பிரஞ்சுக் கவிதைகளை வரிமாற்றித் தமிழில் எழுதும் புதிய வடிவம் ஒன்றை உருவாக்க அவர்களுக்குப் பின்னாளில் அது உதவியிருக்கிறது.

அதனைவிட அவனிடம் இருந்த மூன்று நூல்களின் ரகசியத்தை ஆனந்தன் மட்டுமே அவனது கனவின் வழி அறிந்து வைத்திருந்தான். அந்த ரகசியத்தை இதுவரை காத்துவரும் ஆனந்தனுக்குத் தன்னைப் போலக் கனவில் மர்மங்களைக் காணும் இன்னும் 1007 பேர் உலகில் இருப்பார்கள் என்பதும், அந்தக் கனவுகளை உருவாக்கும் நுண்கருவிகளை இயக்கும் ஒரு வலையமைப்பு இருக்கும் என்பதும் முழுமையாகத் தெரியாமல் இருந்தது. சல்மான் ருஷ்டி 1981இல் 'நள்ளிரவின் குழந்தைகள்' எழுதியதை 1987-இல் தெரிந்து கொண்டபோது இவனுடைய கனவு அதிலிருந்து வேறுபட்டது என்று தெரிந்து வைத்திருந்தான். அதனைப் பிரேமும் உறுதிப்படுத்தியிருந்தான். அவனுடைய குடிசை நூல்களால் நிரம்பியது என்றும் பலருக்குக் கிடைக்காத நூல்கள் அவனிடம் கிடைக்கலாம் என்றும் ஒரு பேச்சு தமிழ் எழுத்தாளர்கள் சிலரிடம் நிலவி வந்தது.

ஆனால் ஆனந்தன் அறிந்த வரை பிரேமிடம் மூன்று நூல்கள் மட்டுமே இருந்தன, மிலோராத் பாவிக்கின் நாவலில் வருவது போன்ற மூன்று நூல்கள் அல்ல அவை. என்றாலும் அவை மிக எளியவை. மூன்று நூல்களின் தாள்களும் வெற்றுப் பக்கங்களாக இருப்பவை. அவை மூன்று நிறத்தாள்களாக இருக்கும். சிவப்பு, கருப்பு, நீலம் என அமைந்த அந்த வெற்றுக் காகிதங்களைக் கொண்ட புத்தகங்களை எடுத்து நண்பர்கள் கேட்கும் நூலின் பக்கங்களை அவன் வாசித்துக் காட்டுவான், பிறகு விளக்கமும் சொல்வான். அவர்களும் அவன் வாசிப்பதை மூளையிலோ

தாள்களிலோ குறிப்பெடுத்துக் கொண்டு செல்வார்கள். பல நூலகங்களில் இருந்து அவ்வப்போது அவன் கொண்டு வரும் நூல்கள்தான் அவையென நண்பர்கள் நினைத்துக்கொண்டார்கள்.

அவனுக்கு ஓட்கா வாங்கித் தந்து ஏதாவது ஒரு புத்தகத்தை இரவல் பெற்றுச் சென்று ஸெராக்ஸ் செய்த சிலர் அவர்களுக்குத் தெரியாத வேறு ஏதோ மொழியில் அவை இருப்பதைப் பார்த்து அவனுக்கு மது வாங்கித் தருவதையே நிறுத்தியிருக்கிறார்கள். இதனையெல்லாம் அறிந்திருந்த ஆனந்தன் தான் கூறும் கனவுகள் பற்றிய ரகசியத்தை யாரிடமும் சொல்லக் கூடாது என்று கேட்டுக்கொண்டான். அதே போல அவனது நூல்கள் பற்றிய ரகசியத்தையும் தான் பிறரிடம் கூறுவதில்லை என்ற ஒப்பந்தத்தையும் செய்துகொண்டான்.

அது அப்படியிருக்க லெனின் பற்றிய கனவை ஆனந்தன் சொன்னபோது அதனை மக்கள் நாடக இயக்கத்தைச் சேர்ந்த ஒருவர் தனக்கு முன்பே கூறியிருக்கிறார் என்றான் அவன். ஆனந்தனோ அதுவல்ல தான் சொல்ல வருவது அப்போது பயன்படுத்தப்பட்ட நஞ்சு, அதன் அளவு, அதனை லெனினுக்குத் தந்த மருத்துவர், லெனின் பேச முடியாத நிலையில் எழுதி வைத்த பக்கங்களை யார் எடுத்துச் சென்றது போன்ற தகவல்களைத் தன் கனவில் வந்த சிலர் பேசிக்கொண்டார்கள் என்றும், அது பற்றித் தனக்கு எதுவும் தெரியாது என்றும் வாடிய முகத்துடன் சொன்னான். பிரேமுக்கு அப்போதுதான் ஒருவிதக் கலக்கம் ஏற்பட்டது. வேறு ஒரு நாள் வந்து அவன் கனவில் கண்டதைச் சொன்னான் அதனை அப்போது நம்பாத இவன் சில ஆண்டுகளுக்குப் பிறகு அப்படியிருக்கலாம் என ஆய்வு செய்து பிரஞ்சில் எழுதப்பட்ட நூலை ஆங்கிலத்தில் படித்தபோதுதான் அவனைக் கேலி செய்திருக்கக்கூடாது என்று வருத்தப்பட்டான்.

ஆர்தர் ரைம்போ முதல்முறை தொலைந்தபோது அவன் இறந்துவிட்டதாக நண்பர்கள் நினைத்தார்கள், சரி மீண்டும் திரும்பி வந்து எழுதினான், சரி, பிறகு தனது 37 ஆவது வயதில் செத்துவிட்டான் இல்லையா? அப்படித்தான் நானும் இதுவரை நம்பி வந்திருக்கிறேன், ஆனால் கனவில் வந்த ரைம்போ தான் இறந்துவிட்டதாக ஒரு செய்தியைப் பரப்பிவிட்டு வேறு இடம் சென்று தலைமறைவாக வாழ்ந்ததாகவும், சில காலம் சென்று பிரஞ்சு தேசம் மட்டுமின்றி உலகம் முழுவதும் தன் நூல்கள் பேசப்பட்டதையும் பார்த்துவிட்டு 120 வயதில்தான் இறந்தேன்

என்று கூறியதாகவும், அதனால் ரைம்போ என்றால் மூவரில் யார் என இனி நீ கேட்க வேண்டும் என்று தன்னிடம் ரைம்போ கூறிவிட்டுச் சென்றதாகவும் இவன் கூறியபோது. ஏன் அவன் புதுச்சேரிக்கு வந்து தலைமறைவாக அரவிந்தர் ஆசிரமத்தில் இருந்து பிறகு ஆரோவில் ராம்போ என்ற பெயரில், ஆரோவில் உலக மையத்தில் வாழ்ந்து மறைந்தான் என்பதைக் கூறவில்லையா என்றான் அவன். அதனால் ஒரு வாரம் அவனைச் சந்திக்காமல் இருந்த இவன் மீண்டும் அவனைச் சந்தித்து 'போல் கொகைன் பல தீவுகளுக்குச் சென்ற பயணத்தின் போது ஒருமுறை புதுச்சேரி வந்து தங்கிவிட்டுச் சென்றது உனக்குத் தெரியும்தானே' என்று கேட்க அதனை மறுக்க முடியாத அவன் பிறகு ரைம்போ பற்றிப் பேசுவதைத் தவிர்த்தான்.

அதே போல அம்மையார் ஒருவரை மெய்க்காப்பாளர்கள் இயந்திரத் துப்பாக்கியால் சுடுவது போன்ற கனவு வந்ததாக ஒரு நாள் மாலை புதுவையின் கலங்கரை விளக்கத்தின் அருகே நடந்து கொண்டிருக்கும் போது ஆனந்தன் சொல்ல, அப்படி எதுவும் நடந்தால் அது இந்திய வரலாற்றில் பெரும் குழப்பத்தை அல்லது எதிர்பாராத மாற்றங்களை ஏற்படுத்தும் என அச்சத்துடன் அவன் தெரிவித்தான். தனது கனவில் ஒருமுறை தோன்றிய காட்சியில் ரோஜா மலர்த் தோட்டம் கொண்ட ஓர் அரண்மனையில் வாழும் அரசக் குடும்பத்தைச் சேர்ந்த மூவர் இயற்கை மரணம் அடையாமல் தீயுடன் தொடர்புடைய நிகழ்வுகளால் இறப்பார்கள் என இரு துறவிகள் பேசிக்கொண்டதைக் கேட்டான். அவன் பெரும் மதிப்பு வைத்திருந்த ஒரு தலைவரின் வம்சத்தில் ஒவ்வொரு காலத்திலும் அவை நடந்ததைக் கண்டபோது தனக்குள் ஒரு பேய் புகுந்திருக்கலாம் என மிரண்டு தவித்திருக்கிறான்.

இந்திய வரலாற்றை மாற்றுவதான அந்தக் காட்சி அவ்விதமே நடந்த காலத்தில் இருவருமே நூல் வாசித்தல் மற்றும் கனவில் காட்சி காணும் பழக்கத்தை நிறுத்திவிட முடிவு செய்தும் இயலாத காரணத்தால் இருவரும் சேர்ந்து பிரேதா, அதீதன் என்ற இரு உருக்கள் எழுதிய நூல்களை வாசித்து அவற்றின் வாசகங்களைத் தாம் கேட்ட வகையில் எழுதி வெளியிடத் தொடங்கினார்கள். பிரேதா எழுதியவற்றை அதீதன் மறு ஆக்கம் செய்து எழுதிய நூலை வாசித்து பிரேம் எழுத, ஆனந்தன் அதனைத் திருத்தி எழுதி அச்சுக்குக் கொடுக்கும் ஒரு சிக்கலான முறை அப்போது உருவானது.

பிரேதா, அதீதன் இருவரையும் உருக்கள் அல்லது எழுத்துருக்கள் எனக் குறிப்பிடுவதில் இருவருக்கும் சிக்கல் எதுவும் இல்லை. பிரேதா தன்னையும் அதீதனையும் அவ்வாறே குறிப்பிட்டு எழுதி வந்தாள். இருள் நகரம் பற்றிய கதைகளை அவர்கள் எழுதினாலும் இவை சோவியத், மற்றும் ஐக்கிய அமெரிக்க நாடுகளின் மறைவான வரலாற்றையும் இனி நிகழ உள்ள உலக நிகழ்வுகளையும் சொல்வதாக அமைந்திருந்தன. இதனை ஆனந்தன் தன் கனவுகளில் வந்த காட்சிகள் வழி அறிந்து மெய்ப்படுத்தி அறிந்தான், சில நேரங்களில் அவற்றைப் பிரேமிடம் கூறாமலும் தவிர்த்தான்.

பிரேதா இருள் நகரங்கள் பற்றி எழுதியிருந்தாலும் ஒளிக்கதிர் என்ற பொருள் தரும் பெயருடைய பத்திரிகையில் அவை வெளி வந்ததாகக் குறிப்பிடப்பட்டிருப்பதின் முரணை இருவருமே முதலில் கவனிக்கவில்லை. இதனைப் பற்றி பின்னாளில் வந்த ஒரு பெண் விமர்சகர் எத்தனை இருள் வந்தாலும் பிறகு மனிதர்கள் ஒரு ஒளியை அடைவார்கள் என்பதன் சிறு செய்தி எனக் குறிப்பிட்ட போது ஆனந்தன் வெட்கமடைந்திருக்கிறான்.

அதற்குச் சற்று காலத்திற்கு முன்பு இருமொழி கொண்ட தீவில் தனிமொழித் தேசம் ஒன்றை உருவாக்குவதற்கான நான்கு ஆயுதக் குழுக்கள் உருவாகிப் போரை நடத்திக்கொண்டிருந்தன. அந்நியனான ஆனந்தன் அதில் தொடர்புடையவனாக மாறுவதற்கு அந்தக் குழுக்களைச் சேர்ந்தவர்கள் புதுவையின் சில பகுதிகளில் தங்கித் தமது பணிகளைச் செய்து வந்ததே காரணம்.

இந்தக் காலத்தைத் தமிழகப் பெருமக்கள் விடுதலைப் போராட்டக் காலம் என்று குறிப்பிட்டதுடன், அதனை மொழிமானப் போர் என்றும் குறித்து வந்து, பிறகு ஒருநாள் அது பயங்கரவாதப் போர் என்று கூறிக் கைவிட்டு அதற்கும் தமக்கும் எந்தத் தொடர்பும் இல்லையெனச் சொல்லத் தொடங்குவார்கள் என்று கூறும் நூல் ஒன்றைக் கனவில் படித்திருந்தும் ஆனந்தனால் அதிலிருந்து விலகி இருக்க முடியாமல் போனது.

அந்தக் குழுக்களைச் சேர்ந்த பலரைச் சந்திக்க நேர்ந்த இவனும் பிரேமும் அவர்கள் அனைவரையும் ஒரே இயக்கத்தின் பல பிரிவுகள் என்றே அன்புடன் உணர்ந்தார்கள். அவர்களின் கூட்டங்களுக்குத் தொடர்ந்து சென்ற இருவரையும் அண்ணன்மார்கள் நேசத்துடன் நடத்தியதுடன் இருவருக்கும் சில பணிகளையும் அளித்தனர்.

உயிர் பிழைக்க வைத்த மூன்று கதைகள் | 21

நகருக்குத் தொலைவில் இருந்த ஊரைச் சேர்ந்த ஆனந்தனுக்குக் காய்கறிகள் மற்றும் மீன்கள் வாங்கி வரும் பணியையும், நகருக்கு நெருக்கமான பகுதியில் வசித்த பிரேமுக்கு அச்சகங்களில் இருந்து கையேடுகளை அச்சடித்துக் கொண்டு வரும் பணியையும் தந்தார்கள். இதில் முதலில் வருத்தமடைந்த ஆனந்தன் பிறகு பெரும் மகிழ்ச்சியை உணர்ந்தான்.

அண்ணன்மார்களின் சமையலறைவரை செல்லவும் அவர்கள் தம் கையால் சமைக்கும் கறிவகைகளைச் சுவைக்கவும், அவர்கள் செய்யும் பகடிகளை ரசிக்கவும் அவனுக்கு வாய்ப்பு கிடைத்தது. அப்படி ஒரு தங்குமிடத்தில்தான் அவரைப் பார்த்தான் இவன். அவர் அவனைக் கவனிக்கவில்லை என்றாலும் அவர் தம் கையால் வைத்த மீன் குழம்பைத் தன் தோழர்களுடன் அவனுக்கும் பரிமாறியபோது அவனது கண்கள் பனித்தன. பின்னாட்களில் அந்த நிகழ்ச்சியை எவரிடமும் சொல்லாமல் மறைத்தபோதும் அவனது கண்கள் பனித்திருக்கின்றன.

கண்கள் பனித்ததற்கான காரணம் அதன் சுவை மட்டுமல்ல, அவன் கனவில் வந்திருந்த துப்பாக்கிச் சூடு காட்சியும்தான். அவன் அது நடக்குமென நம்பவில்லை, அதில் தோன்றிய இன்னொருவரை முதலில் படத்தில் பார்த்து ஒருமுறை மூத்த தோழரின் வீட்டில் நேரில் பார்த்து, அது நடப்பதான கடைவீதிக்கும் அவன் சிலமுறை சென்றிருந்த போதும் அந்தக் கனவில் தோன்றிய காட்சியை அவன் நம்பவில்லை, அத்துடன் அது தமிழ்த் தேச வரலாற்றை மாற்றப்போகிறது என்பதையும் அவன் வெறுப்புடன் மறுத்துவிட்டான்.

ஆனால் அந்தச் சம்பவம் நடந்த பின் துயரத்துடன் ஆனந்தன் தன் கனவில் வந்த காட்சியைச் சொன்னபோது அதனை நேரில் பார்த்தவர்களே தன்னிடம் அதனைக் கூறிவிட்ட பின் அதனை இவன் கனவில் கண்டதாகச் சொல்வதில் தனக்குச் சிக்கல் உள்ளதாகப் பிரேம் சொன்னபோது, அங்கு பயன்படுத்தப்பட்ட துவக்கின் பெயர், அவற்றின் நிறம், அவற்றில் இருந்த குண்டுகளின் எண்ணிக்கை, அவற்றை அவர்களுக்கு வழங்கியவர்களின் பெயர்கள், சம்பவம் நடந்த இரவில் அவர்கள் பார்த்த படம் ‘சுடும்’ என்ற சொல்லில் முடியும் என்பது போன்ற தகவல்களைத் தன் கனவில் வந்த சிலர் பேசிக்கொண்டதைத் தான் கேட்டதாக ஆனந்தன் சொல்லியபோது அவர்களிடையே கனத்த அமைதி

கவிந்தது. அவை பின்னாளில் ஒவ்வொன்றாக வெளிவந்தபோது இருவருமே பித்தநிலையில் சில காலம் அலைந்தார்கள்.

நடுநிலைப் பள்ளிக் காலத்தில் நடந்த சிறு கூட்டங்களில் பேசி நிதி சேர்த்த சிலர் பின்னாளில் தளபதிகளாகிப் பெரும் படைகளை நடத்திக் கொண்டிருப்பதாகத் தன் கனவில் முன்பே கண்டிருப்பதை நினைவுபடுத்திப் பார்த்த ஆனந்தன் அதனைத் தன்னிடமே சொல்லிக் கொள்வதையும் தவிர்த்தான். தென்மொழி இதழ் நடத்திய அறிஞர் அறிமுகப்படுத்த மெல்லிய குரலில் தனி மொழித் தேசத்தின் தேவை பற்றி 120 பேர் கலந்துகொண்ட கூட்டம் ஒன்றில் பேசிச் சென்ற அவர் பின்னாளில் இந்திய அரசுடன் பேச்சுவார்த்தை நடத்த இருப்பதாகத் தன் கனவு சொன்னதை 1985-க்குப் பிறகு உண்மை என உணர்ந்தபோது தனது கனவுகள் பற்றி மட்டுமல்ல உறக்கம் பற்றியும் அவன் அச்சமடைந்தான்.

கடை வீதியில் நடந்த துப்பாக்கித் தாக்குதலுக்குப் பிறகும் இயக்கத்தினர் புதுச்சேரியில் வேறு பெயர்களில் கூட்டங்களை நடத்தியதுடன் இந்திய அரசின் அனுமதியுடன் போக்குவரத்துகளைச் செய்துகொண்டிருந்த போது இருவரும் குழப்பமடைந்தார்கள். ஆனந்தனுக்கோ அவை குறித்த வேறு காட்சிகள் கனவில் தோன்றி மறைந்தன. பிரேம் அவற்றைக் கனவுகள் வழி அறிந்துகொள்ளத் தேவையில்லையெனவும் நடப்பவை அப்படியே உள்ளன எனவும் கூறிக்கொண்டிருந்தான், இவன் பிறகு அது பற்றிப் பேசுவதைத் தவிர்த்தான்.

பிரேம் தனது குடிசைக்கு வரும் அனைவரையும் அங்கு சில நாள்கள் தங்க அனுமதித்தபோது ஆனந்தனுக்கு முதல் முறையாகப் பயம் வந்தது. அவர்கள் ஒவ்வொருவரும் வெவ்வேறு இயக்கத்தைச் சேர்ந்தவர்களாகவும், ஒவ்வொரு முறை வரும் போதும் வெவ்வேறு பெயர்களைச் சொல்லிச் செல்பவர்களாகவும் இருந்தார்கள். ஆனால் அவர்கள் காட்டிய ஆயுதங்களைத் தொட்டுப் பார்ப்பதில் ஒருவிதக் கிளர்ச்சியடைந்த போதும் தொடும்போது இருக்கும் குளுமையை உணரும் போதும் அவை இயங்கும்போது அப்படி இருக்காது என்பதையும், அவை தம் வாழ்நாளில் சிலரின் அல்லது பலரின் உயிர்களைப் பலிவாங்கும் என்பதையும் உணர்ந்த பின் உள்ளாக நடுங்கி உறைந்து போய் இருந்தார்கள்.

ஆனந்தன் தன் பயத்தை மறைக்க உலக ராணுவங்கள் அனைத்தும் கொலை செய்கின்றன என்றும், இந்திய ராணுவத்தில் இருந்த

தனது நண்பர்கள் ரம் குடித்தபடி தமது கொலை சாகசங்களைக் கூறுவதையும், கொலைகளை அதிகம் செய்பவர்களுக்குக் கற்காலத்திலிருந்து தற்காலம் வரை பெரும் சிறப்புகள் செய்யப்படுவதையும் எடுத்துக் கூறினான். தங்களின் மூளையில் அச்சம் உறைந்துள்ளது அதனால்தான் பிரேதா, அதீதன் என்பவர்கள் எழுதிய எழுத்துகளைப் படித்துக்கொண்டு இப்படிப் பதுங்கிக் கிடக்கிறோம் என்று பிரேம் கூறிக் கொண்டிருந்தான்.

இந்தச் சமயத்தில் ஆனந்தனின் கனவில் ஒரு காட்சி வந்தது, இரண்டு நண்பர்கள் பிரேமின் குடிசைக்கு வருவதாகவும் இருவரும் நேருக்கு நேர் சந்திக்கும்பொழுது மறைத்து வைத்திருந்த ஆயுதங்களை எடுப்பதாகவும் அதனைத் தடுக்க ஆனந்தன் இடையில் புகும்பொழுது தனது உள் சக்திகள் அனைத்தையும் திரட்டிக் கனவுக் காட்சிக்குள் புகுந்து அதனைக் கலைத்துக் கொண்டு எழுந்துவிட்டான். அதன் முடிவு என்ன என்பது தெரியாமல் இருப்பதே நல்லதென்று ஆறுதல் அடைந்த இவனுக்கு ஒரு பெரும் சோதனை வந்தது.

அன்று மாலை கியூபப் படம் ஒன்றைத் திரைப்படச் சங்கத்தில் பார்த்துவிட்டு ஆனந்தன் தன் அம்மா வீட்டுக்குச் செல்லாமல் குடிசையில் தங்கச் சென்றபோது, இரண்டு நண்பர்கள் குடிசைக்குள் இருந்தார்கள், மறைத்து வைத்த சாவியை நண்பர்கள் பயன்படுத்த ஏற்பாடு செய்ததை நொந்துகொண்டு ஆனந்தன் கஞ்சி காய்ச்ச நால்வரும் குடித்தார்கள். படுத்தபோது அவர்கள் இருவரும் தமது பைகளைத் தலையணைகளாக வைத்துக்கொண்டார்கள். ஆனந்தன் அன்று இரவு உறங்கவும் இல்லை, கனவு காணவும் இல்லை. காலையில் ஒருவர் தான் முன்னதாகவே செல்வதாகச் சொல்லி எழுந்து சென்றுவிட பெரும் ஆறுதலுடன் ஆனந்தன் வெளியில் சென்று டீ குடிக்க மற்ற நண்பரை அழைத்துச் சென்றான். பிரேம் மட்டும் உறக்கத்தைத் தொடர்ந்தான். அன்று பகல் மற்ற நண்பரும் ஊர்விட்டுச் சென்ற பின்பே ஆனந்தனுக்கு உயிர் மீண்டது. ஆனால் அடுத்த பத்து நாள்களுக்குப் பின் இருவருமே காணாமல் போனதாக ஒரு தகவல் வந்தபோது தனது கனவின் கொடுங்கேட்டை எண்ணி எண்ணிக் குமைந்த ஆனந்தனுக்கு உறக்கம் முழுதுமாக மறைந்து பேச்சும் வராமல் போனபோது அதுவொரு மனச்சிதைவு என மருத்துவர் தெரிவித்தார். அதில் பிரேம் மிகவும் உடைந்து போனான்.

இணைத் தோழர்களாக வாழ்ந்த இருவரின் வீட்டுத் தோட்டத்தில் இருந்த சிறிய அறைக்குள் அடைபட்டுக் கிடந்த ஆனந்தனோ பிரேதா, அதீதன் இருவரின் வரிகளை மனப்பாடமாக வைத்துப் பல பக்கங்களை எழுதிக்கொண்டிருந்தான். அவற்றை வாசித்த பெண் தோழர் அவனிடம் ரைம்போவின் வாழ்வைக் கூறித் தேற்றியபோது ஆண் தோழரோ பல நாள்களாகத் தனக்கு இருந்த சந்தேகம் உறுதிப்பட்டதாகவும் உன்னைவிடப் பத்து வயது குறைந்த ஒரு ஆணின் அணைப்பு உனக்குத் தேவைப்படுகிறது என்றும் கூறிப் பிரிந்து சென்றார்.

பல நாள்களாகச் சந்திக்காமல் இருந்த பிரேம் இவன் இருந்த இடத்தைக் கண்டுபிடித்து மீண்டும் சந்திக்க வந்தபோது அறையில் நிறைய தாள்கள் எழுதப்பட்டு இருந்ததைக் கண்டான். தோழரின் அறிவுறுத்தலின் பேரில் மீண்டும் வெளியே நடமாடத் தொடங்கிய ஆனந்தன், தோழரிடம் தன் கனவுகள் பற்றி மனச்சிதைவுக் காலத்தில் சொல்லியிருப்பதைத் தெரிந்துகொண்டு சற்றே மனக்கலக்கம் அடைந்தான், ஆனால் அவரின் பாசம் நிறைந்த தலைகோதலில் ஆறுதல் அடைந்ததுடன் மீண்டும் தனக்குக் கனவுகள் தோன்றத் தொடங்கியிருப்பதை அவரிடம் தெரிவித்தான்.

அதில் ஒரு கனவில் அவர் இரண்டு ஆண்டுகளில் வடக்கின் வனப்பகுதி நோக்கிச் செல்வதாகவும் மீண்டும் திரும்பிவருவது உறுதியில்லை என்றும் சொன்னதாக அவன் கண்கள் கலங்கச் சொன்னான். அவர் புன்னகையுடன் உனது கனவு பற்றி இப்போதுதான் தனக்கு நம்பிக்கை வந்திருப்பதாகச் சொன்னார்.

அவரிடம்தான் முதல்முறையாக அவன் பெர்ஸ்த்ரோய்கா, க்ளோஸ்த்னாத், சோவியத் உடைவு, ரஷ்ய மாஃபிய ராணுவம் என்ற சொற்களைத் தன் கனவுகளில் சிலர் பேசிவருவதைச் சொன்னான். அவற்றிற்கான மூலவரைவை ஐங்கோணத் தலைமையகம் உருவாக்கிக் கொண்டிருப்பதாக ஒரு திரைப்படத்தைத் தன் கனவில் கண்டதாகவும் சொன்னான். அதற்கான பொருள் என்ன என்று தோழரிடம் கேட்ட அன்று அவர் அதிகம் புகைத்துக் கொண்டிருந்தார்.

அவர் தனது ஆசிரியப் பணியையும் தனக்கு ஒரு அடையாளமாக இருந்த தேவாலய விடுதியின் பொறுப்பையும் விட்டு நெடுந்தூரப் பயணங்களைத் தொடங்க அவையே காரணமாக அமைந்தன.

அவரை அவ்வப்பொழுது அவன் சந்திக்க நேர்ந்தாலும் அவர்களின் பேச்சுகள் கவிதைகள் பற்றியும் இசையைப் பற்றியதுமாகவே இருந்தன. வனப்பகுதிக்கான தனது திட்டம் மாறக்கூடியதல்ல என்பதைப் பற்றி மட்டும் அவர் கூறிக்கொண்டிருந்தார்.

ஹோமியோபதி மருத்துவம் பயின்று அவர் தனது நெடும் பயணத்தைத் தொடங்கியபோது அவரின் எதிர்காலம் பற்றித் தனது கனவில் காட்சிகள் வருமென்று எதிர்பார்த்த ஆனந்தன் ஏமாற்றமே அடைந்தான். அவனது கனவில் அவர் பலமுறை தோன்றினாலும் ஒளிரும் அவர் கண்களும் கேள்வி கசியும் அவர் புன்னகையும் மட்டுமே காட்சியளித்து மறைந்தன. அது அவனுக்குப் புதிராகவே இருந்தது. கார்சியா மார்க்வெஸின் எழுத்துகளைப் படிக்கத் தொடங்கிய பின் தான் அவன் அதற்கான பொருளைச் சற்றே புரிந்துகொண்டான்.

சேகுவேராவின் வாழ்க்கை வரலாற்றைப் படித்தபின் அவனுக்கு வந்த கனவுகளில் அவரின் வாழ்க்கை வரலாற்றில் எழுதப்படாத சில பகுதிகளும் புகைப்படங்களும் புலப்படத்தொடங்கின. அவற்றில் சிலவற்றை அதீதனின் சில எழுத்துகளில் குறியீடுகளாகச் சேர்த்து வெளியிட்டான். ஆனால் தான் எழுதிவைத்த அதன் முழுமையான பகுதிகளைத் தனது இறப்புக்குப் பிறகு வெளியிட்டாலும்கூட ஆப்பிரிக்க, ஆசிய நாடுகள் பாதிக்கப்படலாம் என்ற அச்சத்தில் அவற்றை அவன் எரிக்க நேர்ந்தது.

சேவின் பன்னாட்டுப் பயணத்தின் நோக்கம், அவர் சந்தித்த குழுக்கள் பற்றிய தகவல்கள் ஐங்கோண மையகத்திற்கு ஓரளவு தெரிந்திருந்தது என்பதும் அவரைச் சில உளவாளிகள் நண்பர்கள் என்ற மாறுவேடத்தில் சந்தித்திருக்கிறார்கள் என்பதும் பின்னாளில் இவனுக்குத் தெரிய வந்தபோது, அவற்றைக் கடந்தும் அவனது கனவின் காட்சிகள் விரிந்து சென்றதை இவன் உணர்ந்திருந்தான்.

சே அனுப்பி வைத்த ஆயுதக் கப்பல்கள் இடையில் மறைந்து போனது, இயந்திரத் தொழிற்சாலை என்ற பெயரில் ஆயுதத் தொழிற்சாலை ஒன்றை கியூபாவில் தொடங்க அவர் முயற்சித்தது எனச் சிலவரிகள் அவன் கனவில் படித்த புத்தகங்களில் இருந்தன. ஐக்கிய நாடுதான் அவரைக் கொன்றது என்று அனைவருக்கும் தெரிந்த செய்தியின் அடிக்குறிப்பில் அவர் கடந்து சென்ற பாதைகளை அவர்களுக்கு அளித்தது கேஜிபிதான் என அச்சிடப்பட்டிருந்தது. கியூபாவில் அவர் இருப்பதை சோவியத்

விரும்பவில்லை எனப் பிறகு படித்தபோது முன்னே தான் படித்த கனவு நூலின் பங்கங்களை நினைவு கூர்ந்தான்.

அவனது கனவில் தோன்றிய காட்சிகள் சிலவற்றை வைத்துக் கதைகளை அவன் எழுதினாலும் அவை பிரேதா அல்லது அதீதன் எழுதியவற்றின் நீட்சியாக இருப்பதை அவன் உணர்ந்தான். அது பற்றி அவன் கவலைப்படவில்லை. பிரேதா, அதீதன் எழுத்துகளில் சில மட்டுமே வெளித்தெரிந்தவை என்பதும் கூட அதற்கு ஒரு காரணமாக இருக்கலாம். எழுதப்பட்ட மனிதர்கள் எழுதியவற்றை, இருக்கும் மனிதர்கள் எழுத்தாக்கும் போது அவை புதைக்கப்படலாம் என்பது தெரிந்திருந்தும் புதைக்கப்பட்டவைகளை எழுதுவது தவறில்லை என எழுதிக் கொண்டிருந்தான். பிரஞ்சுப் புரட்சி பற்றியும் மொஸார்ட் பற்றியும் இவன் எழுதிய ஒரு கதைதான் இவனைப் பிரான்சுக்கும் ஜெர்மனிக்கும் கொண்டு வந்து சேர்த்தது என்றாலும் அதனைக் கடந்த ஒரு காரணமும் இருந்தது.

கனவில் தோன்றிய அவனுக்குத் தொடர்பற்ற சில காட்சிகளைக் கடந்து அவன் கண்ட கனவுகளும் இருக்கவே செய்தன. அவை நிலக்காட்சிகளாவும், இசைக்கோர்வைகளாவும், அவன் பார்த்த உலகத் திரைப்படங்களின் திரிபுகளாகவும் தனது குழந்தைப் பருவ நேசர்களுடனான உரையாடல்களாவும் இருந்தன. அவற்றை அவன் அதிகம் காண விரும்பினாலும் முன்பின் வரலாறுகளே அவனை அதிகம் அலைக்கழித்தன. பிரேம் இவனிடம் தமக்குத் தெரிய வந்த உலக வரலாற்றை வைத்து எதுவும் செய்ய முடியாத நிலையைச் சொல்லி இனி கனவுகளை நிறுத்து என்று குமைந்தபோது ஆனந்தனுக்கு மீண்டும் மனச்சிதைவும் மொழிக்குலைவும் ஏற்பட்டது.

அந்தச் சமயத்தில் திடீரெனத் தோன்றிய இரு காட்சிகளை அவனால் மறக்க முடியாத நிலையில் மனச்சிதைவில் இருந்து வெளிப்பட்டு வெளியில் சொல்ல முடியாத அமைதியை மனதில் தேக்கிக்கொண்டு நாடகங்களில் பங்கேற்கத் தொடங்கினான்.

அந்த இரண்டு கனவுக் காட்சிகளில் ஒன்று 1991ஆம் ஆண்டு மே 21 அன்று நிகழ்ந்து முடிந்தபோது அலமறுந்து, அல்லலுற்று 2008 தொடங்கி 2009 மே மாதம் 21இல் நடந்து முடிவதான ஒரு கனவுக் காட்சியைத் தடுக்க இயலுமா என்ற முயற்சியில்தான் அவன் 2001ஆம் ஆண்டு பிரான்சுக்குச் செல்லும் வாய்ப்பை

உயிர் பிழைக்க வைத்த மூன்று கதைகள் | 27

ஏற்படுத்திக்கொண்டு ஒரு பயணத்தைத் தொடங்கினான். ஆனால் அந்தக் கொடுங்காட்சிகளைத் தடுப்பதற்கான எந்த அறிகுறியும் தென்படாத நிலையில்தான் அந்த செப்டம்பர் 11 உம் வந்து சேர்ந்தது.

இதில் ஒரு முரண் என்னவென்றால் அவனுடைய உண்மையான பிறந்த நாள் சூலை மாதமாக இருந்தும் சில காரணங்களால் பிறந்த பதிவில் செப்டம்பருக்கு மாற்றியிருந்தார் அவனுடைய அம்மா. அவன் பின்னாளில் பிரான்சுக்குப் போகும் வாய்ப்பு இதன் மூலம் ஏற்படும் என்றும் கூறிவந்தார். அவனுடைய உறவினர்களின் வழி அது ஏற்படும் என்பது அவரது நம்பிக்கை. ஆனால் செப்டம்பர் 11 என்பது ஒரு கெடு நாள் என்பது அவனுக்குப் பிறகே தெரிய வந்தது. சிலேவின் அலண்டே கொல்லப்பட்ட நாளும், உலகின் போர் வரைபடமும் அரசியல் நிலைப்படமும் மாற்றப்படப் போகிற நாளும் அதுவே என்பதைக் கனவுக் காட்சிகள் வழி அவன் தெரிந்துவைத்திருந்தான்.

அதற்குப் பிறகு தனது பிறந்த நாளை மாற்ற இயலாது என்பதால்தான் புதுச்சேரியில் இருக்காமல் பிரான்சுக்குப் போய்விட விரும்பினான், அதற்குத் தனது நாடகங்களையும் சில கதைகளையும் பயன்படுத்திக்கொண்டான். அவை பிரேதாவால் எழுதப்பட்டு சிறு வெளியீடுகளாக முன்பு வெளிவந்தவை என்ற போதும், பிரான்ஸ் சென்ற இவன் 2001 ஆம் ஆண்டு செப்டம்பர் 11 அன்று பிராங்ஃபர்டில் இருக்கத்தான் வேண்டியிருந்தது. ஆனந்தனுடன் உறவுடைய சூலை மாதத்தில் ஒரு நாளைத் தனது பிறந்த நாளாக பிரேம் மாற்றிக்கொண்டதற்கு அது பிரஞ்சுப் புரட்சி நாள்தான் என்பதில் ஆனந்தனுக்கு ஒரு வருத்தமும் இருந்தது.

1991- முதல் ஆனந்தனின் கனவுகளில் ஆப்பிரிக்க நாடுகள் பற்றிய காட்சிகள் பல வரத் தொடங்கின. நெல்சன் மண்டேலா அதிபராக மாறி பெரும் ஊர்வலம் ஒன்றில் கலந்துகொள்ளும் காட்சியைத் தவிர மற்றவை அனைத்தும் துயரக் காட்சிகளாகவே அமைந்திருந்தன. சோவியத் பல நாடுகளாகப் பிரிந்தபொழுது அது பற்றிய காட்சிகளைக் கனவுவின் தொலைக்காட்சியில் ஏற்கெனவே கண்டிருந்த அவனுக்கு அதற்குப் பின் நிகழப்போகும் இனப்படுகொலைகள் மற்றும் தொடர் போர்கள் பற்றிய அச்சத்தில் சுவாச நோய் ஏற்பட்டது.

1985 முதல் அவனது கனவுக் காட்சிகள் தொடர் சாவுகளின் எண்ணிக்கைகளாலும் ஒளிப்படங்களாலும் நிறைந்திருந்தன. உலகளவில் போராளிகள் அறிவிக்கும் இறப்பின் எண்ணிக்கைகளும் அரசுப்படைகள் அறிவிக்கும் எண்ணிக்கைகளும் மாறி மாறி அமைந்த போதும் அவற்றின் உண்மையான எண்ணிக்கைகள் அவனது காட்சிப் பதிவுகளில் வேறாக அமைந்திருந்தன.

இழப்புகள், வெற்றிகள் பற்றிய தொடர் அறிவிப்புகள் இயக்கங்களுக்கும் அரசுப் படைகளுக்கும் வேறாகவே இருக்கும் என்றாலும் அவற்றின் உண்மையான எண்ணிக்கைகள் அவனுக்கு அச்சடித்தது போலத் தோன்றியதுதான் அவனைத் தொடர் காய்ச்சல் நோய்க்குள் தள்ளியது. அந்த வகைக் கனவுகள் தினம் அவனுக்கு ஏற்பட்டபோது அவன் திரைப்பட நிறுவனம் ஒன்றின் கதைப் பிரிவில் பணியில் சேர்ந்தான். அவனுடைய வேலை உலகத் திரைப்படங்களைப் பார்த்து அவற்றின் கதைகளை எடுத்துச் சொல்வது மட்டுமே. வீடியோக்களின் காலம் அதற்கு வெகு வசதியாக அமைந்தது.

பல இரவுகளைச் சிறிய அறை ஒன்றில் இருந்தபடி உறக்கமின்றிக் கழிக்கப் பழகிக்கொண்டான். உறக்கமே இல்லாமல் உயிர் வாழ முடியும் என்பது அவனுக்குத் தெரிய வந்தது. ஆனால், சில நொடி உறங்கத்தில் கண்கள் சோர்ந்தாலும் கனவும் அதில் சில காட்சிகளும் அவனுக்குள் வந்து போயின. அப்போது அவன் உலகத் திரைப்படங்களில் பார்த்ததாகத் தன் கனவில் கண்ட காட்சிகளைச் சொல்லத் தொடங்கினான். அதிலும் ஒரு சிக்கல் வந்தது, அவன் சொன்ன திரைப்படங்கள் சில மாதங்களிலோ அல்லது சில ஆண்டுகளிலோ உண்மையாக வெளிவருவது வழக்கமாகிவிட்டது. ஒவ்வொருவரும் திரைப்படங்களை உருவாக்கிச் சிறுதிரைகளில் பரப்புவதாகக் கனவுக் காட்சியில் கண்டபோது அது தனது விருப்பங்களில் ஒன்று என நினைத்துக்கொண்டான்.

அவன் வேலை தேடி அலையவும் திரைத் தொழிற்சாலையில் பணியில் அமரவும் காரணமாக அமைந்த காட்சி ஒன்று அவனது கனவில் தோன்றி மறைந்தது. ஒரு நாள் பின்னிரவில் தன் அம்மாவின் வீட்டுக்குச் சென்ற அவன் மண் திண்ணையில் தனது பார்வையற்ற அப்பாவுடன் இருவர் உட்கார்ந்து பேசிக் கொண்டிருப்பதைக் காண்கிறான். சைக்கிளை நிறுத்திவிட்டு உள்ளே சென்றபோது ஒரு பெண்பிள்ளையும் ஒரு ஆண்பிள்ளையும் அவனுடைய அம்மாவின் முன் உட்கார்ந்து சாப்பிட்டுக்கொண்டிருப்பதைக்

காண்கிறான். அவர்கள் யார் எனக் கேட்கும்போது வெளியே இருக்கும் உன்னுடைய நண்பர்களின் குழந்தைகள்தான் என்கிறார் அம்மா.

வெளியே வேகமாக வந்த அவனுக்கு அவனுடைய தோழி ஒருவர் சொல்லியிருந்த இரு செய்தியாளர்கள்தான் அவர்கள் என்பது புரிகிறது. இரவு முழுக்கப் பேசிக்கொண்டிருந்துவிட்டு மறுநாள் அவனது ஊரின் கிழக்குக் கடற்கரை கிராமத்தின் வழி தீவுக்குப் புறப்பட்டபோது இரண்டு வாரங்கள் தங்கள் குழந்தைகள் அவனுடைய வீட்டில் இருக்கட்டும் பிறகு வந்து அழைத்துக் கொண்டு கனடா செல்லுவதாக அவர்கள் சொல்லிச் செல்கிறார்கள். அந்தக் கனவுக் காட்சியின் தொடர்ச்சியாக இவை நடக்கத் தொடங்கின.

பத்து வயதான பெண்ணும் ஏழு வயதான பையனும் அவன் அம்மாவின் பாசத்தைப் பெற்றதில் அவனுக்கு ஆறுதல், அவனது அம்மாவுக்கோ அவன் இரண்டு வாரம் தினமும் வீடு வருவான் என்ற ஆறுதல். இரண்டு வாரங்கள் இரண்டு மாதங்களாகியும் அவர்கள் திரும்பவில்லை. குழந்தைகள் தினமும் அவன் முகத்தை ஏக்கத்துடன் பார்த்தார்கள். அவனுக்கு என்ன சொல்லுவதென்று தெரியவில்லை. அவனது வீட்டில் உறவுக்காரர்களின் பிள்ளைகள் பல மாதங்கள் தங்கி ஏதாவது வேலை கிடைத்தபின் வெளியூர் செல்லும் பழக்கம் இருந்ததாலும் அவன் மீது இருந்த பாசத்தாலும் அவனது தெருக்காரர்கள் அந்தப் பிள்ளைகளிடம் ஏதும் விகற்பமாக நடந்துகொள்ளவில்லை. அவனது அக்கா ஒருவர் மட்டும் அவனுடைய குழந்தைகளைத் தான் வேறு குழந்தைகள் எனப் பல ஆண்டுகளுக்குப் பிறகு அம்மாவிடம் கொண்டுவந்து சேர்த்திருக்கிறான் என்று தான் சந்தேகப்படுவதாகச் சொன்னபோது அவன் இந்த வயதில் தனக்கு இரண்டு குழந்தைகள் இருக்க முடியுமா என்று கேட்டான். அக்காவோ தான் பிறக்கும்போது தனது அப்பாவுக்குப் பதினேழு வயதுதான் இருக்கும் என்றார்.

எப்படி என்றாலும் அம்மா அவர்களைக் கவனித்துக் கொள்வதற்கு உதவி செய்யவேண்டுமென அவன் கேட்டுக்கொண்டான். ஆறு மாதங்கள், ஏழு, எட்டு மாதங்கள், ஒரு ஆண்டுக்குப் பிறகுதான் அவனது கனவுக்குள் தோன்றிய காட்சியில் அவர்கள் இருவரும் துப்பாக்கிக் குண்டுகள் துளைக்கப்பட்டு முகம் சிதைந்து இறந்து கிடக்கும் புகைப்படம் தோன்றியது.

அதற்குப் பிறகு என்ன நடந்தது என்பதைக் கனவில் இன்றி நிஜ வாழ்வில் அறிந்து பாசத்தாலும் பிரிவாலும் அவன் துயருற்ற போதும் வேறு சிலர் மூலம் பிள்ளைகள் வெளிநாடு சென்றதில் பெரும் ஆறுதல் அடைந்தான். இந்தக் கனவுக் காட்சிக்குப் பிறகே அவன் வேலை தேடவும் சற்றுப் பணம் சேமிக்கவும் தொடங்கினான். அவர்களுக்குப் பாடினி, கதிர் ஒளி எனப் பெயர்களையும் அவனே உருவாக்கியும் வைத்திருந்தான்.

அவர்களை அழைத்துச் சென்றவர்கள் அவர்களுக்கு அறிமுகமானவர்கள் என்பதால் ஆறுதலடைந்தாலும் அவர்கள் எந்த நாட்டில் இருக்கிறார்கள் என்ற தகவல் பல ஆண்டுகளுக்கு அவனுக்குத் தெரியாமலேயே துயர்வலியாகத் தொடர்ந்து வந்தது. அவனுடைய அம்மாவுக்கும் அவன் மீது வருத்தம் இருந்தது. அவனுடைய கனவில் வந்த கடிதத்தில் அவர்கள் இருவேறு நாடுகளில் இருப்பதாகக் குறிப்பிடப்பட்டிருந்ததைப் படித்த பிறகே அவன் அவர்களை மறக்க முயற்சித்தான்.

2001ஆம் ஆண்டு செப்டம்பர் 11 அன்று இவன் பிராங்ஃபர்டில்தான் இருந்தான். அன்று நடந்த நிகழ்ச்சி அவன் 1991 இல் கனவுக்காட்சியில் தோன்றியதை நினைவு கூர்ந்தான். அதற்குப் பிறகே அவனுக்கு 1991 நடந்த அந்த நிகழ்வு 1985-இல் தனது கனவுக் காட்சியில் தோன்றியதும், அது நடந்திருப்பதால் 2002இல் ஒரு குழுக்கூட்டம் நடக்க இருப்பதாகத் தனது கனவு கூறிய நிகழ்வும், 2009 இல் நடப்பதாகப் பல நாட்கள் தனது கனவுக் காட்சியில் தோன்றும் நெஞ்சைப் பதறவைக்கும் நிகழ்வுகளும் அவனுக்குள் கொந்தளிப்பை ஏற்படுத்தின.

2002இல் உலக ஊடகங்கள் அந்த நிலப் பகுதிக்குள் சென்று அனைத்து இடங்களையும், அங்கிருந்த படையினரையும் ஒளி ஒலிக் காட்சிகளாகப் பதிவு செய்கிறார்கள். அவர்களில் சிலருக்கு அன்பளிப்பாக ரேடியோ, கைப்பேசி எனச் சிலவற்றை அளிக்கிறார்கள். சிலர் மருத்துவ உதவி செய்ய அங்கே தங்குகிறார்கள். பேச்சு வார்த்தை தோல்வியில் முடிந்து உலக ஊடகங்களில் வெளியாகின்றன. இறுதி அலை என்ற தாக்குதலுக்குப் பல நாடுகளில் இருந்து ஆயுதங்கள் வந்து சேரும் என்று உறுதிகள் கிடைக்கின்றன. வான்வெளியில் நுண்தொலை நோக்கிகளும், குருவிவடிவ உளவுக் கருவிகளும் பறப்பதாக புத்தர் ஒரு கடல்பயணி உருவில் வந்து சொல்லிவிட்டுச் சிறு ஒளிப்படமாக மாறி மறைகிறார். கையக மின்கலம் ஒவ்வொன்றும்

மனித அசைவுகளையும் பேச்சுகளையும் பதிவு செய்யும் கணினிகளுடன் இணைக்கப்பட உள்ளன எனச் சொல்லும் ஒரு நூலின் பக்கங்களை அவன் வாசித்துக்கொண்டிருப்பதை ஒரு தலைமையகக் கணினி அவனுக்கு முன் படித்து தனது நினைவு வட்டில் பதிவு செய்வதுடன் மொழிபெயர்த்து அவனது மின்னஞ்சலுக்கு அனுப்பிவைக்கிறது. அவனது கனவுகளும் இனி கணினிப் பதிவுகள் ஆகும் என ஒரு சூஃபி நடனக் கலைஞன் பாடிச் செல்கிறான். இதற்குப் பிறகு பெரிய இடைவெளி ஒன்று அவன் கனவில் ஏற்பட்டது.

அவனுக்கு அய்ரோப்பிய நாடுகள் பற்றிய கனவுகளும் ஆப்கானிஸ்தான், சிரியா பற்றிய கனவுக் காட்சிகளும் வந்தனவே தவிர தீவு பற்றிய செய்திகள் வரவே இல்லை. அதற்கு மாறாகத் தீவைச் சேர்ந்த சிலர் அவனை நேரடியாகச் சந்திக்கத் தொடங்கியிருந்தனர். அவனது கனவின் வழி அறிந்திருந்தவர்களாக இருந்தாலும் அவர்கள் என்ன செய்ய இருக்கிறார்கள், எந்த இயக்கத்தைச் சேர்ந்தவர்கள் என்பதை அவனது கனவுப் புத்தகங்களோ, வீடியோ படங்களோ அவனுக்குச் சொல்லவில்லை. அது அவனுக்கு வினோதமாக இருந்தது.

அவனுடன் நேரடியாகத் தொடர்பு கொண்ட நிகழ்வுகளை அவனது கனவுக் காட்சிகள் அவனுக்குக் காட்டுவதில்லை, அல்லது அதிகம் காட்டுவதில்லை என்பதில் அவனுக்கு வருத்தம் எப்போதும் இருந்து வந்தது. அதிலும் செயற்கைத் துணைக்கோள்கள் வழி உலகின் ஒவ்வொரு சென்டி மீட்டரும் கண்காணிக்கப்படும், ஒவ்வொரு மனிதரின் பேச்சுக்களும் மௌனங்களும் பதிவு செய்யப்படும் என்ற செய்தியை 1989 இல் அவனது கனவுச் செய்தியாளர் வாசித்தாலும் அவனது தந்தை மறைவது பற்றியோ அவனது அம்மாவின் சிறிய வீடு அவர்களை விட்டுப் போவது பற்றியோ சிறு தடயத்தைக் கூட அவனது கனவுகள் காட்டித் தரவில்லை என்பதை ஒரு கனவுக்குள் அவன் நினைவுபடுத்திப் பார்த்த பின் அவன் போதைகளால் தனது இரவுகளை நிறைத்துக்கொண்டான்.

அந்தக் காலகட்டத்தில் முற்கால, பிற்காலக் கனவுகள் இன்றி அவன் செய்ய விரும்பும் நாடகங்கள், அவன் உருவாக்க விரும்பும் திரைப்படங்கள், அவன் எழுத நினைக்கும் நாவல்கள் பற்றிய துண்டு துண்டான கனவுகள் மட்டுமே வந்து சென்றன. அதே காலத்தில் அவனது பதின்பருவத்தில் பிரிந்து சென்ற சில

தோழிகள் முதிர்ந்தவர்களாகி அவனைத் தயக்கமின்றிச் சந்திக்கத் தொடங்கியிருந்தனர்.

எல்லாவற்றையும் கடந்து அவன் தனது கனவுகள் காட்டியிருந்த காட்சிகளைத் தனது நண்பர்களிடம் கடத்திவிட முடியுமென்றும் அவற்றை ஏதாவது செய்து தடுத்துவிட முடியுமென்றும் ஒரு கனவை உருவாக்கிக்கொண்டான். அதனை மெய்யென நம்பவும் செய்தான். அதற்கான ஒரு காலமாக அமைந்ததுதான் அவனது பிரஞ்சுப் பயணம். ஒரு நாடகக்காரனாவும், இந்தியச் சமூகங்கள் பற்றி உரைகள் வழங்குபவனாகவும் மாறுவேடம் பூண்டு பிரித்தோன், துவார்னனே வழி பிரஞ்சு வல்லரசின் நிலத்திற்குள் புகுந்தான்.

பிரஞ்சுக் கப்பல்கள் புதுச்சேரி நோக்கிப் புறப்படும் துறைமுகத்தை மட்டுமின்றி அந்தக் கப்பல்களின் வடக் கயிறுகள் கட்டப்பட்ட கறையோர இரும்புத் தூண்களைப் பார்த்த போதும், புதுச்சேரிக்கு வந்து திரும்பிய கப்பல்கள் சிலவற்றின் எஞ்சிய பகுதிகளைக் காட்சிக்கூடத்தில் நேரில் கண்டபோதும் தனது கதைகளில் வந்த இடங்களையே காண முடியும்போது தீவின் புதிய வடிவைக் காண முடிவதும் இயலக்கூடியதே என நம்பவும் செய்தான்.

புதுச்சேரியில் காணாமல் போயிருந்த சில நண்பர்களைப் பிரித்தோன், நான்த், துவார்னனே பகுதிகளின் உணவு விடுதிகளிலும், சமையல் கூடங்களிலும், தோட்ட வேலைகளிலும் சந்திக்க நேர்ந்த பொழுதும் அவர்கள் ஆப்பிரிக்க, அரபிய மனைவிகளுடனும் பிரஞ்சு மூதாட்டிகளுடனும் குழந்தைகளுடனும் வாழ்ந்து கொண்டிருப்பதைப் பார்த்த போதும் அவனுக்கு வேறொரு உலகில் இருப்பது போன்ற உணர்வு ஏற்பட்டது.

அவர்கள் முதலில் அவனை அடையாளம் தெரியாதது போலக் காட்டிக்கொண்டாலும் தனிமையில் சந்தித்து அன்பைப் பகிர்ந்து கொண்டதுடன் தங்களைப் பற்றி யாரிடமும் பேச வேண்டாம் என்றும் கேட்டுக்கொண்டார்கள். அவர்களில் சிலர் தீவுத் தமிழில் பேசியதன் காரணத்தைப் பாரிஸ் வந்தபோதுதான் தெரிந்து கொண்டான், இது அவனது கனவுப் பதிவேட்டில் இல்லாத ஒரு தகவல்தான்.

அவனுடைய பள்ளிப் பருவத்து நேசனை ஒரு பண்ணைவீட்டில் டிராக்டர் டிரைவராகப் பார்த்தபோது அவனுக்குத் துக்கமாக இருந்தாலும் அவனது வீட்டையும் குடும்பத்தையும் பார்த்த

பின் மனம் நிறைந்து கண்கள் பனித்து நின்றான். புகைப் பிடிப்பதைக்கூட விட்டுவிட்டதாகக் கூறிய இவனது நண்பன் தான் எப்போதாவது புகைக்கும் கிராஸை இரண்டு முறை புகைத்தபோது அழுதபடி தன் மாமன் தனது படிப்பை விட்டு விட்டு பிரான்ஸ் வந்தால் வேலை வாங்கித் தருவதாகச் சொல்லி வீட்டு வேலைகளைச் செய்யச் சொல்லி ஏமாற்றிவிட்டதையும் அவனது பேப்பர்கள் காலாவதியான போது தனது மாமன் மகளின் உதவியுடன் அல்ஜீரியா சென்று பதுங்கி, பிறகு ஒரு மராஷ் பப்பியே வழி இங்கு வந்து சேர்ந்து அதுவே முழுக் குடும்ப வாழ்வாக மாறித் தற்போது ஆறுதலாக வாழ்வதாகச் சொன்னான்.

நண்பனின் அழகிய உடம்பும் சிரிப்பும் அவனுக்கு வேறு உலகைக் காட்டியிருப்பதாக இவன் சொன்னபோது வெட்கத்துடன் அது ஒரு காலம் கார்காலம் என்று புன்னகைத்தான். பருவமே புதிய பாடல் பாடு இளமையின் பூந்தென்றல் ராகம் எனத் தன் குரலில் அவன் பாடிய பொழுது சைக்கிளில் இருவரும் பல ஊர்கள் வழி கடந்து சென்றது இவனுக்கு ஞாபகம் வந்தது. "இதழ்களே இனிய வார்த்தை பேசு இனியும் ஏனிந்த மௌனம்" என்று இவன் சொல்ல அதையும் அவன் குரலில் பாடியதை அவனே நினைவுபடுத்தினான்.

எந்த நேரத்திலும் பிரான்ஸ் சென்றுவிடுவேன் என்று கூறிக்கொண்டிருந்தவன் சில காதல்களைக் கூட மறுத்துவிட்டுப் பூங்கதவே தாழ் திறவாய் என்று பாடிக்கொண்டும், முவா கொப்பியேன் என்று இவனைப் பலர் முன் அணைத்துக் கொண்டும் காலம் கடத்தி ஒரு நாள் காணாமல் போன அவனது நேசன் இவனும் பிரான்சில் தங்கிவிட வந்திருப்பதாக நினைத்து ஏமாற்றமடைந்தான். அவனது நான்கு பிள்ளைகளின் முகங்களும் பிரஞ்சுத் திரைப்படங்களில் வரும் குழந்தைகளின் முகங்களைப் போல இருந்தன. மூத்த பெண் வளர் பருவத்தில் இருந்தாள், அவளது முகம் மட்டும் அவனது பதின்பருவ முகம் போலப் பளபளத்தது, புன்னகையும் அவனைப் போலவே இருந்தது.

அவள் சில தமிழ்ச் சொற்களைப் பேசினாள் 'இரவின் நிறம் இருந்தாலும் விடியல் ஒளி நீதான் உறவின் பெயர் தெரியாமலும் உயிர் சேர்ந்தவள் நீதான்' என முழு வரியை அவள் பாடிக்காட்டி தன் பப்பாவிடம் இருந்து முழுமையாகக் கற்றுக்கொண்ட வரிகள் இவை மட்டும்தான் என்று கூறியபோது அவனால் அழாமல் இருக்க முடியவில்லை. பிரான்சில் ஆண்கள் ஒருவருக்கொருவர்

தொட்டுப் பேசுவதில்லை, பெண்களும் ஒருவருக்கொருவர் நெருங்கித் தலைசாய்வதும் இல்லை என்பதைக் குறும்பாக அவள்தான் அவனுக்கு உணர்த்தினாள்.

ஆனால் அவனது நண்பன் 'முவா கொப்பியேன்' என்றபடி மது அருந்தியபோது இவனுக்குக் கன்னத்தில் முத்தமிட்டதை அவள் புன்னகையுடன் கடந்து சென்றாள். அவளது புன்னகையைத் தனது திரைப்படத்தில் ஏற்கெனவே சேர்த்திருப்பது அவனுக்கு ஞாபகம் வந்தது. அவனது நண்பன் இன்னும் உனக்குக் கனவில் கவிதைகள் வருகின்றனவா என்றதற்கு வருகின்றன ஆனால் அவை உனக்குப் பிடித்த கவிதைகள் இல்லை என்பதோடு நிறுத்திக் கொண்டான்.

அங்கிருந்த இரண்டு நாட்களிலும் அரபிப் பாடல்களை முணுமுணுத்தபடி அவனுக்கு உணவுகள் அளித்த நண்பனின் மனைவியின் முகம் அவனுக்கு ஹெலன் சிக்சுவை ஞாபகப் படுத்தியது. ஆனால் பிரஞ்சும் அரபியும் மட்டுமே அறிந்த அவள் புன்னகையுடன் 'சாப்பிடுங்க' என்ற சொல்லைத் தவிர வேறு எதையும் பேச முடியாதவளாக இருந்ததை நினைத்தும் தனக்குப் பிரஞ்சில் பத்து வார்த்தைகளுக்கு மேல் தெரியாதது குறித்தும் வருத்தப்பட்டு பிரிந்து வந்தவனுக்கு நிறைய பரிசுப் பொருள்களைத் தர அவனது நண்பன் முயற்சித்தான். ஆனால் அனைத்தையும் திருப்பிக் கொடுத்துவிட்டு இரண்டு முத்தங்களை மட்டும் பெற்றுக் கொண்டு அவன் விடைபெற்றான். குழந்தைகள் அனைவரும் பிரிவின் போது இரு கன்னங்களிலும் தந்த முத்தங்களால் அவன் தனது கனவுகள் கடந்த உலகம் ஒன்று உள்ளது என்பதை உணர்ந்து கொண்டான்.

பெல்ஜியத்தின் புருஸெல் நகரில் இருந்த ஒரு தலைமையகத்தில் பேச அவனது நாடக, கலாச்சார நிறுவனம் அழைத்துச் சென்ற போது அதன் ஒவ்வொரு பிரிவிலும் ஒவ்வொரு நாட்டிற்கு நிதி உதவி செய்யும் பல அறைகள் இருந்ததைப் பார்த்தான். அவற்றில் இரண்டு மூன்று ஆண்களும் பெண்களும் பெரும் நிதிகளைக் கையாள்வது அவனுக்கு வியப்பை ஏற்படுத்தியது. அவர்கள் எதையும் மறைக்கவில்லை.

மருத்துவ உதவி செய்யும் நிறுவனங்கள், பெண்களுக்கான கல்வி உதவி செய்யும் நிறுவனங்கள் போலவே ஆயுதப் போராட்டங்களுக்கு உதவி செய்யும் நிறுவனங்களும் அங்கு இயங்கிக்கொண்டிருந்தன,

கலைக் குழுக்களுக்கு நிதி வழங்கும் நிறுவனம் ஒன்று ஆயுதப் போராட்டங்களுக்கு அதில் பாதியை வழங்க ஒப்பந்தம் செய்திருப்பதைப் பெருமையாகவே அறிவித்திருந்தது. சில போஸ்டர்களில் ஆயுதம் ஏந்திய போராளிகளின் ஓவியங்களும் இருந்தன. அவற்றையெல்லாம் தனது கனவுக்காட்சிகளின் திரைப்படங்களில் பார்த்திருந்தாலும் நேரில் பார்க்க முடியும் என்று தனது கனவிலும் அவன் நினைக்கவில்லை.

அந்த வளாகத்தில் சந்தித்த ஒரு அரபியப் பேராசிரியர் இதற்கே இப்படி அஞ்சுகிறாயே இந்திய தேசப்படத்தின் நிறத்தை மாற்ற இது போலப் பலமடங்கு நிதி மேற்கில் திரண்டுகொண்டிருக்கிறது, தற்போது மெல்லவே மாறிக் கொண்டிருக்கும் அது இன்னும் சில ஆண்டுகளில் முழுமையாக மாறிவிடும் என்று கூறியதுடன் அதன் கொடி ஒன்றைக் காட்டினார். அதில் ஒரு நிறம் நீக்கப்பட்டிருந்தது, வெள்ளை நிறம் ஒரு நூல் போல மூன்று இடங்களில் இருந்தது, சக்கரத்திற்குப் பதிலாக ஒரு புராதனச் சின்னம் இருந்தது. ஒரு மேடையில் நான்கு சிங்கங்கள் ஒன்றுடன் ஒன்று இணைந்து நிற்காமல் தனித்தனியாக முன்னோக்கி வாய்களைப் பிளந்து பாய்ந்தபடி நிற்க அதன் நடுவில் கொடிக்கம்பம் நடப்பட்டிருந்தது. வியர்த்துப்போய் உதறி எழுந்த போது அவனுடைய படுக்கை மூத்திரத்தால் நனைந்திருந்தது.

இரண்டு மாதங்களுக்குப் பிறகு தனது நாடக மாறுவேடத்தைக் கலைத்துக்கொண்டு பாரிஸ் நோக்கிப் பயணப்பட்ட போது அவனை அழைத்த நிறுவனம் அதிர்ச்சி அடைந்தது. ஏசுவின் உண்மைத் தோழரான ஒரு தேவாலயப் பங்குத் தந்தை அளித்த நன்மொழியின் பேரில்தான் அவன் தொடர் வண்டியில் பாரிசை நோக்கிச் சென்றான்.

அவர் தன்னுடைய தேவாலயத்தில் ஜெர்மானியக் குண்டுகள் துளைத்த இடங்களை மறைக்காமல் அப்படியே வைத்திருந்தார். அப்படி ஒரு சுவரின் முன்னே ஞாயிற்றுக் கிழமைகளில் இசை நிகழ்ச்சிகளையும் ஏற்பாடு செய்தார். தனது இடது கட்டைவிரல் இல்லாததைக் காட்டி 1943-இல் தனக்கு 20 வயது என்றார், தான் பயன்படுத்திய துப்பாக்கியைத் தேவாலய ஓயின் நிலவறைக்குள் இன்னும் வைத்திருப்பதாகச் சொன்னாலும் அதை அவனுக்குக் காட்டப் போவதில்லை என்று சொன்னார்.

அவனுடன் தினம் மது அருந்தியும் சில இசை நிகழ்ச்சிகளை நடத்தியும், இரு ரஷ்ய ஒபேராக்களை அவனுக்காக ஏற்பாடு செய்தும் கடலுக்குள் நடக்கும் சார்தின் மீன் பிடிக்கும் ஆண்டு விழாவிற்கு அழைத்துச் சென்றும் தனது அன்பைக் காட்டி வழி அனுப்பி வைத்தார். அந்த முதியவரின் கைகளைப் பற்றி விடைபெற்ற போது அவர் சொன்னார்: உனது கனவில் நான் வந்து பேசிய போது எனது தாடி கருப்பாக இருந்தது, அத்துடன் நான் அப்போது மது அருந்துவதில்லை.

பாரிஸை அடைந்த பின் அவனது கனவுக் காட்சிகளில் வந்தவர்களை நேரில் சந்திக்கத் தொடங்கினான். இறந்து போனதாகவும் கொலை செய்யப்பட்டதாகவும் தன் கனவுத் தொலைக்காட்சி கூறியிருந்த சிலரை அவன் சந்தித்தபோது அவர்கள் பெயர்களும் உருவங்களும் மாறியிருந்தன. புதுவையிலிருந்து பிரான்ஸ் வந்து பேப்பர் மாற்றியவர்கள் போல இல்லாமல் கண்டெய்னர்கள் வழியும், கால்நடையாகவும், கைது செய்யப்பட்டும், சிறையில் கிடந்தும் பின் பாரிஸில் தங்க நேர்ந்தது தமது வாழ்வு என்பதை அவர்கள் அனைவருமே சொன்னார்கள்.

ஆனால் அரசியல் புகலிடம் வழி வந்தவர்கள், முன் அனுமதி பெற்று வந்தவர்கள், சில நிறுவனங்களின் வழி வந்தவர்கள் எனவும் சிலரைச் சொன்னார்கள். ஆனால் அவர்களோ அதை மறுத்தார்கள். அவை பற்றிய உண்மைகளைத் தன் கனவின் வழியோ நினைவின் வழியோ அறிந்துகொள்ள அவன் முயற்சி செய்யவில்லை. அவனுடைய நினைவெல்லாம் தனக்கு வந்த கொடுங்கனவை நான்கு ஐந்து இயக்கங்களின் உறுப்பினர்கள், முன்னாள் போராளிகள், இன்னாளைய போரின் தூதுவர்கள் சிலரிடம் எடுத்துச் சொல்லி அது நடக்காமல் செய்ய முடியுமா என்பதிலேயே இருந்தது.

ஒவ்வொருவருடனும் அவனால் தனிமையில் பேச முடிந்தபோது முதலில் அவனுக்கு நம்பிக்கை ஏற்பட்டது. கோயில் விழாக்களில், திருமண நிகழ்வுகளில் அவன் சிலரைச் சந்தித்தான். அவனது கனவின் காட்சி பற்றி எடுத்துரைத்த போது மாவீரர் துயிலும் இடத்தில் தாங்கள் துயில நேர்ந்தாலும் எதையும் இனி மாற்ற முடியாது என்று கூறி அவனைச் சந்திப்பதைத் தவிர்த்தார்கள்.

இலக்கிய நிகழ்வுகளில் பிரேதா எழுதிய இருள் நகர அழிவு பற்றி இவன் விரிவாகப் பேசியபோது அதனை வேறு நகரம்

பற்றியது எனச் சிலர் புரிந்துகொண்டார்கள். சிலர் போர் முடிவுக்கு வரவேண்டும், அதற்கு என்ன நடந்தாலும் கவலைப்பட ஒன்றுமில்லை என்றார்கள். சிலர் மக்கள் எல்லாம் தீவை விட்டுப் போய்விட்டார்கள் இப்போது மீந்திருப்பது போராளிகளும் அவர்களின் குடும்பங்களுமே என்றும் கூறினார்கள். தம் தோழர்களை அழித்தவர்கள் அழியும் நாள் பற்றி உனது கனவு ஏதும் சொல்லவில்லையா என்று உண்மையான துயருடன் சிலர் கேட்டார்கள். எப்படியென்றாலும் அவர்கள் துயருடையவர்கள், துயரை அடையப் போகிறவர்கள், தான் ஒரு அந்நியன், வெறும் கனவுக் காட்சிகளைக் கண்டே பயந்து நடுங்கும் கோழை என்பது அவனுக்கு உறுதிப்பட தெரிந்தே இருந்தது.

தனித்தீவுப் போராட்டத்தில் தனது சாட்சியம் என்ற நூலை 1993இல் கனவில் படித்திருந்த அவனுக்கு அவன் சந்தித்த ஒவ்வொருவரும் அதனை எழுதப் போகிறவர்கள்தான் என்று புரிந்தது. ஆனால் அதனை முதலில் எழுதப் போகிறவர் யார் என்பதை 2003இல்தான் அறிந்துகொண்டான். அதனால்தான் அவன் அப்போது கோவிந்தன் பற்றித் தன் நண்பர்களிடம் கேட்டான்.

தமிழ்நாட்டில் சிலரிடம் தங்கள் நிதிக்குவியல்களை விட்டுவிட்டு வந்துவிட்டதாகவும் அவர்கள் இப்போது எப்படி இருக்கிறார்கள் என்றும் சில நண்பர்கள் கேட்டார்கள். சிலர் தங்கள் முகாம்களுக்குப் பொருள்கள் வாங்கித் தருவதன் மூலம் பெரும் தனக்காரர்களாக மாறியிருக்கிறார்கள், அவர்களை உங்களுக்குத் தெரியுமா என்று சில நண்பர்கள் கேட்டார்கள். ஒரு நண்பர் தான் ஒரு பெட்டியை இயக்க ஆதரவாளரின் மோட்டார் கொட்டகையில் புதைத்து விட்டு வந்ததாகவும் இன்னும் கூட அவர் அதனைத் தோண்டிப் பார்க்காமல்தான் இருக்கிறார் என்றும் கூறி கண்கள் கலங்கினார். தனிமையில் இருந்த சில நண்பர்கள் தங்கள் துணைவர்களும் தோழர்களும் இன்று வரை இருக்கிறார்களா இல்லையா எனத் தெரிவில்லை என்று சில துளி கண்ணீரையும் மறைத்துக் கொண்டார்கள். தங்களின் முழு குடும்பத்தையும் அழித்தது அரசுப் படைகள் இல்லை எனச் சிலர் பல்லைக் கடித்தபடி சொல்லி மன்னியுங்கள் என்றார்கள்.

துயர்களின் கதைகளால், புன்னகையில் மறைந்த ஓலங்களால் அவனது கனவுக் காட்சிகள் உடைந்து மறைந்தாலும் 2009 பற்றிய காட்சிகள் மட்டும் மறையாததுடன் அது நாளுக்கு நாள்

கூடிக்கொண்டே இருந்தது. பாரிஸ், பெர்லின், பிராங்ஃபர்ட் என வெளித்தெரிந்த நண்பர்களையும் வேறு இடங்களில் வெளித்தெரியாத நண்பர்களையும் சந்தித்துப் புலம்பிக் கொண்டிருந்தவனை மனநிலை பாதிக்கப்பட்டவன் எனச் சிலர் அறிந்துகொண்டார்கள்.

சுவிஸ் வங்கியில் சில போராளிக் குழுக்களின் நிதிககளை மறைத்து வைத்தவர்கள் காணாமல் போயுள்ளனர், அவற்றைத் துப்பறியவே அவன் வந்திருப்பதாக ஒரு நண்பர் அவனிடம் நேரடியாகவே சொன்னார். அவரது தலைக்குள் இன்னும் உள்ள இரண்டு தோட்டாக்களைப் பற்றி அறிந்திருந்த இவனோ, அப்படியிருந்தால் அதில் ஒரு கணக்கின் கமுக்கக் குறியெண்ணைச் சொன்னால் ஒரு சிறிய பகுதியை மட்டும் தான் எடுத்துக்கொண்டு மற்றவற்றை அவருக்குக் கொடுத்துவிடுவதாக இவன் சொன்னபோது உடல் அதிரச் சிரித்தபடி அவனை ஒரு கையால் தன்னுடன் அணைத்துக் கொண்டார், மறு கை முழுக்கச் செயலிழந்து போயிருப்பதை மறைத்தபடி.

அணுக்கத் தோழர்கள் சிலரோ வேலை ஏதுமற்ற அவனை பேப்பர் மாற்றி அங்கேயே இருந்துவிடச் சொன்னார்கள். ஆனால் அவன் எங்கே போகிறான் எனப் புரியாமலேயே வழியனுப்பி வைத்த மகளின் கண்களும் அவளைத் தன் மார்புடன் அணைத்துக் கொண்டு உற்றுப் பார்த்தபடி குடிசை முன் நின்ற அவனது பாதியும் புதுச்சேரியின் கடற்கரையும் அரிக்கன் மேட்டின் தோப்புகளும் ரோமன் ரோலந்த் நூலகத்தின் பதுங்கிடமும் அழைத்தபடி இருந்தன.

அவனது பித்தநிலைக் கனவுகளுக்குள் அடங்காமல் வெளியே இருந்த அவற்றுடன் அவனது உடல் படர்ந்திருந்தாலும் அதுவே அவனை இரண்டாகப் பிளந்துகொண்டு இருவேறு நிலப்பகுதியில் அலையவிட்டபடி இருந்தன. அவனது மகளின் விரல் ஒன்று நசுங்கி வழிந்த குருதியில் உலக வரலாற்றின் பக்கங்கள் கரைந்து மறைவதை முன்பொரு நாள் கண் முன் கண்ட அவன் பாரிஸ் விட்டு உடனே சென்றுவிட முடிவு செய்தான். அவனது விசா காலம் கடந்திருந்தாலும் அவனது வழி மண்ணை நோக்கி அழைத்துச் செல்லும் என்ற நம்பிக்கையுடன் பயணத்திற்கு ஆயத்தமானான்.

அதற்கு முன் ஒருமுறை பிராங்ஃபர்ட் சென்று 'பிராங்க்பர்ட் மார்க்சியர்களுடன்' தன் பிறந்த நாளைக் கழிக்கலாம் என்று அவன் சென்ற இரண்டாவது நாள் செப்டம்பர் 11 அன்றுதான் அந்தப் பெரு வெடிப்பு நடந்தது. அது நடந்துவிட்டதெனில் 2009 பற்றிய கனவுக் காட்சியும் நடக்கும் என்ற பயத்தில் கருப்பு பெயிண்ட் ஒட்டிய கண்கள் எரிய பியர் குடித்தபடி அன்றிரவு உறங்கக் கூடாது என்று நினைத்தவனுக்குத்தான் கண்கள் சற்று அசர ஒரு கனவுக் காட்சி தோன்றிவிட்டது.

உலக வான் போக்குவரத்துகள் நிறுத்தப்படுகின்றன. கருப்பர்களும் தாடி வைத்த வேற்று நாட்டவர்களும் பாக்கிகளும் அரபியர்களும் அடையாளம் தெரியாத தலை முடியை விதவிதமாக மழித்த நபர்களால் வீதியோரம் எரித்துக் கொல்லப்படுகிறார்கள். பெரு நகரங்களின் மீது ஏவுகணைகள் பாய்ந்து கட்டடங்கள் தகர்ந்து குழந்தைகளை நசுக்குகின்றன.

கனவை உதறிவிட்டு எழுந்தவன் உடனே பாரிஸ் சென்று சேர வேண்டும் பிறகு நாடு திரும்ப வேண்டும் என்று புலம்பக் கடினமான சூழ்நிலையில் பயணம் ஏற்பாடு செய்யப்பட்டு காடுகள் கடந்து பாரிஸ் அடைந்து நண்பர்களை எதிர்ப்பார்த்திருந்தவனுக்குப் பெரும் அதிர்ச்சி காத்திருந்தது.

அதற்கு முன் சூலை, ஆகஸ்ட் மாதங்களில் குடியுரிமையின்றி விசாவில் பாரிஸ் வந்த பலரைப் பொலிஸ் விசாரித்துக் கொண்டிருந்ததுடன் சிலரைக் கைது செய்து கொண்டிருந்தது. தெருவோர மனிதனைப் போல உடையணிந்திருந்த இவனையும் ஜெர்மானிய பஸ் கண்டக்டர் கைகாட்ட பிரஞ்சு பொலிஸ் கைது செய்து அழைத்துச் செல்கிறது.

இதனைத் தன் கனவு வேறு விதமாகக் காட்டியிருந்தாலும் அவனுக்கு அதிலிருந்து தப்பிக்கும் வழியைக் காட்டித் தரவில்லை. பசியுடன் சுருண்டு கிடந்தவனை எழுப்பிய ஒரு பொலிஸ் அதிகாரி வெளியே நின்றிருந்த அவனது இரு நண்பர்களிடம் சென்று பேசிவிட்டு வந்து ஏதோ சொன்னான். நண்பர்கள் நாளையோ மறுநாளோ வந்து மீட்டுச் செல்வதாகச் சைகையில் சொல்லிவிட்டுச் சென்றார்கள்.

இரண்டு நாள் கழித்து நண்பர்கள் ஒரு புத்தகத்தை எடுத்து வந்ததுடன் ஒரு மொழி பெயர்ப்பாளரையும் கூட்டி வந்தார்கள். அவர் அதன் சில பக்கங்களை வாசித்துக் காட்ட 'து யே

எக்கிரிவேன்' என்றபடி சில தாள்களில் கையெழுத்து வாங்கி புகைப்படங்கள் எடுத்துக்கொண்டு அவனது பாஸ்போட்டின் முன் பின் பங்கங்களைப் பார்த்து அவனை வெளியே விட்ட பொலிஸ் அதனை முழுமையாகப் பார்த்திருந்தால் விசா காலம் முடிந்து ஒரு மாதம் ஆகிறது என்பது தெரிந்திருக்கும். ஆனால் அது நடக்காமல் காத்தது 'து யே எக்கரிவன்'தான்.

அன்று அவன் அந்தப் பொலிஸ் நிலையத்திலிருந்து வெளியே வரமுடியாமல் போயிருந்தால் இரண்டு நாள்களுக்குப் பிறகு நியோ நாசி இளைஞர்கள் அந்தப் பொலிஸ் நிலையத்திருந்த கருப்பர்களையும் பாக்கிகளையும் எரித்துக் கொன்றதில் கருகிய உடல்களில் ஒன்றாக அவனுடைய உடம்பும் இருந்திருக்கும். ஒன்றிணைந்த கண்டத்தின் அமைதியின் அடையாளமான ஈரோ எப்படியிருக்கும் என்பதை காணும் முன்பே இவன் எரிசாம்பலாகிப் போயிருப்பான்.

புதுச்சேரி திரும்பிய இவன் தன் மகளைக்கூடப் பார்க்கச் செல்லாமல் நேராக அவன் இருந்த குடிசைக்குச் சென்றான். அவன் மிகவும் நேசித்த பாதுமை மரம் மட்டும் இருந்தும் அவனைக் காணவில்லை என்பது இவனுக்குத் தெரிந்தது. நண்பர்கள் எல்லோருமே அவன் வடநாட்டில் எங்கோ இருப்பதாகவே சொல்லிக்கொண்டார்கள். இவனது கனவுகளும் அவனைக் காட்டித்தர மறுத்தன.

ஆனால் 2009இல் தீவுப் படுகொலைக்கு எதிரான கலைஞர்களின் பட்டினிப் போராட்டத்தில் கலந்துகொள்ள தில்லி சென்றபோது அவர்கள் உட்கார்ந்திருந்த பந்தலுக்கு வந்த பிரேம் அவனைக் கண்டதும் இடைக்காலத்தில் எதுவும் நடக்காதது போல விட்ட இடத்திலிருந்து பேசத் தொடங்கியதை வைத்துத் தனது கனவுகளைக் கடந்த வாழ்வு உள்ளது என்பது இவனுக்குப் புரிந்தது.

பிரான்ஸ் பயணம் பற்றிக் கேட்ட அவனிடம் பொலிஸ் நிலையத்தில் இருந்து நண்பர்கள் காத்ததைச் சொல்லி அப்படி எரிந்திருந்தால் நன்றாக இருந்திருக்குமோ என்றான் ஆனந்தன். அது பற்றிய உனது கனவுக் காட்சி என்ன சொன்னது என்று கேட்டான் பிரேம். அதனை உனது மூன்று நூல்களில் ஒன்றில் படித்துத்தான் தெரிந்துகொள்ள வேண்டும் என்றான் இவன். இருவருக்கும் இனி பேச ஏதும் இல்லை என்ற நிலையில் பிரிந்து சென்ற பின் மீண்டும் இருவரும் 2011இல் சந்தித்தபோது இவன் 30

வயதுடைய இளைஞனாக இருந்தான். புற்றுநோயின் தொடக்க நிலையில் இருந்த அவனுக்கு உடனிருந்து உதவி செய்துவிட்டுத் திரும்பிச் சென்றான்.

2021-இல் மீண்டும் சந்திக்க வந்தபோது 20 வயதுடைய இளைஞனாக இருந்தான் இவன். மனச்சிதைவில் சிக்கியிருந்த பிரேமுடன் இரண்டு மாதங்கள் தங்கியிருந்து தினம் நடைப்பயிற்சிக்கு உடனழைத்துச் சென்று பிரேதாவின் பிரதிகள் என்ற நூலைப் பற்றிப் பேசித் தன்னால் இன்னும் முழுமையாக அதனைப் புரிந்து கொள்ள முடியவில்லை என்று வருத்தப்பட்டுக் கொண்டான்.

உன்னிடம் இன்னும் அந்த மூன்று புத்தகங்கள் உள்ளனவா என்று இவன் கேட்க, அவன் 2031இல் 10 வயது சிறுவனாக மீண்டும் நீ சந்திக்க வந்தால் அவற்றை உனக்கே தருவேன் எனச் சொன்னான். அப்போது அவனுக்குக் கனவுக் காட்சிகள் வராமல் போயிருக்கும் என்றும் பிரேதா என்ற ஒரு பெயரே மறந்து போயிருக்கும் என்றும் நினைத்துக்கொண்டான் இவன்.

2041-இல்கூட நாம் மீண்டும் ஒரு முறை சந்திப்போமா என்ன என்ற இவனிடம் அவன் சொன்னான் நாம் இருவருமே அப்போது இருக்கமாட்டோம், நீ பின்னோக்கி நகர்ந்திருப்பாய் நான் முன்னோக்கி நகர்ந்திருப்பேன்.

நான் அந்த இரண்டு கனவுகளைக் காணாமல் இருந்திருந்தால் என்று கலங்கிய இவன் முன் தரையில் மடிந்து விழுந்து நெடுநேரம் கதறிய அவனை அணைத்துத் தூக்கிய இவனது நாசியில் இருந்து குருதி கசிந்தது, அது கருப்பாக இருந்தது.

மர்மம் அவிழ்க்கும் பின் குறிப்பு:

வெளியே வந்து நண்பர்களுடன் பியர் அருந்தியபடி எந்தப் புத்தகம் அது? என்று கேட்டவனிடம் பிரேதா எழுதி நீ பதிவு செய்திருந்த மூன்று கதைகள் என்று கூறி அதனைக் காட்டினார்கள் நண்பர்கள். அந்தக் கதைகளை நான் எழுதவில்லையே என்ற அவனிடம் பிரேதா எழுதிய மூன்று கதைகள், தொகுப்பு: ஆனந்தன் எனத்தானே அது வெளியானது என்று தங்களிடம் இருந்த அந்தச் சிறிய தொகுப்பைக் காட்டினார்கள். மூன்று கதைகள், இந்த மூன்று கதைகள் மட்டும் இப்போது எதற்கு என்று கனவில் வந்த

பிரேதாவிடம் ஒரு முறை கேட்டபொழுது இந்த மூன்று கதைகள் அதீதனின் உயிரை இரண்டுமுறைகள் காத்திருக்கின்றன என்றாள்.

அந்த மூன்று கதைகளை மீண்டும் எடுத்து வாசித்த போது அவை முற்றிலும் வேறாக இருந்தன. அதில் ஒரு கதை இவ்வாறாகத் தொடங்கியது. "பாரிஸ் நகரில் ழோர்ஜ் பெரெக் இறுதியாக வசித்த 13, ருய் லீன் என்ற முகவரியின் குடியிருப்பிலிருந்து எனக்குத் தொலைபேசிச் செய்தி கிடைத்த அன்று காலை மணி 8.40. அவன் தனது படுக்கையிலேயே சுட்டுக் கொல்லப்பட்டிருந்தான்."

(இது இந்தக் கதையுடன் தொடர்பற்றது: ஆனந்தன் தன் கனவுகளில் தோன்றும் காட்சிகளின் விபரீதம் பற்றித் தன் மகளிடம் மட்டுமல்ல 1991-க்குப்பிறகு பிறந்த யாரிடமும் கூறுவதில்லை. இனி கடந்தகாலம், எதிர்காலம், கனவு, நடப்பு, கொடுமை, நன்மை என்ற பிரிவுகள் அற்று அனைத்தும் நிகழ்காலத்தின் கனவுமெய்களாகிவிடும் என்ற ஒரு வரி 2000 டிசம்பர் 31 அன்று அவன் கனவில் தோன்றியதே அதற்குக் காரணம்)

நன்றி : ரோலன் பார்த் மற்றும் ஹெலன் சிக்சு

ஆதியினத் தேவதைகளின் தலைமறைவுக் காலம்

பாரிஸ் நகரில் ழோர்ழ் பெரெக் இறுதியாக வசித்த 13, ருய் லீன் என்ற முகவரியின் குடியிருப்பிலிருந்து எனக்குத் தொலைபேசிச் செய்தி கிடைத்த அன்று காலை மணி 8.40. அவன் தனது படுக்கையிலேயே சுட்டுக் கொல்லப்பட்டிருந்தான். அங்கு சென்றபோது ஏற்கெனவே நிறைய காவல் அலுவலர்களும் வேறு அதிகாரிகளும் கூடியிருந்தனர்.

அவனைக் கடைசியாக ஒருமுறை பார்த்துவிடவேண்டும் என்ற தவிப்புடன் உள்ளே சென்றேன். சூழலின் இறுக்கம் என்னைச் சிறிது நடுக்கமுற வைத்தது. நெற்றிப் பொட்டிலிருந்து முகம் முழுக்க ரத்தம். ஒரு புறமாகத் தலை சாய்ந்துவிட்டிருந்தது. பார்க்காமலும் இருக்க முடியவில்லை. எப்படி இது சாத்தியம்? கண்ணுக்குள்ளிருந்து வெள்ளையும் கருப்புமாய்ப் புகைப் பந்துகள் என் உடல்முழுதும் பரவிக் கலைந்ததில் எந்தவொரு சொல்லையும் முழுமையாக நினைவுகொள்ள முடியவில்லை.

காவல்துறையின் நிதானமான சடங்குகள் நடந்து கொண்டிருந்தன. ஓர் அதிகாரி அவனது படுக்கைக்குப் பக்கத்திலிருந்த சிறிய மேசையின் மீது பிரிந்த நிலையில் கவிழ்த்து வைக்கப்பட்டிருந்த ஒரு புத்தகத்தைக் கவனித்துக்கொண்டிருப்பதைப் பார்த்தேன். அந்தப் புத்தகம் உடனே நினைவுக்கு வந்தது. அவன் கடைசியாகப் பழைய புத்தகக் கடையொன்றில் வாங்கிய தேவிப்ரசாத் சட்டோபாத்யாவின் 'லோகாயதா' நூலின் அட்டை

கிழிந்த பிரதி. அவன் அந்த இரவில்கூட அதைப் படித்துக் கொண்டிருந்திருக்க வேண்டும். நூல் முடிய இன்னும் சில பக்கங்களே இருந்தன. கையிலெடுத்த அதிகாரி ஆங்கிலம் தெரியாததாலோ என்னவோ இன்னொருவரிடம் அதைக் காட்ட, ஏதோ முணுமுணுத்துக்கொண்டனர். என்னை வேறொரு அதிகாரி விபரங்கள் வேண்டுமென்று கேட்டுக்கொண்டதன் பேரில் நாங்கள் வெளியே வந்தோம்.

அவனுடைய ஒரே நண்பன் என்ற வகையில் அவனைப் பற்றி என்னைத் தவிர வேறு யாரிடமும் விசாரிக்க முடியாது. பெயர்? என்று, அதிகாரி சிறு நோட்டுப் புத்தகத்தைக் கையில் வைத்துக்கொண்டு கேட்டபோது சிறிது துணுக்குற்று என் பெயரைக் கூறினேன். அவன் பெயரைக் கேட்டதாகச் சொன்னபோது, முதல்முறையாக என் கண்கள் கலங்கியதை உணர்ந்தேன். கம்மிய குரலுடன் பெயரைச் சொன்னேன். அதற்குப் பிறகு வந்த ஒவ்வொரு கேள்விக்கும் பொய்யைத் தவிர வேறெதையும் என்னால் கூறமுடியாத நிலை. யாருக்காவது அவனது இறப்பைக் கூற வேண்டுமா என்ற கேள்வி வந்தபோது இல்லை என்றேன். அது அப்படி இல்லைதான். கூறியே ஆகவேண்டும்தான். எங்கே அவளைப் பார்ப்பது? எப்படி இதைக் கூறுவது? தனிப்பட்ட முறையில் அவனுக்குப் பகைவர் என்று யாரும் இல்லாதபோது, யார் இந்தக் கொலைக்குக் காரணம்? என்னால் அடுத்த சில நாள்களுக்கு முழு வாக்கியங்களில் எதையும் சிந்திக்க முடியவில்லை.

பதின்மூன்று நாள்களுக்குப் பின் உனது தேசத்தைச் சார்ந்த போராளிக் குழு ஒன்றின் தலைமை பொறுப்பேற்றுக் கொண்டு செய்தி வெளியிட்டது. தமது இனத்திற்கு அவன் துரோகம் செய்ததற்குத் தண்டனை அளித்ததாகக் காரணம் கூறியிருந்தது. இந்தச் செய்திக்குப் பிறகுதான் நான் உண்மையில் அவனைப் பற்றி அதிகம் கவலைப்பட ஆரம்பித்தேன். நான் செய்திருந்த ஏற்பாடு முழுமையாகச் செயல்பட்டிருந்தால் அவனுக்கும் அவளுக்கும் வேற்றுப் பெயர்களில் குடியேற்ற அட்டை கிடைத்திருக்கும். எல்லாக் குறுக்கு வழிகளையும் பயன்படுத்தி இனப் பெயரும் மாற்றி அவர்களுக்கான குடியேற்ற அட்டை பெறும் முயற்சி அனேகமாக முடிவடையும் தருவாயில் இருந்தது. அவன் கொல்லப்படாமல் இருந்திருந்தால் அவர்கள் பாதுகாப்பாக வேறொரு நாட்டிற்குச் சென்றிருக்க முடியும்.

கொலை; எனது மூளைக்குள் தோட்டா ஒன்று புகுந்து வெளியேறுவதுபோல் அடிக்கடி கனவுகண்டு விழித்துக் கொண்டிருந்தேன். சப்தமற்ற வெடிச் சிதறல்கள் என் உடம்பின் பல்வேறு இடங்களில் பதைப்பை ஏற்படுத்திக்கொண்டிருந்தன. அளவுக்கு அதிகமாகப் புகைத்துக்கொண்டிருந்தேன். ஒரு இடத்தில் அரைமணி நேரத்திற்குமேல் இருக்கமுடியவில்லை. எனது அறையின் எல்லாமும் பயமுறுத்தும் தனிமையில் குமைந்தன. ஒன்றோடு ஒன்று தொடர்பற்றதுபோல் ஒவ்வொரு பொருளும் பின்னப்பட்டுக் கிடந்தன. எல்லாவற்றிற்கும் மேலாக, அவன் அகதியாகத் தங்கி இருப்பதற்கான அனுமதியானது அவனது போலி அடையாள அட்டைக்காக மறுக்கப்பட்டு எனது நாட்டிலிருந்து வெளியேற்றப்பட்டதாகச் செய்தி கிடைத்தபொழுது முதன்முறையாக நான் மனிதனாகப் பிறந்ததற்காகவும் எனது இன அடையாளத்திற்காகவும் முழுமையாக வெட்கிக் குறுகினேன். நான் அறியாமலேயே எனது தோற்றம் மாறிக்கொண்டு வந்ததும் என் உடம்பில் புதிய நோய்கள் தோன்றிக்கொண்டுவந்ததும் நீண்ட இடைவெளிக்குப் பின் என்னைப் பார்த்த நீ கூறிய பிறகுதான் தெரியவந்தன.

நான் அதுவரை தெரிந்துகொண்ட பலவற்றை மறந்து கொண்டிருந்தேன் என்பது உனக்குத் தெரியாது. வேலையிலிருந்து என்னை நீக்கிவிட்டதற்கு எனது தாய் மொழியான பிரெஞ்சு மொழியை நான் மறந்துகொண்டிருந்ததுதான் காரணம் என்பதைக் கூறியிருந்தால் நீ அப்பொழுது நம்பியிருக்க மாட்டாய். உண்மையில் நான் உன்னைப் பார்த்து அப்பொழுது மிரண்டேன். உனது நாட்டை, உனது மண்ணைப் பற்றி நான் தெரிந்துகொண்டவை அனைத்தும் எனக்குப் புரியாத புதிராகப் போயிருந்தன. நீ எந்த இனக்குழுவைச் சார்ந்தவள் என்று உன்னைக் கேட்பது உனக்கு வலியூட்டும் ஒரு கேள்வியாக இருந்திருக்கும் என்பது தெரிந்திருந்தும் என்னால் அதைக் கேட்காமல் இருக்க முடியவில்லை. அதை நான் மீண்டும் மீண்டும் கேட்டுக்கொண்டிருந்தேன். உனது இனத்தின் தாய்க் கடவுள் எது என்று ஒரு நள்ளிரவில் உனது அறைக் கதவைத் தட்டிக் கேட்டபோது, எனக்கு மனநோய் முற்றியிருந்ததாகப் பிறர் கூறியதை நிஜத்தில் நீயும்கூட நம்பத்தொடங்கிவிட்டாய் என்பது எனக்குப் பிறகுதான் தெரியவந்தது.

ஆனால் ஒன்று மட்டும் உண்மை. ஓர் இனத்தை அழிக்க அதன் தாய்க்கடவுளை அழிக்க வேண்டும் என்பது உனக்குத் தெரியுமா?

உனது தாய்க்கடவுளை முதலில் தேடிக் கண்டுபிடி என்று உன்னை விமான நிலையத்தில் கடைசியாகச் சந்தித்தபோதுகூட நான் தீர்க்கமாகச் சொன்னது உனக்கு நினைவிருக்கும்தானே!

வேறு எதை நான் அவ்வளவு உறுதியாகக் கூறியிருக்க முடியும்? ஆனால், நீ என்னை முழு அந்நியனாகப் பார்த்தாய். நீ வேறு எப்படி இருக்கமுடியும். தனது இனத்தின் மறந்துபோன கனவுகளையும் தொலைந்து போன தாய்க் கடவுளையும் தேடிச் செல்லும் ஒருவனைத் தனது இனவிடுதலையின் துரோகி என்று அடையாளம் காட்டும், வேற்று இனத்தால் தரப்படும் ஆயுதங்களை மட்டுமே நம்பும் போராளிக் குழுக்கள் வாழும் நாட்டைச் சார்ந்த நீ வேறு எப்படி இருக்கமுடியும்?

உனது மண்ணைச் சார்ந்த இனக்குழுக்கள் இப்பொழுது பெயர் மறைத்து, நிறம் மறைத்துப் பதுங்கிப் பதுங்கி வெவ்வேறு பகுதிகளில் வாழ்ந்து கொண்டிருக்கும்பொழுது, உங்கள் எல்லோருக்கும் ஒரு பொதுவான இன அடையாளம் என்பது பாதுகாப்பானதாக உள்ளது. உங்கள் மண்ணுக்கு உரியனவாக நீங்கள் கூறிக்கொண்டிருக்கும் இனங்களை நானும் கூட நம்பியிருந்திருக்கிறேன். ஆனால் உனக்குத் தெரியுமா, உண்மையில் நீ எந்த இனக்குழுவைச் சார்ந்தவள் என்று? உனது பூர்வ நிலப்பகுதியில் பாம்புகள் புணரும்போது எழுப்பிய ஓசை எது என்று உனக்குத் தெரியுமா? உனது தாய்த் தெய்வத்தின் மார்பில் பால் கட்டிக்கொள்ளும்பொழுது காட்டின் விலங்குகள் பாலருந்த மலைமுகடுகளை நோக்கி இடம் பெயருமே, அது உனக்குத் தெரியுமா?

உனது இனக்குழுவின் பெண்கள் பிரசவிக்கும் பருவத்தில், ஆற்றிலிருந்து இறக்கை முளைத்த மீன்கள் உங்கள் குடிசைக்கு மேலே வட்டமிட்டுப் பறந்து பெண் குழந்தைகளாக இருந்தால் எல்லோரும் உறங்கியபின் அவற்றைத் தூக்கிச்சென்று ஆற்றுக்கடியில் விளையாட்டாக மறைத்து வைத்துவிடக் குழந்தைகளை வேண்டி ஆற்றங்கரையில் பூசையிட்டுத் தங்கள் தலைமுடிகளைக் கொஞ்சம் கொஞ்சம் வெட்டி வலை பின்னி மீன் பிடிப்பதுபோல் தேடி தங்கள் பெண் சிசுக்களை மீட்டுக்கொண்டு வந்து, மீன்களிடமிருந்து காப்பாற்ற பறவைகளின் பெயர்களை அவர்களுக்குச் சூட்டுவது உனக்குத் தெரியுமா?

காட்டில் மரப்பட்டைகள் தேடிச்செல்லும் பூப்படைந்த பெண்கள் பட்டாம்பூச்சிகள் கலவியில் இணைந்து பறப்பது கண்டு தாபம்

கொண்டு, தமது இரண்டு கைகளையும் குவித்து மண்ணேந்தி ஒரு விதையை நட்டுக் காத்திருக்கும்பொழுது அது கண்ணுக்கு நேராக முளைத்து வளர்ந்து ஒற்றை மொட்டுவிட அது எந்தத் திசை பார்த்துப் பூக்கிறதோ அந்தத் திசையில் தாங்கள் சந்திக்கும் முதல் ஆணுடன் கலவிபுரிந்து மயங்கிக் கிடக்கத் தோழிகள் அவர்களைக் கைத்தாங்களாகக் குடிசைக்கு இரவு நேரத்தில் கொண்டுவந்து கிடத்திவிட்டுப் போவது பற்றி உனக்குத் தெரியுமா?

பன்னிரண்டு ஆண்டுகளுக்கு ஒருமுறை மட்டுமே உங்கள் நிலப்பகுதியில் தோன்றும் சந்திர கிரகண தொடக்கத்தில் யார் எதன் மீது நெடு நாள்களாக அதிக ஆசை வைத்திருக்கிறார்களோ, அதுபோலவே மாறி கிரகணம் விலகும்பொழுது மீண்டும் மனிதர்களாக மாறிவிடும் விந்தையை நீ அனுபவித்திருக்கிறாயா? பச்சைநிறக் கண்களுடைய பெண்களின் முதல் பூப்புக் குருதியைப் பஞ்சில் பொதிந்து கழுகுகளின் நிழல்படாத மண்ணில் புதைத்துவைக்க, அவை அதற்குப் பின்வரும் முதல் மழையின் மின்னல் தாக்கி மாணிக்கக் கற்களாக மாறிவிட அப்பெண்ணொருத்தியின் மீது உயிர் உருகக் காதல்கொள்ளும் ஒருவன் கண்ணுக்குத் தவிர வேறு யாருக்கும் அவை தட்டுப்படாது என்ற விபரீதம் உனக்குப் பரிச்சய முண்டா? இவையெல்லாம் ரகசியமாக, மறதியாக, புலப்படாத மொழியின் பாடல்களாக மீந்துபோயிருப்பதும் உனக்குத் தெரியுமா?

அவன் எனக்குச் சொல்லியிருக்கிறான்; தனது இனக்குழுவின் தாய்த் தெய்வம் பச்சை நிறமானதென்று. அவனது இனக்குழுவின் தாய் பச்சை நிறமானவள். அவனது பின்நாளையக் குறிப்பேடுகளில் பச்சைநிற மையிலேயே அனைத்தையும் எழுதினான். தனது இருபத்தொன்பதாவது வயது வரைக்கும் அவன் ஃபிரெஞ்சில்தான் எழுதிக்கொண்டிருந்தான். அதிகம் வெளித்தெரியாதபோதும், அவனது கவிதைகள் நண்பர்கள் வட்டத்தில் மிகவும் மனக்கிளர்வை ஏற்படுத்தக்கூடியவை. அவற்றைப் பிரசுரிப்பதை அவன் தவிர்த்து வந்தது எனக்கு இப்பொழுது வேறொன்றாக அர்த்தம் தருகிறது. தனது உண்மையான இனமும் தனது மொழியும் என்னவென்று தெரியாத ஒரு மறதி அவன் மீது கவிழ்ந்திருந்தது. அவனது அரசுப் பதிவுத்தாளில் குறிப்பிடப்பட்டிருந்த இனமும் மொழியும் அவனது நினைவில் பதியாததாக இருந்தன. வேற்று மண்ணின் வேற்று மொழியில் வேற்றுக் கதைகளில் நான் உலவிக்கொண்டிருக்கிறேன் என்று அவன் எப்பொழுதாவது என்னிடம் குறிப்பிடும்போது

எனக்குப் புரிந்துகொள்ள முடிந்ததில்லை. அவன் முதன்முதலாக தனது குறிப்பேட்டில் பிரெஞ்சு அல்லாத ஒரு விநோத வடிவம் கொண்ட மொழியில் எழுதத் தொடங்கியபொழுது.

“மர்மமான ஒரு திசையிலிருந்து அந்த முனகல் கேட்கிறது. கூட்டமான முணுமுணுப்பு மறதிக்குள் கரைந்து ஆழத்தில் படிந்துவிட்ட அந்த வார்த்தைகள் எப்பொழுதாவது புகை வடிவப் பறவைகளாய் என் மயக்க வானத்தில் கடந்து தூரத்தில் கரைகின்றன.

பரிச்சயமற்ற மிருகங்களின் தாவல் என் கனவின் பிளவுகளூடாகத் தோன்றி மறைகின்றன. கானகத்தின் மிக ரகசியமான உட்புறங்களிலிருந்து எழும் மகுடி ஓசைகள் என் நினைவுக்குள் சுருண்டு உறங்கும் நாகங்களை உசுப்பிவிடுகின்றன. முன் எப்போதும் நான் அனுபவித்திராத மணமுடைய ஒரு காற்று என் உறக்கத்தைச் சிலுப்புகிறது. கேட்டிராத தோல் கருவிகளின் தாளம் நரம்புகளில் கார்வையை உருவாக்க, என் உடலானது ஒரு பாத்திரத்திலுள்ள நீர்போல அதிர்கிறது. எனது உடல் வேறு ஏதோ உருவங்கள் தங்கியிருக்கும் குகை போல என்னைப் பயமுறுத்துகிறது. இருளிலிருந்து ஏதோ விழிப்பின் உள் நழுவி கனவின் ஏதோவொரு சுரங்கப்பாதை வழியே வேறு ஏதோவொரு நிலப் பகுதிக்குச் சென்றுவிடுவேன்” என்பது போலத் தொடரும் வாக்கியங்களைப் பதிவு செய்திருந்தான். உண்மையில் அதுதான் அவனது இனத்தின் மொழி என்பது அவனால் பின்னால் கண்டு கொள்ளப்பட்டது.

கனவுகளில் வேற்று மொழியொன்றில் எழுதுவதாகத் தொடர்ந்து தோன்றிக்கொண்டிருந்ததின் சிக்கலை என்னிடம் கூறிய சில நாள்களுக்குப்பின், புதிதாக ஒரு மொழியைக் கற்றுக்கொள்வதற்காக அந்த மொழி நிறுவனத்தில் சேர்ந்தான். உலகின் பல்வேறு மொழிகளை, சான்றிதழ் பெறுவதற்காகக் கற்றுக்கொள்ளும் கூட்டத்தினருக்கு அதிகம் பயன்பட்டுவரும் மொழி நிறுவனம் அது. அதிக வழக்கிலில்லாத மொழிகளைக்கூடக் கணிப்பொறி உதவியுடன் கற்றுத்தரும் வசதி அங்கு இருந்ததால் அவன் எந்த மொழியைக் கற்றுக்கொள்வது என்று முடிவு செய்யாமலேயே சில நாள்களாகப் போய்வந்துகொண்டிருந்தான்.

குழப்பமான கனவுகள் நிரம்பிய ஒரு பகல் உறக்கத்திற்குப் பின் அன்று மாலையும் எப்போதும் போல் நிறுவனத்திற்குச் சென்றவன்,

வெளிச்சுற்று நடைவழியில் உள்ள தூண்களை எண்ணிக் கொண்டே முன்னும் பின்னும் நடந்துகொண்டிருந்தான். சமீப காலமாக அவனது கனவில் அடிக்கடித் தோன்றி மறையும் ஒரு காட்சி அவன் முன்னே மிதந்து மிதந்து கலைந்து கொண்டிருந்தது. மேகத்தைத் தொடும்படி வளர்ந்துள்ள மரங்கள் நிறைந்த காடு ஒன்றை மலைப்பாறை ஒன்றின் மீது நின்றபடி அவன் பார்த்துக் கொண்டிருக்கிறான். சாம்பல் நிறத் தூரல் எங்கும் பிசுபிசுவென விழுந்துகொண்டிருக்கிறது. தூரத்தில் மழை நிறைந்த காற்றின் வீச்சு. மரங்கள் உடம்பைச் சிலிர்க்கவைக்கும் ஒரு பயங்கரத்துடன் வீசிச் சுழல்கின்றது. காற்றின் அமானுஷ்ய ஓங்கரிப்பு. பாறைகளுக்குக் கீழே மரங்களுக்கு நடுவே ஒரு சுனை தெரிகிறது. பார்வை அங்கே நிலைகொள்ளும்போது, முழு வானத்தையும் குறுக்காகப் பிளந்து பரவிய மின்னல் கொடி ஒன்று காட்டைத் தகதகக்க வைத்துக் கரைகிறது. பார்வை மீண்டும் தெளிவாகும்பொழுது சுனையை நோக்கி யாரோ ஓடிவருவது போல் தோன்றுகிறது. உற்றுப் பார்க்கையில் ஒரு பெண் தனது உடலைச் சுற்றியிருந்த துகிலை மெல்ல நீக்கிக் காற்றில் வீசிவிட்டுத் தனது கூந்தல் முடிச்சைத் தளர்த்தித் தலையைச் சிலுப்பிக் கொண்டதில் உடல் முழுவதையும் மறைக்கும் நீளத்திற்கு முடியலைகள். சுனை நீரில் தாவிக் குதித்தவள் நிலநொடிகள் காணாமல் போய் மீண்டும் வீசியடிக்கப்பட்டு மேலே மேலே மிதந்து வர, அவன் பார்வைக்கு நேராகப் பறந்து முகத்தை மூடி இருபுறமும் நீண்டு படபடக்கிறது. மூச்சைத் திகைக்கவைக்கும் பூக்களின் வாடை. கண்ணை மறைத்த துகிலை விரல்களால் பாதி கீழேயிறக்கி, திகைப்பு மாறாத மிரட்சியுடன் அவளிருக்கும் திசையைப் பார்க்க, நீரிலிருந்து மேலெழும்பி தன் தலையை ஒரு புறமாகச் சுழற்றிக் கூந்தலை வீச அதிலிருந்து தெறித்த துளிகள் காடு முழுக்கச் சிதறுகின்றன. மீண்டும் ஒரு மின்னல். அவள் கூந்தலிலிருந்து புறப்பட்ட துளிகள் அவன் முகத்திலும் சிலீரென்று வந்து தாக்குகின்றன. கூர்மையான பனி சிலிர்ப்பு. நினைவுகள் நடுங்க விழிப்பு.

அவன் நடைவழியை மறந்து மேல் நோக்கிச் செல்லும் படிக்கட்டில் ஏறிக்கொண்டிருக்க, எதிரே வேகமாக வந்த இளம் பெண்ணொருத்தி மீது மோதிக்கொண்டான். கையிலிருந்த புத்தகங்கள் கீழே விழத் தடுமாறிய அவளைக் கைத்தாங்கலாகப் பிடித்த அவனது கையை உதறிக் கொண்டவள், புத்தகங்களைக் குனிந்து பொறுக்கும்போது புரியாத ஏதோவொரு மொழியில் ஏதோ முணுமுணுத்துக்கொண்டாள். முணுமுணுப்பேயானாலும்

சொற்கள் அவன் காதில் தெளிவாகவே விழுந்தன. கனவில் கேட்கும் அதே மொழியின் சொற்கள். திகைப்பும் விபரீதமும் நிரம்பிய ஒரு சிலிர்ப்பு. அவளைத் தெளிவாகப் பார்த்தான். தன்னுடலில் சற்று நேரத்திற்கு முன்பு அழுந்திச் சென்ற முலைகள் குனிந்திருந்த அவளின் மேல்சட்டைவழி பாதித் தெரிந்தபடி தளும்பிக்கொண்டிருந்தன. முடிச்சிடப்படாத கூந்தல் ஒரு ஆள் மறைந்துகொள்ள ஏற்றதாய்ப் பம்பி நெளி நெளியாய் நீண்டு கிடந்தது.

ஒருமுறை கழுத்தை வெட்டிச் சாய்த்து முடிக்கற்றையை ஒதுக்கிக்கொண்டாள். எழுந்து அவனைப் பார்த்தாள். தாமிர நிற முகம். உடல் முழுக்கத் தேனின் பளபளப்பு. வேற்று இனக் கண்கள். திரும்பி நடந்தவளின் கூந்தல் மட்டுமே அவன் பார்வைக்கு நீண்ட தூரம் தென்பட்டது.

அன்று முதல்முறையாகத் தனது தலைக்குள்ளிருந்து குரல்கள் ஒலிக்கத் தொடங்கியதை அவன் உணர்ந்தான். அன்றிரவு அவன் தனது இனத்தையும் தனது இனத்தின் மொழியையும் கனவில் அறிந்துகொண்டான். தான் புரிந்து கொள்ளாத தனது மொழியின் ஓசைகள் தூரத்துப் பாடலாய் அவனைச் சூழ்ந்துகொள்ள, அறிந்து கொள்ளப்படாத தனது மண்ணின் வாடை தனது வியர்வையில் வீசுவதாக அவன் பிரம்மை கொண்டான். அவளைச் சந்திக்கத் தொடங்கிய சில மாதங்களிலேயே அவன் அதுவரை எழுதியவற்றை எரித்துவிட்டு, தனது மொழியில் புதிதாக எழுதத் தொடங்கினான். அவனது குறிப்பேடுகள் அதற்குப் பிறகு மர்மமான கனவுகளாகவும் சிதறலான நிகழ்வுகளாகவும் பதிவு பெறத் தொடங்கின. அவனது பக்கங்கள் அங்குமிங்கும் இப்படியாக விரிந்தன.

“இதுவரை எனது உடலை விட்டுக்
காணமல் போயிருந்த எனது ஆவியே
சிறிது அந்நியத் தன்மையுடன்
எனக்குள் நுழைந்துகொண்டதுபோல் உள்ளது.
இடைக்காலத்தில், மீந்து போன
ஒரு இடமிருக்கிறது எனப் பதுங்கிய
வேறொரு ஆவியுடன் அதன் எதிர்கொள்ளல்
குரூர உருவமாய் வெளிப்பட,
எனது உடலின் ஒவ்வொரு அங்கமும்

வெவ்வேறு வேகத்தில்
வெவ்வேறு காலத்தில்
இயங்குவதாகத் தோன்றுகிறது.
பார்வைக்கு நேராக நிகழும் ஒவ்வொரு
அசைவும் வெவ்வேறாக
மூளைக்குள் பதிவாகின்றன.
எனது தனிமைக் கணங்களில்
என்னைச் சுற்றி உருவமற்ற உலாவல்கள்.
ஒவ்வொரு விழிப்பிலும் எனது
அறையின் பொருட்கள் இடம்மாறி
வேறு அமைப்பில்.
நான் அரை உறக்கத்தில்
எழுந்து பார்க்கும்பொழுது
எனது நகங்கள் பச்சையாக உள்ளன.
ஜன்னலைத் திறந்து வெளிச்சத்தில்
பார்க்க, ஒளி பட்டவுடன்
அது மெல்லக் கரைந்துவிடுகிறது.
பிறர் கண்ணுக்குத் தட்டுப்படாத உருவங்கள்
என் பார்வையைக் கடந்துகொண்டிருக்கின்றன."

அவள் என் கவிதைகளை வாசித்தாள்:

"மறைந்துபோன உடல்களின்
நிழல் அசைவுகளாய் உனது சொற்கள்.
நமது கானகத்தின் அனாதிப் புலம்பல்
உனது மாற்று மொழியின்
மௌனத்திற்குள் புதைந்துகொள்கிறது.
வேற்று உருவங்களின் நெரிசலுக்கு நடுவே
தொலைந்துபோன நமது ரகசியங்களை
எப்பொழுது நீ பேசவிடப்போகிறாய்?
மாற்று உருவத்தில் நெடும்பருவ
உறக்க மருந்து மயக்கத்தில்

போர்த்தப்பட்டுக் கிடக்கும்
நமது மண்ணின் நிறங்களை எப்போது நீ
களிக்கூத்து ஆடவிடப் போகிறாய் ?"

என்று என்னிடம் கேட்டபோது நான் மொழியிழந்து ஒரு நிசப்த வெளியில் மிதந்து திசையற்று அலையத் தொடங்கினேன். சூழலின் சமிக்ஞைகள் எனது பிரக்ஞையின் வேற்று உருவங்களைக் கலைத்து எழுப்ப. கனவுகளில் மட்டுமே எனது உடம்பும் மனமும் இயங்குவதாகவும், விழிப்பில் எனது நிழல்களில் ஒன்று பாவனைகொண்டு இயங்குவதாகவும் உணரத்தொடங்கினேன். ஏதும் எழுத முடியாமல் மொழிக்குள் அடங்காத கனவுகள் என்னைக் கவிந்துகொண்டிருக்கின்றன.

கனவுகளிலிருந்த பொருள்களும் சூழலும் விழிப்பிலும் வெளிப்பட்டு நிறைவது நிகழ, பார்க்கும் ஒவ்வொன்றும் தனது வடிவம் மாறி வேறொன்றாக இயங்கத் தொடங்கியபொழுது காலத்தின் முன்பின் கனவுகளில் சிக்கி நான் பின்னப்பட்டுக் கொண்டிருப்பதாக உணர்ந்தேன். அவளிடம் எனது ஆதி மண்ணையும் எனது மொழியையும் அடையாளம் காட்டும்படி கேட்டபொழுது, உனது மாற்றுச் சாயைகள் முற்றிலுமாகக் கரைந்து மறைந்தபின்; நீ இந்த உலகைப் பார்க்கும் பார்வையும் அறியும் முறையும் முற்றிலும் மாறியபின்; நீயாகவே மண்ணின் நெடியையும் நமது மொழியையும் நமது இனக்குழுவின் மந்திரப் பாடல்களையும் உணர்ந்து கொள்வாய் எனக் கூறிச் சென்றாள்.

அவளது தொன்மையான ரகசியம் எனது மொழிக்குள் பதிந்திராத வரை அவள் மீதான தாபமும் என்னால் உணர்த்தப்பட முடியாததாகவே மீந்து நிற்கும் என்பது வலி நிரம்பியதாக இருந்தது. அவளது ஒவ்வொரு சைகைக்கும் வேறொரு அர்த்தப் பின்னலும் ஒவ்வொரு உச்சரிப்புக்குள்ளும் மர்மமான வேற்றுச் செய்தியும் இருக்கவே செய்யும்."

அவனுடைய ஒவ்வொரு நிகழ்வும் அதற்குப்பின் தனது முழுமையான அடையாளத்தைத் தேடுவதாகவே இருந்தது. அவள் மூலமாக அவனது தொல்வடிவத்தை அடைந்துவிடும் முயற்சிகள் முற்றுப் பெறாததாக அலைச்சலுக்குரியதாக இருந்தன. அவளைப் பற்றி அவன் முழுமையாக எதையும் தெரிந்துகொள்ள முடிந்ததில்லை. அவளாகவே அவனைச் சந்திக்க

வரும் தருணங்களைத் தவிர வேறு சமயங்களில் அவளைப் பார்க்க முடிந்ததில்லை. அவள் அவனைப் பொறுத்தவரை அந்தந்தக் கணத்திற்குரியவளாக மட்டுமே இருந்தாள். தன்னை அலைக்கழிக்கும் வெவ்வேறு அடையாளங்களிலிருந்து தன்னை மீட்டுத் தனது நிலத்தின் கதைக்குள் புகுத்த விரும்பி அவளைக் கேட்டபொழுது: பதுங்கி அலையும் தமது தாய்த் தெய்வத்தின் வாடை எப்பொழுதாவது அவனைத் தீண்டும்போது அவனது உடல் முழுமையாகப் புதுப்பிக்கப்படும் என்று அவள் கூறிச் சென்றாள்.

அவளது இனக்குழுவைச் சார்ந்தவர்கள் இந்நகரத்தில் இரவு நேரச் சிற்றுண்டிக்கடை வைத்திருப்பவர்களாகவும் நாட்டு மருந்துக்கடை விற்பனையாளர்களாகவும் கைவினைப் பொருள் விற்கும் சிறு கடைக்காரர்களாகவும் சிப்பி மற்றும் கடல் கற்களில் காட்சிப் பொருள்கள் செய்து விற்பவர்களாகவும் இன்னும் சிலர் அதிகப் பழக்கமற்ற அலங்காரப் பொருள்கள் விற்பவர்களாகவும், அதிக அளவில் பறவைகள் மற்றும் விலங்குகளைப் பழக்கி விற்பவர்களாகவும் பரவலாக இருந்துகொண்டிருக்கிறார்கள். அவர்கள் அதிகமாக வெளியே நடமாடுவதையோ பொது இடங்களில் தென்படுவதையோ தவிர்த்தே வந்தார்கள். இதுபோல இன்னும் சில நாடுகளிலும் வேற்று இனக்குழுவினரைப் போலவே இவர்களும் பதுங்கி வாழ்ந்துகொண்டிருக்கிறார்கள் என்பதை அவளே என்னிடம் கூறியிருக்கிறாள். அரசின் குடியுரிமைத் தாள்களின் பரிசோதனைக்குப் பயந்து அவனும்கூட பல நாள்கள் வெளியே வராமல் இருந்ததுண்டு.

ஒருநாள் அவன் என்னிடம் சொன்னான்; அவளது உயிர்த்திரவங்கள் தனது உடலுக்குள் அசைவதுபோலவும் அவளது உறக்கத்திற்குள் உலவும் காற்றே தனது சுவாசத்திற்கானதாக உள்ளதாகவும் தோன்றுகிறது என. அவளது தசையின் வாடை தனது புலன்களைக் கிளைத்து எழவைப்பதாகவும் தனது எழுத்தின் ஒவ்வொரு நெளிவிலும் அவளது மர்மமான உடல் சுழிப்புகள் உறைந்து கிடக்கின்றன என்றும் சொன்னான்.

அவள் அவனிடம் ஏதும் சொல்லிக்கொள்ளாமலேயே சில மாதங்கள் பார்க்க வராதபோது அவனது அறைக்குள் மணல் புற்றுகள் வளர்ந்துவிட்டதை என்னிடம் காட்டினான். அவன் படுக்கையில் ஒரு பாம்பைப்போலச் சுருண்டு தனது கண்களிலிருந்து பச்சைப் புகை கசியப் படுத்திருப்பதையும் அவனைச் சுற்றி மரங்கள்

புயலில் அசைவுறும் சப்தம் கேட்பதையும் ஒருமுறை அவனைச் சந்திக்கச் சென்ற நான் சன்னல் வழியாகப் பார்த்துவிட்டு மிரட்சியுடன் திரும்பி வந்த இரண்டு நாள்களுக்குப் பிறகு, அவன் விவரிக்க முடியாத ஒருவகை நோயால் பீடிக்கப்பட்டிருந்தான். அவனது மார்புக்குள்ளிருந்து ஏதோ ஒருவித தோல் கருவிகளின் ஓசை கேட்டுக்கொண்டிருந்தது.

முற்றிலும் உறக்கம் அற்றுப்போனதில் இரவுமுழுக்க பாரிஸின் ஆள்நடமாட்டமற்று வாகனங்கள் மட்டுமே இயங்கிக் கொண்டிருக்கும் சாலைகளில் அலைந்துகொண்டிருந்தான். சுரங்கப்பாதைகளில் நகரும் நகர ரயில் பெட்டி ஒன்றில் ஒரு நாள் முழுக்க பிரக்ஞையற்றுச் சுற்றிக்கொண்டிருந்த அவனது சில்லிட்ட உடலை அள்ளிக்கொண்டு மருத்துவமனைக்கு ஓடினேன். மருத்துவப் பரிசோதனையில் அவனுக்கு எந்த நோய் என்பது கண்டுபிடிக்கப்பட முடியாதபோது நான் அவனிடம் எனது அச்சத்தைத் தெரிவித்தேன். உன்னிடம் பழகுவது எனக்கு மிரட்சியூட்டுகிறது என்றேன்.

"எனக்கே என்னிடம் மிரட்சி ஏற்படுகிறது. நான் உன்னிடம் பேசிக்கொண்டிருக்கும் இந்த நொடியில் என் தலைக்குள் வேறு சிலர் பேசிக்கொண்டிருக்கிறார்கள். என்னைச் சுற்றிலும் உன்னால் பார்க்க முடியாத ஏதோ ஒன்று நிகழ்ந்துகொண்டிருக்கிறது" என்றான் அவன்.

அவளைச் சந்திப்பதற்கான அவனது வேட்கை தீராத அலைச்சலாய் மாற, எப்பொழுதோ அவளிடம் பார்த்த ஒரு கடையின் முகவரி அரைகுறையாய் நினைவுக்கு வந்தபோது அதைக் கண்டுபிடிக்க நான்கு நாள்கள் ஆனது. பாரிஸ் அடுக்கடுக்காகப் பல தளங்களில் இயங்கிக்கொண்டிருப்பதையும், இதற்குள் பல நகரங்கள் பலவிதங்களில் மறைந்திருப்பதையும் அப்பொழுது கண்டுகொண்டான். அவன் அந்தச் சிறு கடைக்குள் நுழைந்தபோது முதியவர் ஒருவர் இடதுபுற மூலையில் சிறு நாற்காலியில் உட்கார்ந்திருந்தார்.

கடைமுழுக்கப் பல வண்ணக் கற்கள் பல்வேறு வடிவங்களில் விற்பனைக்கு இருந்தன. பார்வையை நகர்த்தினான். சில கற்கள் அவன் பார்வையில் அசைவது போலத் தோன்றின. அவன் ஒரு கல்லைக் கையில் எடுத்துப் பார்த்தபோது அதன் நிறம் மாறியதைக் கண்டதும் பதட்டத்துடன் அதன் இடத்தில் வைத்தான். அதைக்

கண்ட முதியவர் சிறிது வியப்புடன் அவனை நெருங்கிவந்து நீங்கள் எந்த நாட்டைச் சார்ந்தவர் என்று கேட்க, அதைத் தெரிந்துகொள்ளத்தான் தான் அலைந்துகொண்டிருப்பதாகக் கூறினான்.

அவன் ஆர்வமுடன் பார்த்த கற்களின் நிறங்களைக் கொண்டு எதையோ யூகித்துக்கொண்ட அந்த முதியவர், நீங்கள் யாரைப் பார்க்க வேண்டும் என்று கேட்டார். அவன் தனது நடுங்கும் விரல்களை மறைத்தபடி அவளுடைய அடையாளத்தைச் சொன்னான். முதியவர் சிறிது நேரம் யோசித்துவிட்டு அவள் இங்கு வருவதுண்டு என்றும் அவளது குடியிருப்பு அனுமதிக் காலம் முடிந்துவிட்டதால் சில மாதங்களாகக் காணவில்லை என்றும் கூறினார். அவன் முகத்தில் தோன்றிய நிற மாற்றம் அவரைச் சங்கடப்படுத்தி இருக்கவேண்டும், நீங்கள் நோய் வசப்பட்டிருக்கிறீர்கள் என்றார் அந்த முதியவர். அவனால் அதற்குமேல் எதையும் மறைக்க முடியாமல், தனது இனக்குழுவின் மனிதர்களைத் தேடி அலைவதையும் தனது பூர்வ இனத்தின் நிறத்தைத் தேடிக் கலங்குவதையும் கூற, மறுநாள் அதே நேரத்திற்கு அவனை அங்கு வரச்சொன்னார் முதியவர்.

அவன் மறுநாள் சென்றபோது கடை மூடியிருந்தது. அதன் பக்கத்து வாசல் ஒற்றைக் கதவுக்கு முன் முதியவர் நின்றிருந்தார். நேற்றுபோல் இல்லாமல் அவனது இரு கைகளையும் பற்றித் தனது மார்பில் வைத்துக்கொண்டு புன்னகைத்தார். அந்த ஸ்பரிசம் அவனுக்கு மிகவும் பரிச்சயமானதாக இருந்தது. அவன் இதுவரை யாரையுமே இரு கைகளையும் பற்றித் தீண்டியதில்லை என்பதும் நினைவுக்கு வந்தது. முதியவர் சிறிய சந்து வழியாக அவனை அழைத்துச் சென்று ஓர் அறையில் உட்கார வைத்துவிட்டு மற்றொரு கதவு வழியே உள்ளே சென்றார். சுற்றிலும் பார்வை செலுத்திய அவனுக்குப் பாரிஸில் இருப்பதாகவே தோன்றவில்லை.

முதியவர் எடுத்து வந்த மண் பாத்திரத்தில் இருந்த திரவத்தை அவன் பருகியபொழுது அவனது இமைகள் படபடத்தன. உடலில் நீரோட்டத்தின் சலசலப்பு ஏற்பட்டது. விரல் நுனியில் மணலின் குறுகுறுப்பு ஏற்பட்டது. நீ வேறொரு பிரதேசத்திற்குச் செல்ல ஆயத்தமாகிவிட்டாயா என்று அவர் கேட்டபோது அவன் புதிருடன் தலையசைத்தான். அவர் பின்னால் எழுந்து நடந்தபொழுது இடைவழி ஒன்றின் கதவு திறந்து மூடப்பட, அடர்த்தியான இருட்டு. தட்டுத்தடவி முன்னே நடக்கத் தூரம்

வளர்ந்துகொண்டே சென்றது. காலம் நினைவை விட்டு மறைய ஒரு நீண்ட பயணத்திற்குப் பிறகு ஒரு மங்கிய வெளிச்சம். ஒரு குகையின் மற்றொரு வழியே வெளியேறினான். எதிரே பாறைகள். பாறைகளுக்கு நடுவே புற்கள் நிறைந்த ஒற்றையடிப் பாதை. நடந்து சென்றவன் முன், மனித சஞ்சாரம் அற்றுப்போன ஒரு சிறு நகரம். பாழடைந்த வீடுகள். சுவர்களில் கொடிகளும் காட்டுச் செடிகளும், நெளிந்து நெளிந்து சென்ற நடைபாதை வழிகளில் வட்டவட்டமான கற்கள் பாவியிருந்தன.

இடைவெளிகளில் புற்கள். ஒவ்வொரு வீடும் அவனுக்குப் பரிச்சயமானதாக இருந்தது. அங்கிருந்த மனிதர்களின் முகங்களும் பெயர்களும் அவனுக்கு ஞாபகம் வந்தன. அவன் தேடிச் சென்ற வீட்டின் முன் நின்றான். மரக்கதவு உடைந்திருந்தது. உள்ளே சென்றவன் நேராக அவளுடைய அறைக்குச் சென்றான். அவளுடைய தந்த வளையல்களும் பச்சைக்கல் பொதிந்த காதணியும் ஒரு மரப்பேழையில் இருந்தன. மூடி திறந்தே இருந்தது. அவளது வாசம் அவனைப் போதைகொள்ள வைத்தது. ஜன்னல் வழியே வெளியே பார்த்தபொழுது நகரத்தை விட்டுவிட்டு அவனது மக்கள் வெளியேறிக்கொண்டிருந்தனர்.

அவர்களில் ஒருத்தியாய் அவளும் அழுத்தமான சோகத்துடன் நடந்து சென்றுகொண்டிருந்தாள். அவன் அவர்களை நோக்கி ஓட, அவர்கள் நகருக்கு அப்பால் மலைப்பாதையில் திரும்பிப் பார்த்து இரண்டு கைகளையும் நீட்டுகிறாள். அவனால் நடக்க முடியவில்லை. கால்கள் பாறைப் பிளவொன்றில் சிக்கிக்கொள்கின்றன. வேறுசிலர் அவனுடைய தாயைப் பற்றித் தங்களுடன் அழைத்துக்கொண்டு நடந்து செல்கின்றனர். நீண்டவரிசை சிறு புள்ளியாய் மறைந்துவிடுகின்றது.

நகரத்துக்கு மேலே எண்ணற்ற பறவைகள் வட்டமிடுகின்றன. சூரியன் மேற்கில் அரைவட்டமாய்ச் சிவந்து காணப்படுகின்றது. கருத்த மேகங்கள் ஊருக்குள் புகுந்து திரள்கின்றன. மழையும் மின்னலும், அவனது காலுக்குக் கீழே பெரும் நீர்ப்பெருக்கு. எங்கோ நழுவிப் பாறைகள் செல்கின்றன. வீடுகளின் சுவர்களில் கொடிகள் பிதுங்கி வெளியே வழிகின்றன. இரவு. நட்சத்திரமற்ற வானம். கடுங்குளிர். நனைந்த தலையுடன் அவன் பின்திரும்பி வெளியே வந்தபோது முதியவர் அறையில் உட்கார்ந்திருந்தார். குளிர் அவனை நடுங்க வைக்கவே அவர் தந்த துணியைப் போர்த்திக்கொண்டான்.

உனது உடலை நீ உணர்ந்துகொண்ட பிறகு அதன் நோயைக் கண்டுகொள்ள வேண்டியது அவசியம் என்று கூறிய முதியவர் ஒரு முகவரியைக் கூறி அங்கே உள்ள குறிபார்க்கும் பெண்மணியைப் பற்றிக் கூறினார்.

மறுநாள் அந்த முகவரியைத் தேடிப் பாரிஸின் தென்பகுதிகளில் அலைந்த அவன் ஒரு மதுக்கடையைக் கண்டான். நாட்டு மதுவகைகள் விற்கும் அக்கடையில் இரண்டொருவர் சிறு மேசைமுன் நாற்காலியில் உட்கார்ந்திருந்தனர். நீண்ட மேசைக்குப் பின்புறம் இரண்டு சிறுவர்கள் நின்றபடி மதுவைக் கலக்கிக்கொண்டிருந்தனர். ஒரு சிறுமி தண்ணீரில் சொட்டுச் சொட்டாக ஏதோவொரு திரவத்தைக் கலக்கிக்கொண்டிருந்தாள். அவளிடம் அவன் குறிசொல்லும் பெண்மணியைப் பற்றிக் கேட்டதும், அவள் அவனிடம் அவனுடைய புதிய மொழியில் பேசியபடி பின்புறம் அழைத்துச் சென்றாள்.

உள் அறையில் நடுத்தர வயதுடைய ஒரு பெண் மரப் பலகையொன்றில் உட்கார்ந்தபடி பின்னல் வேலை செய்துகொண்டிருந்தாள். அவளின் அதிகப்படியான தலைமுடி முகத்தின் ஒரு பக்கத்தை மறைத்திருந்தது. பக்கத்தில் எண்ணெய் விளக்கும் சில மூலிகை வேர்களும் காய்ந்த கிழங்குகளும் இருந்தன. அவள் முன் முழந்தாளிட்டு அமர்ந்த அவன் அவளுக்கு முன்னே வைக்கப்பட்டிருந்த பாத்திரத்திலிருந்து இரண்டு கைகளாலும் அள்ளிய நீரைப் பருகினான்.

விளக்கின் சுடர் மெல்ல நிறம் மாறியபொழுது அப்பெண் கையிலிருந்த நூல் கற்றையைப் பக்கத்தில் வைத்துவிட்டு அவனது கன்னங்களில் இரு கைகளையும் வைத்துத் தன் பக்கம் நிமிர்த்தினாள். மூடிய கண்களை மெல்லத் திறந்த அவனது இமைகளிலிருந்து முதன்முறையாய் அந்தக் கண்ணீர் வெதுவெதுப்பாய்க் கன்னங்களில் பதிந்து விரலிடுக்கில் புகுந்து கீழே சொட்டியது. ஒரு கையால் அவனது நெற்றியைத் துடைத்து முடியை ஒதுக்கிய அப்பெண், விளக்கின் சுடரை ஒரு விரலில் தீண்டி அவனது புருவங்களுக்கிடையில் வைத்தபோது உடலில் அதிர்வு சிலுசிலுப்பாகப் பரவியது.

அவள் சொன்னாள், “நம்மை விட்டுக் காணாமல் போன நமது தாய்த்தேவதையின் நிறம் உனக்குத் தெரிகிறதா? அவள் இப்பூமியின் ஏதாவதொரு பகுதியில் நமது பார்வைக்குத்

தட்டுப்படாமல் மறைந்து அலைகிறாள். அவளது வெட்டப்பட்ட ஒற்றை முலை மீண்டும் வளரும் வரை அவள் தனது மக்களின் முன் தோன்றப்போவதில்லை. ஆனால் அவள் எல்லா இடத்திலும் தோன்றி மறைகிறாள். நமது பார்வைக்குத் தட்டுப்படாமல் எங்கும் நடமாடுகிறாள். அவளது காலடியோசை எப்போதாவது யாருக்காவது கேட்டு மறைந்துவிடுகிறது. நமது மண்ணை விட்டு அவள் எங்கோ தலைமறைவானபின் நாம் மொழியிழந்து, கனவிழந்து, துக்கத்தின் நோயுற்று வானமும் பூமியும் அந்நியமாகிப்போக வெற்று உடல்களாக, பணிந்துப் பதுங்கி, உடம்பில் இன்பம் உணரும் நரம்புகள் செயலிழந்து, ஒருவருக்கொருவர் அடையாளம் மறைத்து, நமது மந்திரப் பாடல்களை மறதிக்குள் தொலைத்து நமது உடம்பின் நிறம் கலைந்து எங்கெங்கெல்லாமோ சிதறி.

இது அவளது தனித்த அழுகைக் காலம். அவள் தன் மக்கள் முன் காயமுற்ற உடம்போடு தோன்றக் கூசுகிறாள். வேட்கை பெருக நெருங்கும் தன் மக்களை அவள் வாரியணைக்கும் பொழுது அவர்கள் முகம் புதைத்துச் சிலிர்க்கத் தனது ஒற்றை முலை மட்டுமே மீந்திருக்கிறது என்று கூனிக்குறுகுகிறாள். தாபமும் வேட்கையும் பிறப்பும் இறப்பும் அவளது மென்தசைக் கோளங்களுக்கிடையில் கும்மாளியிட்டுப் புதைந்த காலங்களை எண்ணி அவள் நொந்துபோகிறாள். காயம்பட்ட அவள் அங்குமிங்கும் தோன்றித்தோன்றி மீண்டும் மறைகிறாள். அவளது ஒவ்வொரு விசும்பலும் இப்பூமியைக் கருக்கக் காத்திருக்கின்றது. தனது மக்கள் சிதறி சின்னாபின்னப்பட்டு அனாதைகளாய் அலைவதை அவள் அதிக நாள் பார்த்துக்கொண்டிருக்க மாட்டாள். மீண்டும் முளைத்த முலையில் பால்கனக்க அவள் தனது மண்ணை நோக்கி, தான் விட்டுச்சென்ற கானகத்தை நோக்கி வருவாள். தூரதூர தேசங்களில் கலைந்து கிடக்கும் தனது மக்களையெல்லாம் அவள் திரும்பவும் தனது மடிநோக்கி அழைத்துக்கொள்வாள். தனது மக்களின் மீள் வருகையைக் கொண்டாட மலைமீதிருந்து தனது மார்பைக் கசக்கிப் பாலை மழையாய்ப் பீய்ச்சியடிப்பாள். ஆயிரமாயிரமாய்ப் பெண்ரூபம்கொண்டு அனைவரையும் தழுவிப் போகிப்பாள். தனது மேனியின் பச்சைச் சுடர் வானத்தையும் பூமியையும் சூழ்ந்து குமைய அவள் தத்தத் தகதகத் தத்தகத் தகவெனக் கூத்திடுவாள். மீண்டும் அவள் நமது மலைகளின் சுனைகளில் நீராடித் தனது கூந்தலின் நீரைப் பூமி முழுக்க வீசியடிப்பாள்."

அவனது உடம்பின் திசுக்கள் கிளர்ந்து ஆதியினமொன்றின் தாளத்திற்கேற்பத் துடிக்கத் தொடங்கின. அவனைச் சுற்றி கிரக விளிம்புகள் தோன்றி மறைய அறை முழுவதும் பச்சைச் சுடர்கள்.

குறிசொல்லும் பெண்ணின் கனத்த மார்புகளில் புதைந்து விசும்பிய அவன் முகம் பால் கசிவில் ஈரமானது. உனது நோய் பால் மறப்பில் ஏற்பட்ட உடல் வறட்சியாகும். நீர் வற்றியதால் ஏற்படும் உடல் சுருக்கம். நமது தாய்த் தேவதையின் நிழலைக் கனவில் காண்பதற்கான சடங்குகள் தெரிந்த வேறொரு பெண்ணிடம் சென்றுதான் உனது நோய்க்கான நிவாரணத்தைப் பெற முடியும் என்று கூறிய அப்பெண் அவனுக்கு வேறொரு முகவரியையும் பார்க்கவேண்டிய நாளையும் தெரிவித்து அனுப்பினாள்.

அவனது இனம் ஒரு வினோதமான தொடர் நோயினால் அழிந்து போனதாகச் சில இனவியல் ஆய்வாளர்கள் எழுதியிருப்பவற்றை நான் தேடிப் படித்துப் படியெடுத்துக் கொடுத்த சில நாள்களுக்குப்பின் அவன் அந்த முகவரியைத் தேடிக் கண்டுபிடித்தான்.

மூன்று முறை அவனைச் சந்திக்க மறுத்த அந்த மூதாட்டி, நான்காவது முறை அவன் காணிக்கையாக எடுத்துச்சென்ற சில வேர்களையும் கற்களையும் பார்த்து, அவன் அவளிடம் கூறியவற்றையெல்லாம் நிதானமாகக் கேட்டதாக அவன் கூறினான்.

அந்த மூதாட்டிக்குச் சுமார் 140 வயதிருக்கலாம் என்பதை அவளுடைய நினைவுகளைக் கூறியதிலிருந்தும் அவள் சந்தித்த சில வரலாற்றுச் சம்பவங்களை வைத்தும் அவன் யூகித்து அறிந்தான். பல்வேறு நாடுகளில் சட்டத்திற்குப் புறம்பாக வெவ்வேறு காலங்களில் வாழ்ந்து அலைகழிக்கப்பட்ட அந்த மூதாட்டி தனது 80வது வயதில் சில அபூர்வமான சக்திகளைப் பெற்றதாகவும், அதில் ஒன்று: தன்னை எவ்வளவு குரோதத்துடன் அணுகும் யாரொருவரையும் பேச்சற்றுப் பணிய வைக்கும் ஒரு வசிய சக்தி. மற்றொன்று: பிறரின் பார்வைக்குத் தட்டுப்படாமல் பல பருவங்கள் இருக்கும் உத்தி. அதனை அவன் தெரிந்து கொண்டபோது, அதை நம்பியே ஆகவேண்டும் என்று தான் உணர்ந்ததாகவும் அவன் குறிப்பிட்டான்.

அந்த மூதாட்டியின் சடங்கு அறைக்குள் நுழைந்த அன்று அதுவரை தான் உணர்ந்திராத ஓர் அச்சத்தை அனுபவித்ததாகவும்

சில நிமிடங்களுக்குப் பிறகு தனது உடலில் வெகுநாள்களாக இருந்த சில வலிகள் முற்றிலும் மறைந்துவிட்டதாகவும் அவன் தெரிவித்திருக்கிறான்.

கொல்லப்பட்டதாகக் கூறப்படும் தனது தாய்த் தேவதை உண்மையில் பதுங்கி வாழ்வதாகவும் அவள் இங்குமங்குமாக எப்போதாவது காணக்கிடைப்பதாகவும் அம்மூதாட்டி கூறினாள். மலைகளுக்கிடையில் உள்ள சமவெளிகளில் அதிசய அழகுடன் அசையும் பச்சைநிறப் பறவைகள் அங்கே வட்டமிட்டு மலைகளுக்கப்பால் மறையும்போது அவள் தனது கூந்தல் சிலுசிலுக்க மிதந்து மறைவாள். அவளது நிழலை எப்போதாவது கண்டுவிடுபவர்கள் பேச்சற்ற பயங்கர விழிப்பும் தூக்கம் கலந்த ஒரு நிலைக்குத்தலும் அடைந்து நாளடைவில் அவளுடைய பதுங்கிடம் தேடிப் பித்துக்கொண்டு அலைய நேர்வதும் உண்டு எனக் கூறினாள்.

தனது பூர்வீகக் கானகத்திலிருந்து கொண்டுவரப்பட்ட சிலவகை எண்ணெய்களை வெவ்வேறு மண் விளக்குகளில் ஊற்றி ஏற்றப்பட்ட சுடர்களின் ஒளியில் அம்மூதாட்டி ஓர் ஒளிப்பிழம்பு போலத் தோன்றினாள். வெவ்வேறு நிறங்களில் அச்சுடர்கள் இருந்தபோதும் அவை, சூழலில் கலந்து வெளிச்சமாகும் பொழுது பசுமை நிறமே தோன்ற, அவள் முகம் தொன்மையான ஒரு முகமூடி போலக் காட்சியளித்தது.

பக்கத்து அறையிலிருந்து சில பூக்களை எடுத்துவந்து வைத்துவிட்டு மூதாட்டிக்கு வலப்புறம் மண்டியிட்டு அமர்ந்த ஒரு சிறுமி அவனை உற்றுப் பார்த்தபோது அதுவரை தான் பாத்திராத அவ்வளவு கருமையான பெரிய விழிகள் அவனைத் திகைப்படைய வைத்தன.

பக்கத்துக் கதவைத் திறந்துகொண்டு தான் தேடிக்கொண்டிருந்த அவள் வந்ததைப் பார்த்துச் சில கணங்கள் உடல் நடுங்க நின்றான். தன்னை மரணவாதைக்குத் தள்ளிய அவள் அவனைப் பார்த்ததாகவே காட்டிக்கொள்ளவில்லை. அவள் கொண்டுவந்த மண் பாத்திரத்தில் தெளிவான தண்ணீர் இருந்தது. அதை அந்த மூதாட்டிக்கு முன்னிருந்த முக்காலி மீது வைத்துவிட்டு இடப்புறமாக அவள் நின்றுகொண்டாள். மூதாட்டி அவனை நிமிர்ந்து பார்த்தபொழுது அவன் அவளுக்கு நேராக மண்டியிட்டு அமர்ந்தான்.

அவன் தலையில் கைவைத்து ஒரு விரலால் முடியை மெல்லக் கோதியபடி அம்மூதாட்டி அவனிடம் மெல்லிய குரலில் பேசினாள். 'தண்ணீரைப் பார், என்ன தெரிகிறது' என்று கேட்டாள். ஒன்றுமில்லை என்று கூறிய அவனிடம் 'நன்றாகப் பார், நமது காட்டில் அழிந்து போன மரங்கள் அங்கே அசைந்து கொண்டிருப்பதைப் பார்' என்றாள். அவனைச் சுற்றிலும் எரிந்துகொண்டிருந்த சுடர்களின் வெளிச்சம் அவன் முகத்தில் உக்கிரமாகப் படிய, கண்களை ஏதோ மயக்கம் கவ்வ தலை சுற்றித் தடுமாறிய அவன் அந்த நீரில் விழுந்ததைப் போல உணர்ந்தான்.

குளுமை உடலைக் கவ்வியது. இரவு. நீந்திக் கரை சேர்ந்து புல் மூடிய பாறை ஒன்றின் மீது ஏறி நின்று தனது ஊரைப் பார்த்தான். சிறு மேளங்களின் காட்டமான துள்ளல் இசை அங்கிருந்து ஒலித்துக்கொண்டிருந்தது. தாமதித்துவிட்டதன் பரபரப்புடன் அவன் ஊரை அடைந்தபொழுது எல்லோரும் கூட்டமாக மலைப்பாதையில் நடந்துகொண்டிருந்தனர்.

வெவ்வேறு இசைக் கருவிகளின் ஓசை. ஒவ்வொரு உடலிலும் துள்ளலும் ஆட்டமும். பெண்களும் ஆண்களுமாய் இருபுறமும். சிலர் விளக்குச் சுடர்கள் அணையாவண்ணம் ஏந்தியபடி நடந்து வந்தனர். அவன் சிறுவர்களுடன் இணைந்துகொண்டான். கூட்டம் நகர்ந்து இன்னொரு சமவெளியை அடைந்தபொழுது அங்கிருந்த சிறு நகரம் போன்ற வேறு ஊரிலிருந்தும் அதேபோல் கூட்டம். வெவ்வேறு பகுதிகளிலிருந்தும் கொஞ்சம் கொஞ்சமாய் ஊர் ஊராகச் சேர்ந்ததில் கண்ணுக்கெட்டிய தூரம் வரை மக்கள். அவன் முதல்முறையாக அந்தப் பௌர்ணமிக் கூட்டத்தைப் பார்க்கிறான்.

பன்னிரண்டு ஆண்டுகளுக்கொருமுறை வரும் அந்த முழு நிலாக் களியாட்டம். எல்லோரும் மலையின் வேறு பகுதி நோக்கிச் சென்றுகொண்டிருந்தனர். வெவ்வேறு ஊர்களாக அவனது இனத்தைச் சேர்ந்தவர்கள் குடியிருப்பதை அவன் பலமுறை பார்த்திருக்கிறான். ஆனால், எல்லோரும் ஒரு நாளில் ஒரே இடத்தில். இனம்புரியாத ஒரு துடிப்பு. எத்தனை என்று அறிய முடியாத தீபங்களும் இசைக் கருவிகளும் முகமூடிகளும் தாய்த்தேவதையின் பாறைத்தோட்டம் நோக்கி. குலவை ஓசை; துடிப்பு. வட்டவட்டமாய் ஆண்களும் பெண்களும். அதைப் பற்றி அவன் கதை கதையாய்க் கேட்டிருக்கிறான்.

ஒரே ஊரைச் சார்ந்த இருவர் அந்த நாளில் கைகோக்கவே கூடாது என்று விதிமுறை. வட்ட நடனம், ஆட்டம். புதிய முகங்களில் வெட்கப்படும் விழிகள். சில விரல்களில் நடுக்கம். ஏதோ மர்மமான நெடி ஒன்று பரவ எல்லோரும் செங்குத்தாக நிற்கும் இரு நெடும் பாறைகளை நோக்க அவற்றின் நடுவில் முழு நிலவு, மஞ்சள் செம்மை. பார்க்க விழியே போதாத பெருவட்டம். இசை நின்று கனமான நிசப்தம். மூச்சொலிகூடக் கேட்காத அமைதி. இமைக்காத உற்று நோக்கல். திடீரென ஒற்றைத் தாளம் எழ எல்லா இசைக் கருவிகளும் ஓசை எழுப்பின. பாறைக்குப் பின்னிருந்து பெரும் பச்சைப் பறவை ஒன்று, அதுவரை பார்த்திராத பறவை, தழைத்துப் புதர்ந்த மரமென மெல்ல மிதந்து நிலவை நோக்கி எழுகிறது. விரிந்த சிறகுகள் நிலவைப் பாதியாகப் பிரிக்கின்றன. குறுக்காகக் கடந்து சில கணங்களில் புள்ளியாக மறைந்துவிடுகின்றன.

தாளம் மாறிய இசை, இளம் பெண்களும் ஆண்களும் மட்டும் இருவர் இருவராய்க் கைகோத்துப் பின் கூட்டம் கூட்டமாய் ஆடி மெல்லப் பிரிந்து மறைவிடம் நோக்கிச் செல்ல, இனம்புரியாத தவிப்புடன் அவன் தன் வயதுக்கொத்த சிறுவர்கள் விளையாடிக் கொண்டிருப்பதைப் பார்க்கிறான். தூரமாகச் சிறுமிகள். அவர்களை நோக்கிச் சென்ற அவன், அடர்த்தியான தலைமுடியும் பெரிய பெரிய கண்களுமுடைய ஒரு சிறுமியின் மீது கைநிறைய பூக்களை அள்ளி வீசுகிறான். தன் இடுப்பாடை வட்டமாய் விரிய சுற்றும் விளையாட்டு விளையாடிக்கொண்டிருந்த அவள் திடீரென நிற்கிறாள். வளர்ந்த பெண்களுக்கு இளைஞர்கள் தருவதுபோல் காட்டுக்கொடியால் செய்த வளையம் ஒன்றை அவள் தலையில் அவன் சூட்டிவிட, சுற்றி நின்ற சிறுமிகள் சிரித்துக் கேலிசெய்ய அதன் அர்த்தம் தாமதமாகப் புரிந்த அவள் தாளமுடியாத வெட்கத்திலும் கூச்சத்திலும் அவனைப் பார்த்துவிட்டுக் கைகளால் முகம் மறைத்து கூட்டத்தை விட்டு விலகி ஓடுகிறாள். அவன் அவளைத் தொடர்ந்து ஓட மேலும் கேலியும் சிரிப்பும். ஒரு மரத்திற்குப் பின் செல்கிறான். சில்லிட்ட அவள் கைகளைப் பற்றி விழிகளைப் பார்க்கிறான், அச்சம். அவள் எச்சிலைக் கூட்டி விழுங்கிக்கொள்கிறாள்.

சற்றுத் தள்ளி சிறு சலசலப்பு. நிலவொளியில் ஓர் இளம் பெண்ணும் ஆணும். அவன் அவர்களைப் பார்க்க மேலும் வெட்கமும் பயமும் கூச்சமும். அவன் அவளது கைகளைப் பற்றியபடியே உதட்டில் முத்தமிடுகிறான். உடல் முழுக்க அருவியின் புரிபிரிந்த

செங்குத்துத் தாக்கம். விழி முழுக்கத் தேனீக்களின் சிலீரென்ற கலைவு. சில கணங்கள் விக்கித்து நின்றவள் சட்டெனக் கைகளை உதறிக்கொண்டு ஓடத் தொடங்குகிறாள். அவள் பின்னே அவன். அவள் மனிதர்கள் இல்லாத பாதையில் மரங்களுக்கிடையே ஓட அவன் துரத்திச்செல்கிறான். அவன் பார்வையிலிருந்து தூரந்தூரமாய் அவள். அவனும் விடாமல் காடும் சமவெளியும் தாண்டி ஓடுகிறான். செங்குத்துப் பாறை மீது நின்ற அவள் அவன் நெருங்குவதைத் திரும்பிப் பார்த்து மேலிருந்து குதிக்கிறாள். உடல் ஒருமுறை உள்ளுக்குள் கலங்கி உறைய, பாறை மீது வந்து பார்க்கிறான். அதுவரை அவன் பார்த்திராத சுனை. ஒரு மறு உயிர்ப்புப் பெருமூச்சு. அவள் குதித்து உள் மூழ்கியதில் வளைய வளையமாய் அலைகள். அவள் மேலெழுந்து தலையை வெளியெடுத்து நீர்க்கூந்தலை விசிறியபொழுது துளித்தூவல்கள் முகம் முழுக்கச் சிலீரிட்டு மண் பாத்திரத்தின் நீர் வளைய வளையமாய் அலைந்துகொண்டிருப்பதைப் பார்த்தபொழுது அவன் நாக்கு உலர்ந்து உள்ளுக்குள் ஒட்டிக்கொண்டது.

தன் தோழியின் நிழல் பக்கத்தில் அசைவதைக் கண்ட அவன் உற்றுப் பார்த்தபொழுது நிழலின் விளிம்புகள் பச்சைக் கோடுகளாய் இருந்தன. அவளது நிழலில் பச்சை ஒலி நரம்புகள் மெல்ல நெளிந்து ஒரு காற்றலையாக மாற பசுமை வெளி. சிவப்புச் சிறு பூக்கள். அதனூடாகப் பச்சைப் பறவை ஒன்று மிதந்து காட்சியை விட்டு மறைகிறது.

அவன் கண்களில் நீர்க்கோத்து வழிய அவள் முகத்தைப் பார்க்கிறான். விழிகள் பச்சையாகச் சுடர அவள் முதல் முறையாக மோகத்தின் வசீகரப் புன்னகையுடன் அவனை உற்று நோக்குகிறாள். அவர்களைச் சுற்றி எரியும் நிறச்சுடர்களை மட்டும் விட்டுவிட்டு மூதாட்டியும் சிறுமியும் பின்கதவு வழியே வெளியேறுகிறார்கள். தனது உடலில் அந்நிறச் சுடர்கள் நிகழ்த்தும் விபரீத உள்மாற்றங்களை அவன் கவனித்துக்கொண்டிருக்க, சிறுமி கதவுக்குப் பின்னிருந்து அவளை எட்டிப்பார்த்துத் தலையசைத்துச் சிரிக்க; அவளோ உதடுகள் குவியத் தனக்குள் வெட்கத்துடன் சிரித்துக்கொள்கிறாள்.

●

அவனுடைய செயலியக்கம் ஒவ்வொன்றும் மாறிக்கொண்டு வந்தபோது, விபரீதம் என்று கவனித்துக்கொண்டுவந்த என்னை

அவனுடைய அபூர்வமான சில சக்திகள் அதிசயப்படவைத்ததுடன் அனைத்தையும் நம்பவும் வைத்தன. எனது இயந்திரவாத அறிவு ஏற்கெனவே பல கொடூரமான அனுபவங்களால் ஆட்டங்கண்டு இருந்தபோது அவனுடைய இனம் பற்றிய ஒவ்வொரு கதையும் என்னை வேறுவேறு உலகங்களின் இருப்பு பற்றியும் எல்லாவற்றையும் அடக்கும் ஒற்றை அறிவு என்பது இருக்கமுடியாது என்பது பற்றியும் சிந்திக்க வைத்தது. இனவியல் ஆய்வாளர்களால் புரிந்துகொள்ள முடியாத தமது இனத்தின் கதையை அவனது இனக்குழுவைச் சேர்ந்த ஒவ்வொருவரும் அவனுக்குக் கூறிக்கொண்டிருந்தனர்.

அவன் தனது இனக்குழுவின் தாய்த்தேவதை பற்றி முழுமையாக அறிந்து வெவ்வேறு நாடுகளில் உள்ள தனது இனக்குழுவின் மனிதர்களுக்குக் கூறவேண்டும் என்றும், தனது இனக்குழு அழிந்துபோனதாகவும் இப்பொழுது உள்ளது ஒரு தேசத்தைச் சார்ந்த பேரினம் ஒன்றின் பகுதி என்றும் கூறப்படுவதை மறுத்து ஆய்வு ஒன்றை எழுத வேண்டும் என்றும் திட்டமிட்டு அதற்கான ஆயத்தப் பணிகளில் ஈடுபட்ட தருணம், அவனது வாழ்க்கையில் மிகவும் சிலிர்ப்பு நிரம்பியதாகவும் அதிசயம் நிரம்பியதாகவும் இருந்தது.

அவளுக்காகத் தனது முதலும் கடைசியுமான காதல் கவிதையை அவன் எழுதி முடித்திருந்தான். உன்னிடம் இப்பொழுது கூறுவதற்கு எனக்குத் தயக்கமில்லை. நான் நிச்சயிக்கப்பட்ட ஒரு மரணத்தை அப்பொழுது எதிர்நோக்கி இருந்தேன். அந்த நோய் எனக்கு உள்ளது என்பது உறுதியாகி இரண்டு ஆண்டுகள் கடந்து போயிருந்தன. அவனிடம் அது பற்றி நேரடியாகக் கூறி அவனைத் துயரத்தில் ஆழ்த்தக்கூடாது என்றும், ஒரு குறிப்பிட்ட கட்டத்தில் தற்கொலை செய்துகொண்டு எனது இறப்பை எதிர்பாராததாக மாற்றிவிட வேண்டும் என்றும் முடிவு செய்திருந்தேன். ஆனால், ஒரு நாள் அதிகாலை எனது அறைக்கு எதிர்பாராமல் வந்த அவன் சிறிது நேர இறுக்கமான மௌனத்திற்குப் பிறகு, ஏன் என்னிடம் அதை மறைத்தாய் என்று கேட்டது என்னைத் திடுக்கிட வைத்தது. எதை என்றேன். அவன் கனவில் அதைப் பற்றித் தெரிந்து கொண்டதாகக் கூறியபொழுது, வேறென்ன செய்வது என்றேன். எங்கள் தாய்த்தேவதையை நீ நம்புகிறாயா என்றான். நான் மௌனமாக இருந்தேன். எமது பூர்வ மண்ணையும் ஆதி இனத்தையும் நீ நம்புகிறாயா என்றான். நிதானமாக யோசித்து

என்னிடம் வந்து சொல் என்றவன் போய்விட்டான். நம்பியவை அனைத்தும் சிதறிவிட்ட உலகில் புதிதாக நம்புவதற்கு நாம்தான் எதையாவது உருவாக்கிக்கொள்ள வேண்டும் என்று முன்பு ஒருமுறை நாங்கள் பேசிக்கொண்டிருந்தது நினைவுக்கு வந்தது.

நம்பித்தான் ஆகவேண்டியிருக்கிறது. அவன் என் நோயை முற்றிலுமாகக் குணப்படுத்தினான். அவன் அதற்கு எடுத்துக்கொண்ட நாள்கள் நாற்பத்தியெட்டு. சிலவகை நிறக் கற்களைக் கொண்டும் அவனது மொழியின் சில எழுத்துகளைக் கொண்டும் என்னை மட்டுமல்ல எனது பிரியத்திற்குரிய நண்பனான மூாக் வில்லாரையும் குணப்படுத்தினான். மூாக் அவனுக்காக எதையும் செய்யத் தயாராக மாறியது அந்த நிகழ்ச்சிக்குப் பிறகுதான். அவனது நிறத்திலிருந்து அவன் சார்ந்த ஒவ்வொன்றையும் சிறிது அந்நியமாகப் பார்த்துவந்த மூாக், அவனைப் பற்றிய சிறு செய்தியையும் நம்ப மறுத்த மூாக், தனது புதுப்பிக்கப்பட்ட உடம்புடன் அவன்முன் ஒரு பிரார்த்தனைப் பாடலைப் போலச் சரணடைந்து கிடந்தான். அவனுக்கும் அவளுக்கும் மாற்றுப் பெயர்களில் பிரச்சினைகள் அற்ற வேறு பகுதிக்குச் செல்லக் குடியுரிமைத் தாள்கள் பெற்றுத்தர அதன் பொருட்டே மூாக் ஒப்புக்கொண்டான். ஆனால் அதற்குள்ளாக இவன் கொல்லப்பட்டதை என்னால் நம்பமுடியவில்லை. வேறு ஏதோ நடந்திருக்க வேண்டும் என்று நினைக்கிறேன். வேறென்ன நடந்திருக்க முடியும். அவன்தான் கொல்லப்பட்டுவிட்டானே!

தமது இனக்குழுவின் ஒவ்வொருவரும் தமது தொலைந்து போன தாய்த்தேவதையைத் தேடும்பொழுது, தமது மறந்துபோன ஆதிப் பாடல்களை முணுமுணுக்கும்பொழுதும், உலகின் வெவ்வேறு பகுதிகளில் சிதறிக் கிடந்தாலும் தமது தொல்நகரின் மந்திரச் சடங்குகளை நிகழ்த்தும் பொழுதும் தாய்த்தேவதை தமது மண்ணில் மீண்டும் உலவுவாள். சிதறிக் கிடக்கும் அழிந்து போனதாக நம்பப்படும் தனது மக்களைத் தனது கானகத்தில் மீண்டும் கொண்டு சேர்ப்பாள் என்று முதியவர் ஒருவர் சொன்னதை அவனுடன் இருக்கும்பொழுது நானும் கேட்டிருக்கிறேன்.

ஆனால் உலக அரசியல் சூழல் என்னென்னவாகவோ மாறிக்கொண்டிருக்கும் நிலையில் அவர்கள் என்னவாவார்கள் என்பது எனக்குத் தெரியவில்லை. எனது தேசத்திலிருந்தே சமீபத்தில் அவனது இனத்தைச் சேர்ந்த முன்னூறு பேர் சட்டவிரோதமாகக் குடியேறினார்கள் என்று வெளியேற்றப்பட்டார்கள். அவர்களைப்

பற்றிய செய்தி பிறகு எனக்குக் கிடைக்கவில்லை. அவளும்கூட அதே போல் எங்கோ அனுப்பப்பட்டுவிட்டாள். அதைப் போல இன்னும் சிலர், நாளை. உனக்கு இதைப்பற்றி ஏன் நான் கூற வேண்டும்? நீ அந்தப் பிரதேசத்தை உள்ளடக்கிய நாட்டைச் சார்ந்தவள் என்பதால், என்னைவிட உன்னால் இதை உணர்ந்துகொள்ள முடியும் என்பதால் ஒரு சமயம் நீயேகூட அந்தத் தாய்த்தேவதையைத் தேடமுடியும் என்பதால். எப்படியானாலும் அந்நியனான எனது பார்வைக்கு அவள் தட்டுப்படவே போவதில்லை என்பதால் உனக்கு இதைச் சொல்கிறேன். உனது பூர்வ நிறத்தையும் பூர்வ இறையையும் நன்றாக நினைவுபடுத்திப் பார்; ஏதாவது தட்டுப்படுகிறதா என்று.

அவன் ஓர் உளவாளி என்று உங்கள் நாட்டைச் சேர்ந்த அரசியல் இயக்கம் கொலை செய்திருக்கிறது. அவர்களைப் பொறுத்தவரை அது நியாயமாகக்கூட இருக்கலாம். உலக வரலாற்று ஆசிரியர்கள் கூறுவது போல அவனது இனக்குழு முற்றிலும் தானாக அழிந்து போய்விட்டது என்பதை அந்தப் போராளிகள்கூட நம்பலாம். அவனும் அவனைச் சார்ந்தவர்களும் ஏதோ ரகசியத் திட்டம் ஒன்றுடன் தமது தாயகத்தின் வரலாற்றைக் குழப்புவதாகத் தோன்றியிருக்கலாம். ஆனால், அவன் மிகத் தெளிவாக என்னிடம் கூறியிருக்கிறான்; அவனது இனக்குழு தானாக அழியவில்லை, திட்டமிட்டு அழிக்கப்பட்டது. அதேசமயம் இனக்குழு அழிந்தாலும் முகமூடியுடன் உலவும் தனது இனத்தின் மனிதர்கள் அங்குமிங்குமாய் இருக்கிறார்கள் என்று.

அந்த நிலப்பகுதிக்கு வெளியிலிருந்து சிலர் வந்தபோது அந்த மக்கள் அவர்களைச் சந்தேகிக்கவில்லை. ஏனெனில், அவர்கள் ஆயுதமற்றவர்களாக இருந்தார்கள். அவர்களிடம் சில படங்கள் மட்டும் இருந்தன. அவர்களை முற்றிலும் ஏற்றுக்கொள்ளவில்லை என்றாலும் அவர்களை வெளியேற்ற வேண்டுமென்று இனமக்கள் நினைக்கவில்லை. ஆனால் அவர்களின் தாய்த்தேவதைக்குப் பூசை செய்யவென ஊருக்கு ஒருவராக நியமிக்கப்பட்டிருந்த மருத்துவம் தெரிந்த பெண்கள் மட்டும் அந்நியர்களைச் சந்தேகித்தார்கள். அவர்கள் தாய்த்தேவதையின் பாறைத் தோட்டத்திற்குள் உலவ வருவது ஏதோ அபாயத்தின் அறிகுறி என்று தத்தமது ஊர் மக்களிடம் கூறியே வந்தார்கள். அப்பெண்கள் ஒவ்வொருவராய் மர்மமான முறையில் விஷம்பாரித்து இறந்த போதும் இனமக்கள்

புதிதாக வந்தவர்களைச் சந்தேகிக்கவில்லை. அவர்கள் எந்த இடையூறும் செய்யாதிருந்தார்கள் என்பதுடன் தங்கள் மொழியைக் கற்றுக்கொண்டு அவர்களுக்குப் புதிய பாடல்களைத் தந்தார்கள் என்பதும் அதற்குக் காரணமாக இருக்கலாம்.

அவர்களின் புதிய பாடல்களில் தமது தாய்த் தேவதை ஒரு ஆண் தேவனுக்காக ஏங்குவதாகவும், அத்தேவன் மலைத்தொடர்களைக் கடந்த ஒரு பிரதேசத்தைச் சேர்ந்தவனாக இருக்கலாம் என்ற செய்தியும் இருந்தது. இது எப்படி யாரால் புகுத்தப்பட்டது என்று தெரியாத போதும் அது புழக்கத்திற்கு வந்துவிட்டிருந்தது. நாளடைவில் அவர்களின் தாய்த்தேவதை பற்றிய வதந்திகளும் இப்பாடல்களின் வாயிலாகப் பரவத் தொடங்கின. தாய்த்தேவதை அதிகமாக ஊர்ப் பகுதிகளிலும் தோட்டப் பகுதிகளிலும் தோன்றாததற்கு, இனமக்கள் அவளுக்காகத் தரும் காளான்கள் சில பருவங்களாகக் கிடைக்காததுதான் காரணம் என்று சிலர் கூற, புதிய பாடல்களோ அவள் தனது காதல் தேவனைத் தேடி மலை கடந்து சென்றுவிடுவதுதான் காரணம் என்று கூறின.

புதிதாக வந்தவர்களோ அப்பிரதேசத்தின் மிக அபூர்வமான பொருள்கள் பலவற்றைச் சேகரித்துத் தங்களில் சிலரை மட்டும் அவற்றுடன் வேற்றுப் பகுதிகளுக்கு அனுப்பி வைத்தார்கள். தாய்த் தேவதை அங்குமிங்குமாய்க் கனவில் தோன்றித் தனது கானகத்தைப் பாதுகாக்கும்படி கூறியபோது இனக்குழுவினரோ ஏதும் புரியாமலேயே இருந்தனர். காளான்கள் முற்றிலும் அழிந்துபோனபோது அவர்கள் கூறிவந்த தமது தொல்கதைகளையும் நாளடைவில் மறந்துபோனார்கள். மறதியும் சொல் மாறாட்டமும் அவர்களின் கதைகளையும் பாடல்களையும் அர்த்தம் மாற்றிக்கொண்டிருந்தன. ஒருநாள் விடியலில் காட்டிற்குச் சென்ற பெண்மக்கள் பயத்துடன் ஓடிவந்து ஊராரிடம் தாங்கள் பார்த்ததைக்கூற, இனமக்கள் சென்று பார்த்தபோது வேற்று இனத்தினர் கூட்டம் ஒன்று மரங்களை வெட்டிக்கொண்டிருந்தது.

இனமக்களோ தமது தாய்த் தேவதையின் துகில் காயும் அம்மரங்கள் வெட்டப்படுவதைக் கண்டு வெகுண்டெழுந்து தமது தாய்த் தேவதையின் பெயரைச் சொல்லியபடி கூட்டமாய்க் குலவையிட, தமது ஆயுதங்கள் பற்றி எரிவதைக் கண்ட வேற்றுக் நிறத்தினர் மரங்களை விட்டுவிட்டு ஓடித் தப்பித்தனர்.

மீண்டும் சில நாள்களுக்குப் பிறகு வேறொரு கூட்டத்தினர் காட்டிலுள்ள விலங்குகளை வேட்டையாடுவதைச் சிறுவர்கள் வந்து சொல்லக் கேட்ட இனமக்கள், தமது தாய்த்தேவதையின் விளையாட்டுத் துணைவர்களும் அவள் இரவில் உறங்கும்போது காவல் செய்யும் ஏவலர்களும் கொல்லப்படுவதைக் கண்டு கோபமுற்றுத் தமது அத்தனை இசைக் கருவிகளையும் எடுத்து வந்து மலை எங்கும் நின்று இசைக்க, அந்த வேட்டையாடிகள் நாசி வழியாகவும் காது வழியாகவும் ரத்தம் கசிய மயங்கி விழுந்தனர்.

வெளியிலிருந்து வந்தவர்களோ தங்கள் மொழியிலும் இனமக்கள் மொழியிலும் பாடல்களையும் கதைகளையும் உருவாக்கிக்கொண்டே இருந்தார்கள். அவர்களில் இப்பொழுது புதியவர்களும் வந்து சேர்வதும் திடீரெனக் காணாமல் போய்த் திரும்பி வருவதுமாக இருந்தனர். இனமக்களைப் பற்றி ஒவ்வொரு செய்தியையும் அவர்களில் சிலர் நாள் முழுக்க உட்கார்ந்து ஏடுகளில் எழுதிக்கொண்டே இருந்தார்கள். ஏடுகளைச் சிலர் இரவோடு இரவாக வெளிநாடுகளுக்கு எடுத்துச் சென்றபடியும் இருந்தனர். தாய்த்தேவதையின் பாறைத் தோட்டத்தை ஒட்டிய குகைகளுக்கு அருகிலும் அவர்கள் தங்களின் வசிப்பிடங்களை அமைத்துக்கொண்டார்கள். அவர்களில் சிலர் பகல் நேரங்களில் இனமக்களிடம் புதிய சொற்களைப் பரப்பினார்கள். அவர்களைச் சுற்றியிருந்த ஒவ்வொரு பொருளுக்கும் வெவ்வேறு பெயரை அவர்களிடம் பரப்பினார்கள். அவற்றின் இசை நயம் தாய்த்தேவதைக்கு உவப்பாக இருக்கும் என்றும் நம்பினார்கள்.

மீண்டும் ஒரு மழைப் பருவத்தில் வேறொரு கூட்டத்தினர் அந்தப் பகுதியில் காணப்படும் பல நிறக் கற்களைச் சேகரித்துக்கொண்டிருப்பதை ஆடு மேய்க்கும் சிறுவர்கள் ஊருக்குள் வந்துகூற; தமது தாய்த்தேவதை உறங்கும் பொழுது அவளைச் சுற்றி ஒளிவீசுவதற்காக இருக்கும் அந்தக் கற்களைத் தாங்களே தொடாதபொழுது வேற்றுக் கூட்டத்தினர் உடைத்துப் பெரிய பெட்டிகளில் நிரப்பிக்கொண்டிருப்பதைக் கண்டு ஆத்திரமுற்று மலைச்சரிவுகளில் பூத்திருந்த பூக்களை ஒவ்வொருவரும் கைநிறைய பறித்து ஒரே சமயத்தில் தூரல் விழுந்துகொண்டிருந்த வானத்தில் தோன்றிய வானவில்லை நோக்கிவீச, மலை மீதிருந்து புறப்பட்ட மின்னலொன்று வேற்றுக் கூட்டத்தினரைத் தாக்கியதில், கண்கள் குருடாகி ஓலமெழுப்பினர். புதிதாக வந்தவர்களின் குடியேற்றத்திற்குப் பிறகே இவையெல்லாம்

நடப்பதைப் பற்றிக் கூறிய இனமக்களின் கதைப்பாடல் பாடும் முதியவர் ஒருவர் விதை பொறுக்கக் காட்டிற்குச் சென்ற போது காட்டு விலங்கு தாக்கி இறந்துவிட்டதாக ஊருக்குள் செய்தி பரவியது. இறப்பின் காலம் முன்கூட்டியே உணர்த்தப்படும் தம் மக்கள் இப்பொழுதெல்லாம் எதிர்பாராமல் இறப்பதைப் பற்றி இனமக்கள் ஏனோ சந்தேகப்படவில்லை.

இந்த முறை வந்த வேற்றுக் கூட்டத்தினர் முன்பு வந்தவர்கள் போல இல்லை. பெரும் எண்ணிக்கையில் நிறைய ஆயுதங்களுடன் பல்வேறு பகுதியில் பாறைகளுக்கு நடுவில் தங்குமிடமமைத்துப் பட்டாளமாக இருந்தார்கள். அவர்கள் முன்பே அங்கிருந்த புதிதாக வந்தவர்களை ரகசியமாகச் சந்தித்துப் பேசினார்கள்.

இவர்கள் தாய்த்தேவதையுடன் தொடர்புடையதாகக் கருதப்பட்ட எதையும் முதலில் அணுகாமல் மலையின் வெவ்வேறு இடங்களில் இயந்திரங்களை அமைத்துத் தொடர்ந்து கடுமையான ஒலிகளை எழுப்பினார்கள். இப்பெரும் ஒலியால் தமது இசைக் கருவிகள் செயலிழந்து போனதாலும், ஒருவருக்கொருவர் சரியாகப் பேசிக்கொள்ள முடியாததாலும் முதலில் செயலிழந்து ஆங்காங்கே அமர்ந்திருக்க வேண்டியிருந்தது. காட்டின் அமைதி குலைந்தபோது விலங்குகள் சிதறி ஊருக்குள் புக, விலங்குகளைத் தொந்தரவு செய்ய விரும்பாத இனமக்கள் வசிப்பிடங்களை விலங்குகளுக்கு விட்டுவிட்டு உடைபடும் ஓசை கேட்காத ஒரு திசைநோக்கி மலைப்பாதை வழி இடம் பெயர்ந்து சென்றார்கள். ஆங்காங்கே உறங்கியும் விழித்தும் பல நாள்களைக் கழித்த அவர்கள் தாய்த்தேவதையின் பாறைத் தோட்டச் சடங்குகள் செய்யப்படாததன் துக்கத்துடன் திரும்பி வந்தபொழுது அப்பகுதியின் நிறக்கற்கள் காணாமல் போயிருந்ததைப் பார்த்து முதல்முறையாக அச்சமடைந்தனர்.

அவர்கள் வாழ்வில் முதல்முறையாகச் செய்வதறியாத குழப்பம் ஏற்பட்டது. தாய்த் தேவதையின் உறக்கம் இனி கெட்டுவிடுமே என்று ஆதங்கப்பட்ட அவர்கள் தமது மந்திர சக்தியில் சிலவற்றை இழந்துவிட்டதை உணர்ந்தார்கள். அடுத்த முறை அதேபோல் சில விலங்குகள் காணாமல் போயிருந்தன. அதற்கு அடுத்த முறை சில மரங்கள். தாய்த்தேவதை அந்த இனத்தின் கூட்டுக்கனவில் உலவ இடமற்று, துணையற்று, உறக்கமுமற்று புலம்பித் துயருற்ற போது, அவலம் தாளாத பலர் மலை மீதிருந்து விழுந்து தற்கொலை செய்துகொண்டனர்.

இது தமது கானகத்தின் மொத்த அழிவிற்கும் ஆரம்பம் என்று தமது முன்னோர்களின் பாடல்களைப் பாடிப் பலர் கண்ணீர் சிந்தினர். தமது மந்திரங்கள் இனி பலனற்றுப்போகும் என்று அச்சமுற்றிருந்த அம்மக்களை முதல்முறையாக ஆயுதம்கொண்ட வேற்றுக் கூட்டத்தினர் சூழ்ந்துகொண்டனர். அவர்களைக்கொண்டே மரங்களை வெட்டவும் அவர்களைக் கொண்டே விலங்குகளைக் கொன்று கொம்புகளையும் தோலையும் எடுத்துத்தரவும் பழக்க ஆயுதக் கூட்டத்தினர் எண்பது ஆண்டுகள் செலவிட வேண்டியிருந்தது. இனத்தின் மக்கள்தொகை பாதியாகக் குறைந்தது. நதியும் சுனைகளும் ஓடைகளும் வற்றிவிட்டதைக் கொண்டும் மழைப்பருவம் தப்பிவிட்டதைக் கொண்டும் தமது தேவதை எங்கோ சென்றுவிட்டாள் என்று அவலம் கொண்ட இனமக்கள் என்றைக்காவது அவள் வருவாள் என்ற நம்பிக்கையுடனே இருந்தார்கள்.

அதனாலேயே அவர்கள் அவ்வப்பொழுது ஆயுதம் கொண்ட குழுவினரை மிக ரகசியமாகப் பாறைத் தோட்டத்திலும் குகைகளிலும் பலியாகத் தந்தார்கள். அவர்களின் இனப் பழக்கமாக இல்லாத பலியிடல் அந்தக் காலகட்டத்தில்தான் அவர்களின் சடங்குகளில் ஒன்றாகச் சேர்ந்தது. பலர் தாய்த்தேவதையின் வருகை பற்றிய கனவுடனே மலைமுகடுகளில் பதுங்கி வாழ்ந்துகொண்டு அவ்வப்பொழுது தமது பிரதேசங்களில் புதிதாக உருவாக்கப்பட்ட நகரங்களில் வசித்த வேற்று நிறத்தினரைத் தாய்த்தேவதைக்குப் பலியிட்டுச் செல்வதையும் வழக்கமாகக் கொண்டிருந்தனர். அவர்களின் தாய்த்தேவதை வேற்றுப் பிரதேச ஆண் கடவுளுடன் காதல் கொண்டு மணந்துகொண்டதாகக் கதைகளும் பாடல்களும் மறதிக்குள்ளாக்கப்படுவதற்கு நூற்றியிருபது ஆண்டுகள் தேவைப்பட்டன. அதை நம்பியவர்கள் நகரங்களில் அடிமைகளாக நியமிக்கப்பட்டனர். ஆனாலும் அம்மக்களுக்குத் தமது தாய்த்தேவதை எங்கோ இருக்கிறாள் என்ற நம்பிக்கை தொடர்ந்து இருந்துகொண்டிருந்தது.

அப்பொழுது தொடங்கி வெவ்வேறு நிறத்தவர்கள் பங்கு போட்டுக் கொண்டிருக்கும் இப்பிரதேசம், தாங்கள் இன்று அடிமைகளாக மட்டுமே இருக்கும் இந்த நிலப்பரப்பு ஒரு காலத்தில் தம்முடையதாக இருந்தது என்ற நினைவும் தொடர்ந்து வருவதாக இருக்கும் என்பதை அறிந்த நகரத்தவர்கள், சிலகால ஏற்பாடுகளுக்குப்பின் பாறைத் தோட்டத்தை உடைத்து

நொறுக்கியதுடன் குகைகளையும் தகர்த்தனர். பழைய இசைக் கருவிகளை முற்றிலுமாக அழித்தனர். அப்பிரதேசத்தின் பசுமைக் காளான் வகையையும் பச்சை நிறப் பறவையினத்தையும் கொஞ்சம் கொஞ்சமாக அழித்தனர். அதன்பின் தாய்த் தேவதையைக் கொன்றுவிட்டதாக அறிவித்தனர். அந்தச் செய்தி மலைகளைக் கடந்தும் சென்றது.

ஒதுக்குப்புறமான சில நகரங்களில் வசித்த பூர்வ இனமக்கள் இரவோடு இரவாக ஊரைவிட்டு வெளியேறிச் சென்றனர். சிலர் தமது கனவையும் மொழியையும் இழந்து ஊமைகளானார்கள். காலத்தினூடாகப் புதிய தலைமுறையினருக்கு வேற்று மொழியின் சொற்கள் முளைத்து உடல் தோற்றத்திலும் மாற்றம் ஏற்படலானது.

அடுத்த ஒரு நூற்றாண்டுக்குள் இனமக்களிடையே தாய்த் தெய்வம் இறந்துவிட்டது என்ற நம்பிக்கையை அடிப்படையாகக் கொண்ட ஒரு பிரிவு, தாய்த் தெய்வம் தமது நகரத்தவர்களின் ஆண் கடவுளுக்குக் காதலினால் அடிமையாகிவிட்டது என்ற கதையை அடிப்படையாகக் கொண்ட ஒரு பிரிவு, தாய்த்தேவதை கொல்லப்படவில்லை, அவளின் ஒற்றை முலை மட்டுமே வெட்டப்பட்டது, அதனால் மறைந்து வாழ்கிறாள் என்று கூறும் ஒரு பிரிவு, மறைந்து வாழும் அவள் எப்பொழுதாவது வருவாள்; மீண்டும் தமது நிலப்பகுதியில் அவளது பசுமை வீசும் என்ற நம்பிக்கையை அடிப்படையாகக் கொண்ட ஒரு பிரிவு, தாய்த்தெய்வம் பற்றியே நினைவு ஏதுமற்ற பெரும்பிரிவு, வெட்டப்பட்ட அவளின் ஒரு முலை முழுதாக வளர்ந்த பிறகு அவளே தங்களைத் தேடி வருவாள் என்று கூறும் ஒரு பிரிவு என இனப் பிரிவுகள் அல்லது நம்பிக்கையை அடிப்படையாகக் கொண்ட மார்க்கங்கள் தோன்றிப் பரவத் தொடங்கின.

இவை நாளடைவில் கூடியும் குறைந்தும் நமக்குள் முரண்பட்டும் அழிந்து போனதாகவும், இந்த இனப் பிரிவுக்கு இவ்வகையான வேறு வகைக் கனவு மூலிகைகளோடும் பழக்கமிருந்ததால் மிகக் கொடூரமான நோய் ஒன்று பரவி அழிந்துபோனதாகவும், தாய்த் தெய்வத்தை மூலமாகக் கொண்ட சமூகமாக இருந்ததால் அதிகப் பாலியல் பிறழ்வுகள், சடங்குகள் காரணமாக உடல் மாற்றம் ஏற்பட்டு அழிந்து மறைந்து போனதாகவும், இந்த இனத்தில் பெண்களின் தொகையே அதிகமாக இருந்ததால் விலைப் பெண்களாக வெவ்வேறு நகரங்களில் விற்கப்பட்டு மெல்லக்

கலப்பு ஏற்பட்டு இந்த இனம் அழிந்ததாகவும் இன்னும் பலவாறாக இனவியல் ஆவணங்கள் யூகங்களைத் தெரிவித்தன.

எந்த மறதிக்குட்பட்டாலும், எந்த நம்பிக்கைக்குட்பட்டாலும் எங்கோ இந்த இனம் உயிர்வாழ்ந்துகொண்டிருக்கலாம் என்றால் தாய்த்தெய்வம் பற்றியோ, தொன்மத்தைப் பற்றியோ, பசுமைநிறப் பறவை பற்றியோ, சுனைநீரின் அலை பற்றியோ, தாய்த்தெய்வம் யாரையும் மோகிப்பதில்லை என்பது பற்றியோ, காதல் பெருகும் பொழுது சிறுத்தைகளுடன் குலாவித் தாபம் தணிவாள் என்ற கதையைப் பற்றியோ, மாந்திரீகம் பற்றியோ அவன் ஏன் கவலைப்படவேண்டும்? இதன் காரணமாக ஏன் அவன் கொலையுற வேண்டும் என்று நீயும் கேள்வி கேட்கமாட்டாய் என்று; நான் உன் மீது எப்பொழுதோ கொண்டிருந்த காதலின் அடிப்படையிலும் உனக்காக மட்டுமே உன் பழைய அரசியல் இயக்கத்தின் சில செயல்களுக்கு இங்கிருந்தபடி என் உயிரைப் பணயம் வைத்துச் சில செயல்களைச் செய்திருப்பவன் என்ற வகையிலும் நம்புகிறேன்.

இனக்குழுவின் தாய்த்தேவதையின் தோற்றம் பற்றிய வரலாறு குறித்தும் உனக்குச் சொல்லிவிடுகிறேன். மலைப்பகுதியைக் கடந்துசெல்லும் தாய்த்தேவதையின் நிழல் படிந்து நகரும் வழியெல்லாம் நீர்த்திவலைகள் காற்றில் பறந்து பரவுவதின் சிலிர்ப்பிலிருந்து உணரமுடியும் அவள் சென்றுகொண்டிருப்பதின் வழித்தடத்தை. ஆம், அந்த இன உடம்புகளில் சுழலும் நீர்மங்கள் அனைத்தும் அவளது பாட்டைகளை அடியொற்றியே இயங்குகின்றன. அவளே இவ்வினத் தொகுதி முழுமைக்குமான ஈரமாய் ஒவ்வொரு உடலின் வழியாகவும் புகுந்து புகுந்து சலசலத்து ஓடிக்கொண்டிருந்தாள். அவளைப் பார்க்க முடியாமல், அப்படி நிழல் ரூபமாகப் பார்க்க நேரிடினும் தீண்டமுடியாமல் தவிக்கும் அவ்வின வளரிளம் பெண்கள் தாங்கள் மட்டுமே செல்வதற்கு அனுமதிக்கப்பட்டிருக்கும் மலைச்சுனையின் நீரை இரு கைகளாலும் அள்ளி அவளது பெயர் சொல்லிப் பருக, நீர் தம் உடல் முழுதும் சலசலத்து நிறைந்து தளும்புவதை உணர்ந்து தாய்த் தேவதையைத் தம் உடம்புக்குள் பிடித்துவிட்டதாக எண்ணி மகிழ்வர்.

மலைச் சுனையின் ஒரு மிடறு நீரே அச்சிறுமிகளின் உடலைப் பருவம் அடையச் செய்யும் என்றும் தாய்மையடைய ஏற்றதாக மாற்றுமெனவும் நம்பப்பட்டது. தாய்த்தேவதையும் ஒரு காலகட்டத்தில் அந்த இனத்தொகுதியின் சிறுமியாகத்தான் இருந்தாள். அவளுக்கு ஒரு பெயரும் மற்றவரைப் போல் இருந்தது. அந்தப் பெயர் இன்றும் வாய்மொழியாக இருந்து வருகிறது. அவள் பிறப்பதற்குப் பல காலங்களுக்கு முன்பிருந்தே அந்த மலைவெளி நீரற்று வறண்டு கிடந்தது. நீரற்ற அவ்வெளியிலிருந்து மிருகங்கள் இடம் பெயர்ந்தன. தாவரங்கள் கருகிப்போயின. மேகமற்று வெறிச்சோடிய வானம் வறண்ட கண்களில் நிறைந்தது. கருப்பையின் நிணக் குழம்பு உடல் முழுவதும் பூசிவழிய பிறந்த அவளுடைய உடல் கழுவப்பட்டதே இல்லை. நிணப் பிசுபிசுப்புடனேயே அவள் வளர்ந்தாள்.

அந்த மலைவெளியில் திரளும் மேகங்களை எல்லாம் மலையுச்சியில் இருந்தபடி தன் வாயால் உறிஞ்சித் தன் உடம்புக்குள் நிறைத்துத் திணிக்கும் மேகபூதம் பற்றி அவள் அறியவந்த போது அவளுக்கு வயது மூன்று. மேக பூதத்தின் உடம்பில் திணியும் மேகம் இடியாய் இடித்து மின்னல் வெட்டி அதன் உடம்புக்குள் மழையாகப் பொழிய, அதன் உடம்பிலிருந்து அனைத்துத் துவாரங்கள் வழியாகவும் நீர் பீறிட்டுப் பாய்ந்து அந்த மலைச்சுனையிலேயே தேங்கிவிடும் என்பதையும் அவள் அறிந்து வைத்திருந்தாள்.

மலைவெளியின் அத்தனை நீரையும் தனது மலைச்சுனைக்குள் அந்தப் பூதம் சிறைவைத்திருப்பதாக அவளுக்குச் சொல்லப்பட்டது. நீர் வேண்டி சுனை தேடிப்போய் பூதத்திடம் யாசிப்பவர்கள் அதன் கோபத்திற்கு ஆளாகி இறக்க நேரிடுவதையும் அவள் அறிந்துகொண்டாள். தனது பால்யத்திலிருந்தே பௌர்ணமி நாள்களில் நீண்டு உயர்ந்த இரு செங்குத்து மலைப்பாறைகளுக்கிடையே காடுகொள்ளாமல் எழும் முழுநிலவிடம் தனது மக்களின் வறிய சோகத்தையும், தனது நிலத்தின் வறண்ட காட்சியையும் சொல்லி முறையிட்டு அழுவாள். ஆகாய வெளியிடம் மழைவேண்டிப் பாடும் அவளது பாடல்கள் பௌர்ணமி இரவு முழுவதும் மலைகளில் ஒலிப்பதும், அப்பாடல்களின் ஒலி மலைச்சுனையை அசைத்து அலையெழுப்புவதுமாக இருந்தன. விடியலில் நிலா அவள் முகத்தில் படிந்து கரைந்து மறையும்.

பலகாலமாய் அவளது அழுகையும் பாடல்களும் பௌர்ணமி இரவுகளில் ஒலித்துக்கொண்டிருப்பதைத் தூரத்து மலையுச்சியிலிருந்து கண்கள் பிரகாசிக்க அந்த மேகபூதத்தின் மகன் பார்த்துக் கொண்டிருந்தான். நான்கு கால்கள் கொண்ட நீண்ட உடலில் மஞ்சள் ரோமம் அண்டிய கரும்புள்ளிகளுடன் நீண்ட வாலுடன் அவன் இருந்தான். அவனது தோற்றம் சிறுத்தையைப் போல இருந்திருக்கலாம் எனத் தெரிகிறது.

அவள் உடலில் இன்னும் கமழ்ந்துகொண்டிருக்கும் தாய் நிணத்தின் வாடையை மோப்பமுற்ற அவன் அவளை நோக்கிய ஈர்ப்பில் தன் வசமிழந்து தன் தந்தையின் எச்சரிக்கையையும் மீறி அவளிடம் செல்ல எத்தனித்துப் பாதி வழியிலேயே ஒவ்வொரு முறையும் திரும்பிவிடுவதும் நிகழ்ந்தபடி இருந்தது.

ஒருநாள் பகல் பொழுதில் விறகு பொறுக்க மலையடிவாரங்களில் திரிந்துகொண்டிருந்த அவளை அவன் நேர்கொண்டான். அவளைக் கண்டதும் தவியாய்த் தவித்து அவள் முன் மண்டியிட்டு நா தழுதழுக்க பலகாலமாக அவள் மீது தான் கொண்டிருக்கும் மோகத்தை வெளிப்படுத்தினான். அவன் கண்களிலிருந்து கண்ணீர் செம்பழுப்பு நிறமாய் உருண்டு வடிந்தது. ஒவ்வொரு பௌர்ணமி இரவிலும் அவளுடைய பாடல்களைத்தான் தொடர்ந்து பலகாலமாய்க் கேட்டுவருவதாகவும் அப்பாடல்களின் ஓசை மலைச் சுனையில் அலையெழுப்புவதாகவும் யாரும் தீண்ட முடியாத அந்நீரை அவளது குரல் தீண்டுவதால் கோபமுற்ற தன் தந்தை அவளைக் கொல்ல வேண்டித் தன்னை விரட்டியடிப்பதாகவும் ஆனால் தான் அவள்மீது கொண்ட தாளாத விரகத்தால் ஏதும் செய்யமுடியாமல் வதைப்பட்டுக் கொண்டிருப்பதாகவும் அவன் அவளிடம் சொன்னான்.

அவள் அதனிடம் ஏதும் பேசாமல் மிடுக்காக விலகிச் சென்றாள். சிறுத்தை அவளைப் பின்தொடர்ந்தது. அவளது எண்ண ஓட்டங்கள் வேறாக இருந்தன. இவனைக்கொண்டு மலைச்சுனையில் அடைபட்டுள்ள நீரை விடுவிப்பது எங்ஙனம் என்று யோசிக்கலானாள். சிறுத்தையோ அவளது கால்களை உரசியபடி கெஞ்சிக்கொண்டே பின்தொடர்ந்து, அவளது உடம்பை ஒரு முறையாவது முழுவதுமாய்த் தான் நக்கிக்கொள்ளவாவது தன்னை அனுமதிக்கும்படி அது கண்ணீர் மல்க அவளை வழிமறித்து நின்றது.

தன் உடல் இதுவரை நீர்ப்படாமல் ஆதி நிணநெடியோடு குமைந்துகொண்டிருப்பதாகவும், குளித்துத் தன் உடம்பின் நெடியை அகற்றிய பிறகே குலவுதலுக்கு ஏற்றதாக மாறும் என்றும் கூறினாள். சிறுத்தை செய்வதறியாது தவித்தது. இவளை மலைச்சுனைக்கு அழைத்துச் சென்றால் தன் தந்தையின் கடுஞ்சினத்துக்கு ஆளாகிச் சபிக்கப்படுவோம் என அஞ்சியது. இருப்பினும் அவள் மீதான விழைவு அதை ஆட்கொண்டது.

வருகின்ற பௌர்ணமி அன்று தனது தந்தையை மலையுச்சியின் வேறொரு பகுதிக்கு உறங்க அனுப்பிவிட்டுத் தன் தந்தையின் கட்டுப்பாட்டிலிருக்கும் சுனைக்கு அழைத்துச் சென்று அவளை நீராட அனுமதிப்பதாகவும், அதற்குப் பிறகேனும் தனது ஆசை தீர வழியுண்டா எனக் கேட்டு நின்றது. அவள் மெல்லிய சிரிப்போடு தலையசைத்துச் சென்றுவிட்டாள். மணலில் புதைந்த அவளது பாதச் சுவடுகளில் முகம் புதைத்து உடல் சிலிர்த்து தவழ்ந்தது சிறுத்தை.

அந்தப் பௌர்ணமி இரவோடு அவளுக்குப் பதினைந்து வயது முடிந்திருந்தது. நீரைத் தீண்டிவிடும் எதிர்பார்ப்பு அவளுக்கும் அவளைத் தீண்டிவிடும் எதிர்பார்ப்பு சிறுத்தைக்கும் இருந்தது. திட்டமிட்டபடி அந்த இரவில் நிலவொளி வழியும் மலைமுகடுகளை நோக்கி அவளை அது அழைத்துச்சென்றது. சந்தோசத்தில் அவளது பெயரைப் பல நூறுமுறை மென்மையாகச் சொல்லிப் பார்த்து உடல் சிலிர்த்துக்கொண்டது. அவளுடைய பாடல்களை வழிநெடுகப் பாடிக்கொண்டு வந்தது. பாறைகள் இடறும் போது சந்தர்ப்பத்தைப் பயன்படுத்திக்கொண்டு அவளைக் கொஞ்சம் போல தீண்டிப் பார்த்து மகிழ்ந்தது.

சுனையை நெருங்க நெருங்க அலை குளிர்ந்து எழும் காற்று அவள் மீது மோதியது. ஈரப்பதமான காற்றை முதல்முறையாக அவள் உடல் உணர்ந்த கணம் தன் அடிவயிற்றில் சிறு வலி உடைந்து தொடைகளின் இடுக்கில் குருதி மெல்லத் துளிர்ப்பதைத் தொட்டறிந்தாள். நிலவொளி வழிந்து பளபளக்கும் சுனைநீரின் பரப்பு அவளது மனசெல்லாம் நிறைந்து நெஞ்சு விம்மி கண்களில் நீர் பொத்துக்கொண்டு வந்தது. அவளது உடலுக்குள் பாட்டைகள் மாறிய திரவப் பாய்ச்சல் நிகழ்ந்தபடியிருந்தது. சிறுத்தை அவளது உணர்வுகளைப் பகிர்ந்துகொள்வது போலத் தன் பின்னங்கால்களைத் தரையில் ஊன்றி எழுந்து முன்னங்கால்களை அவளது தோள்களில் ஊன்றி நின்று பரிவோடு தன் நுனி நாவால்

அவளது கண்ணீரைத் துடைத்தது. அதன் மூச்சுக் காற்றின் ஆண்வீச்சம் அவளது முகத்தில்பட்டு உடம்பெல்லாம் மெல்லிய சூடு பரவியது.

அவள் அதன் முகத்தை இரு கைகளால் தாங்கி எடுத்து உதடுகளைக் கவ்வி முத்தமிட்டாள். சிறுத்தையின் உடல் சிலிர்த்தது. அவளை விட்டிறங்கி தரையில் தரையில் தவழ்ந்து கண்கள் கிறங்கியது.

அதை எட்டிய தூரத்தில் நிற்கும் ஒரு பாறைமீது நின்றிருக்கும்படி சொல்லி அனுப்பிவிட்டு அவள் தன் ஆடை கலைந்து நீண்ட கூந்தலின் முடிச்சவிழ்ந்து முதுகில் வழிந்து எகிறித் ததும்ப ஓடிச்சென்று சுனையில் பாய்ந்து ஆழம் நோக்கி அமிழ்ந்தாள். திரவமாய் இளகித்தேங்கிய பௌர்ணமிக்குள் புதைந்துகொண்டிருப்பதாய் உணர்ந்தாள்.

பார்த்தறியாத, தொட்டறியாத அந்தத் திரவக் குளுமைக்குள் ஊடுருவி நீரிழைகளின் வேர்களை அறுத்தும் அதன் பிணைப்புகளைத் தளர்த்தியும் விடுவித்து நீரின் மேற்பரப்பிற்கு எழுந்து நனைந்து ஊறிய கூந்தலைச் சுழற்றி வீசினாள். கூந்தலிலிருந்து நீர்த்துளிகள் மலைவெளி எல்லாம் இரைந்தன. அதைத் தொடர்ந்து எங்கும் தூரல் விழ ஆரம்பித்தது. தூரல் வலுக்க, உறக்கம் கலைந்த மேகபூதம் பதறியபடி வாரிச்சுருட்டி எழுந்து ஓடிவந்தது. சுனையைத் தீண்டிய அவளை, நீ இனி உன் குடியோடு சேரமாட்டாய் யாருடைய பார்வைக்கும் முழு உருவமாய்ப் புலப்படாமல் அலைந்து திரிவாய் எனச் சபித்தது.

தாளாத விரகத்தால் தனது ஆணையை மீறி நடந்ததற்காக என்றென்றைக்கும் உன் விரகம் தணியாமல் கண்ணுக்குப் புலப்படாத அவளைத் தேடித் திரிவாய் என்று தனது மகனையும் சபித்தது.

தொடர்மழை பல நாள்களுக்குப் பெய்தது. பூமியைப் பொத்துக்கொண்டு துளிர்கள் புறப்பட்டன. ஏரிகளில் நிறைந்த நீரில் மீன்குஞ்சுகள் துள்ளின. நீளும் அந்த மழை இரவில் புதிது புதிதாக மலைவெளி முழுவதும் பேறுற்ற பச்சிளஞ் சிசுக்களின் அழுகுரல்கள் ஒலித்தன.

நீண்ட நாளைய மழை, இருட்டு கலைந்து பூமி பச்சைப் பசேலென விடிந்தது.

“பச்சை வெளியைப் பார்த்து நடுங்கி

பயந்து பதுங்கும் மலைப்பூதம்”

என்ற அந்த இனமக்களின் பாட்டுக்கு ஏற்ப வறண்ட பூமிதேடி அப்பூதம் ஓடி மறைந்தது.

அந்த இனக்குழுவின் புதிய தலைமுறைக்கு அவள் தாயானாள். ஈரவெளிகளில் அவளது சாயைகள் நீந்தி மறைந்தன. சமவெளிகளில் தளும்பும் பச்சை திரவ ரூபமாய் மிதந்து செல்லும் அவளது பாட்டைகளில் நிலம் செழுமையுற்று நீர்ப்போக்குகளும் தோன்றின. பாறைகள் நிறைந்த ஒரு தோட்டத்தில் அவள் இளைப்பாறுவதாகவும் சுனையின் நீராழத்தில் அவள் உறங்குவதாகவும் எல்லோரும் நம்பினர். மாதந்தோறும் தோன்றிய பௌர்ணமி நிலா அந்த இரவுக்குப் பிறகு பன்னிரண்டு வருடத்திற்கு ஒருமுறைதான் தோன்றியது. செங்குத்து மலைகளுக்கிடையில் செம்மஞ்சளாகத் தோன்றும் பெரு நிலா மெல்ல நிறம்மாறிக் குளிர்திரவமாய் ஒளிர, அதன் குறுக்காக விநோதமான பச்சைப் பறவையொன்று சிறகுகளின் இறகுகள் புதர்ந்து கலைய நிதான எரிகல்லென நீந்திக்கரையும். அக்கணம் இனக்குழுவினர் மலையின் பல பகுதிகளிலிருந்தும் இந்த இடத்தில் கூடி காடு அதிரக் குலவையிடும் வழக்கம் தோன்றியது.

பன்னிரண்டு வருடத்திற்கு ஒருமுறை எழும் பௌர்ணமியில் மலை முகட்டிலிருந்து சிறுத்தை ஒன்றின் அழுகுரல் இன்றும் ஒலிப்பதுண்டு எனச் சொல்லப்படுகிறது.

நன்றி

ஹோர்ஹ் பெரெக்
அலெஹோ கார்பெந்தியர்
மிகுயேல் ஆஞ்ஜெஜன் அஸ்துரியஸ்

இங்கும் அங்கும் உடல்கள்
அங்கும் இங்கும் கதைகள்

பிரதிகள் வட்டங்களாலும் வட்டத்தின் பரிமாண வளர்ச்சியான கோளங்களாலும் ஆனவை. வளையங்கள், அரைவட்டங்கள், வளைகோடுகள், வட்டங்களின் அடுக்குகளான உருளைகள், வட்டப்பாதைகள், குழல் வட்டங்கள். அண்டம் எனப்படும் சுரோனிதக்கோளம் கூர்ப்புள்ளி வட்டத்தினால் ஊடுருவப்படும் பொழுது வளையங்கள் பெருகுகின்றன.

உடலுக்கு எப்பொழுதும் இயல்வெளி, புனைவுவெளி என்ற இரண்டு வெளிகள் உண்டு. பிரதிக்குள்ளும் கதையின் நிலப்பரப்பிலும் இவ்வெளிகள் இயங்கியபடியுள்ளன. இவை இரண்டும் ஒன்றென்பாரும் உளர்.

கோளம் விரிவடைகிறது. கருக்கோளம் வளையவளையமாய் வளர்ந்து விரிகின்றது. திரவக் கோளத்துள் திரவ வளையங்கள். கோளத்திற்குள் வளைந்து உறங்கும் உடல்கள். இரண்டு வட்டங்கள் வெட்டும் இடத்தில் உருவாகும் இருபுறக் குவியப்புழை. அதற்குள் உள்வளையும் வட்டப்புழை. வட்டவிளிம்புகள் இணைந்த யோனி சுருங்கிய வட்டப்பாதை. சுருள் சுருளாய் வளைய வளையமாய்த் தசைமடிப்புகள். வட்டங்களால் கோளங்களால் அமைந்த வளையத் தொகுதியான உடல் இயந்திரம்.

கதை சொல்லி தனது மரணத்தை ஒத்திப் போடுகிறாள். கதை கேட்பவள் தனது உடனடி

அடையாளத்தை மறந்துபோகிறாள். இங்கு நிகழ்வது சமூக அமைப்புக்குள் ஓயாமல் நிகழ்ந்துகொண்டிருக்கும் கொலை அல்லது தற்கொலை விளையாட்டின் ஒரு நாடகமாக உள்ளது.

அரைக் கோளங்கள் பிணைந்த புட்டம். வட்டங்கள் வெட்டும் பொழுது உருவாகும் இரண்டு புள்ளிகளை இணைக்கும் கோடு பின்புறப் பிளவாகிறது. பரிதிகள் சுருங்கி இணையும் பொழுது உருவாகும் கோட்டுக்கு நடுவில் வளையப்புழை. தொடைகள் ஒவ்வொன்றும் வளையத்தளம். வளைய அடுக்கு. முழு வட்ட விரிவில் ஏற்படும் நெளிவுகள் உடலின் பல்வேறு தளங்களாக.

ஒரே உடலுக்குள் பல்வேறு காலங்கள் இயங்குவது போலவே பல வெளிகளும் இயங்கிக்கொண்டிருக்கின்றன. பிரதிக்குள்ளும் இது சாத்தியமாகின்ற ஒன்றே.

வட்டங்கள் சுருங்கிச் சுருங்கிக் குவியும் முலைக்கோளம். கீழிருந்து மேலாகக் குவியும் வளையங்கள். பல்வேறு வட்டங்களின் அடுக்குகள். கோளத்தில் மையத்தில் ஓர் உள்வட்டம். வட்டத்திற்குள் வட்டக் கூம்பு. கூம்பாகச் சுருங்கும் சிறுவட்ட முனை. நெளிவிலும் அசைவிலும் வட்டங்களின் நடனம். வளைய வளையமாய் நெருங்கும் வட்டப் பரப்புகள். தலை என்னும் கோள நெளிவு. கோளத்துக்குள் பகுதி பகுதியாய்க் கோளங்களின் பின்னல்கள். விழியெனும் கோளங்கள்; கோளத்திற்குள் கருப்பும் வெள்ளையுமாய் வட்டங்கள். விழியைச் சுற்றி அரை வட்டங்கள். வட்டம் நசுங்கிக் கோடாகவும் கோடு பிளந்து வளையமாகவும் அசையும் இமை விரிவுகள். சுவாசத்தின் வட்டப்பாதை. குழல் அமைப்பின் வடிவ மாற்றங்கள். செவியின் வட்டமும் குழலும் சப்தங்களின் குழலோட்டங்கள். அரைவட்டங்களால் அமைந்த உதடுகள் வெட்டுமிடத்தில் கோடுகள். அதிகபட்ச விரிவில் வாய் வளையமாகிறது. வட்டப் பாதையூடாகத் திரவமும் திடமும் வாய்வும் அதிர்வுகளும் உள்ளும் வெளியுமாய் வளைய வருகின்றன. குழல்பாட்டைகளூடான காற்றின் சுழல்வட்டம். குடல்களின் வளைய வளையமான வட்டப் பின்னல்கள்.

இயற்கையில் எதுவும் ஒழுங்கு குலைந்தவையும் அல்ல. எதுவும் ஒழுங்கமைப்புகளும் அல்ல. இதுவே இயற்கையின் அதீத ஒழுங்கமைப்பாக உள்ளது.

ரத்தம் சுழலும் குழல் புழைகள். ரத்த அணுக்களின் வெள்ளை, சிவப்பு வளையங்கள். வளையங்கள் நெளிந்து உருவாகும் பல்வேறு உடல் அணுக்கூறுகள். சுழன்று சுழன்று ஓடும் உடல் திரவங்கள். உதடுகள் முத்தமிடும்போது வளையங்கள் உள் நுழைந்து வெளியேறி புதிய வடிவவியலை உருவாக்கும். பற்றும் விரல்கள் வளையமாய் விரியும். அணைக்கும் கரங்களின் வளையத்துள் வளையமாய் நெளியும் வளைய உடல் அடுக்குகள். வட்டக் கூம்பில் பாலுறிஞ்ச வேண்டுமெனில் வாய் என்னும் வளையம் சதுரமாய்க் குவிந்து செயல்பட முடியாது. வளையத்தால் கவிந்து கோளமாய் வெற்றிடம் உருவாகும்போது பால் என்னும் திரவம் வட்டப்புள்ளிகளின் நீட்சியான கோடாக ஒழுகும். வட்ட இமைகளுக்குள் உறக்கம். வளையங்கள் நான்கு மூலைகளில் மடியும்போது சதுரங்கள். சதுரங்கள், செவ்வகங்கள், கோட்டுத்துண்டுகள் எல்லாம் சுழலும்போது தொடர்ச்சியான வட்டங்கள். வளைய யோனிக்குள் நுழைய உருளையான நீட்சிகள். யோனியின் புள்ளி வட்டங்களுக்குள் வட்டமாய்ச் சுழலும் நாக்கின் வளைத்தளங்கள். உள்ளும் வெளியுமாகப் பிரதிக்குப் பல்வேறு வளைய உதடுகள். இரண்டு உடல்கள் இணையும்போது முழு வளையம். உடல் தொகுதிகள் முயங்கும் பொழுது வளைய வளையமாய் உடல் அலைகள். புள்ளியில் தோன்றி உடல் முழுவதும் வளையவரும் சிலிர்ப்பின் வட்டங்கள்.

> வலி என்பது எழுதுதலின் மூலம் கொண்டாடப்படுகிறது. தொல் சமூகங்களில் நடைபெற்ற வலி ஏற்புச் சடங்குகளுக்கும் எழுத்துக்கும் உள்ள உறவு நெருக்கமானது. சித்ரவதையின் மூலம் கிடைக்கும் புலன் சிலிர்ப்புகள் மறதியின் மூலம் உற்பத்தி செய்யப்படும் புதிய அர்த்தங்களுடன் உறவு கொண்டவை.

கிரகங்களும் விண்கோள்களும் கோளம் கோளமாய்ப் பெருகுபவை. வட்டப்பாதையில் சுழலுபவை. நீள்வட்டத்திலோ நிலைவட்டத்திலோ சுழன்று சுழன்று கோளமாகின்றவை. ஈர்ப்பின் ஆற்றலில் வெளி கோளமாய் வளைகிறது. வளை பெருவெளியின் சுருக்கமாய் உடல் வெளியின் வளையங்களின் பெருக்கம். அந்தரத்தில் திரவமும் கோளமாகத் திரளும். திரவக் குமிழிகள் கோளமாய் விரியும். பிரதியின் வடிவவியல் வட்டங்களால் ஆனது. வளைய இயக்கங்கள் பிரதிக்குள்ளான பல பிரதிகளாய்ப் பிளவுபட்டு வட்டங்களின் தொகுப்பு உடலாகும்.

எழுதுதல் என்பது வதைபடுத்தலின்ப மனநிலையின் ஒரு பகுதியாக உள்ளது. வாசித்தல் என்பது வதையேற்றலின்ப மனநிலையின் ஒரு பகுதியாக உள்ளது. இரண்டுக்கும் இடையிலான உறவு காதல் செயலின் ஒரு வடிவமாக மொழித் தளத்தில் இயங்குகிறது.

ஏதோ ஒரு பிரதியை இப்படியாக நீ வாசித்துக்கொண்டிருந்த பொழுது நானும் வெவ்வேறு பிரதிகளை வாசித்துக் கொண்டிருந்தேன். உன்னைச் சுற்றிலும் தனிமையின் வட்டங்கள் உருவாகியிருந்தன. நீ என்னைக் கவனிக்க மறுத்தாய். உனது பார்வையின் விளிம்புகளுக்கு அப்பால் எனது உடல் வளைய வந்துகொண்டிருந்தது. உன்னை முதல்முறை பார்த்தபோது தான் எனது எழுத்தை மறந்து போனேன். ஒரு பெண் ஒரு ஆணை அணுகுவது இலகுவானதாக இருக்கிறது. ஆனால், ஒரு பெண்ணாக இருந்து மற்றொரு பெண்ணை அணுகுவது எவ்வளவு சிக்கலாக இருக்கிறது. நீயும் நானும் பேசிக்கொண்டோம், ஆனால் பிரதிகளைப் பற்றி. நீ உனது உடம்பை என்னிடமிருந்து மறைத்துக் கொண்டேயிருந்தாய். ஆனால், நான் உன் உடம்பைப் பற்றி மட்டுமே வேட்கைகொண்டிருந்தேன். கொடுத்த பிரதிகளூடாக நகர்ந்து உன் உடம்பை அடைவதற்கான எத்தனிப்பில் இருந்தேன்.

மொழி மரணத்தை உற்பத்தி செய்கிறது. உடலைப் போலவே. மரணம் மொழியை உற்பத்தி செய்கிறது; அது வாழ்வை உற்பத்தி செய்வது போலவே.

தவிர்க்கப்பட்ட பார்வைகளுடன் மங்கலான ஒரு புன்னகையுடன் நீ பல நாட்கள் விலகி நடந்துகொண்டிருந்தாய். உனது அறைக்குள் வந்தபோது நீ வைத்திருந்த புத்தகங்களை நான் புரட்டிப் பார்க்கவில்லை. மாறாக, நீ பார்க்காத சமயத்தில் அணிந்து அவிழ்த்திருந்த உனது ஆடைகளைக் கலைந்துகொண்டிருந்தேன். நீ மறு அறைக்குச் சென்றபோது உனது உள்ளாடையை எனது முகத்தில் பூசிக்கொண்டிருந்தேன். எனது சுவாசத்தைக் கலைய வைத்த அதன் வசீகரமான தசைவாடை. விரல் நடுங்க இமைகள் கிரங்க நான் உனது உள்ளாடையை உதடுகளில் உரசிக்கொண்டிருந்தபோது என்னைத் திடுக்கிட வைத்து அறைக்குள் நுழைந்தாய். என் முகம் இரத்த ஓட்டமற்று உறைந்து போக என் முலைகளில் ஒன்று மணல் கல்லாய் மாறித் துகள்களாய் உதிர்ந்து கொண்டிருக்க நீயும் நானும் பேசிக்கொள்ள முடியவில்லை. அதன்பிறகு நீ என்னை உனது அறைக்கு

அழைப்பதைத் தவிர்த்தது எனக்குத் தெரித்தது. ஆனால் நம் பிரதிகளை மட்டும் பரிமாறிக்கொண்டோம்.

> உடலுக்கு மையத்தைத் தேடுவது விலக்குதலின் வன்முறையாக இருப்பது போலவே, பிரதிக்கும் மையத்தைத் தேடுவது வன்முறையாக உள்ளது.

எல்லா எழுத்துக்களுமே ஒரு வசியத்தின் தந்திரம் என்று நீ எழுதியிருந்தாய். எல்லாப் பிரதிகளுமே உடம்பை மறைக்கப் பயன்படுகின்றன என்று நான் வேறொரு நூலில் அடிக்கோடு இட்டிருந்தேன். ஏறக்குறைய நாம் அதற்குப் பின் அடிக்கோடுகளால் மட்டுமே விவாதித்துக்கொள்ளத் தொடங்கினோம்.

கனவு: ஒன்று

> புராதனமான ஒரு கோயிலுக்குள் நான் நின்று கொண்டிருக்கிறேன். உச்சி உச்சியாய் விதானங்கள். தசைகளைக் கவ்வும் நிசப்தம். நான் என் கைகளால் முகத்தை இறுக மூடிக்கொண்டிருந்தேன். என் முலைக் காம்புகளில் இருந்து நீல நிறமாய் ரத்தம் சொட்டிக்கொண்டிருக்கிறது. என் தலையில் திடீரென்று வெதுவெதுப்பான திரவத்துளி. அண்ணாந்து பார்க்கிறேன் நெற்றியின் மீது ஒரு துளி. கண்ணில் ஒரு துளி. காட்சிகள் கலங்கிச் சேர்கின்றன. தொடர்ச்சியான துளிகள். உற்றுப் பார்க்கிறேன் உயரத்தில் நிர்வாணமாகத் தொங்கிக்கொண்டிருக்கிறது இன்னொரு பெண்ணுடல். அதன் மைய உதட்டிலிருந்து மஞ்சள் நிற திரவம் சொட்டுச் சொட்டாய். நான் நகராமல் இருக்கிறேன். மேல்நோக்கி உயரம் அதிகமாக அதிகமாகப் பெண்ணுடலும் பெரிதாகிக் கொண்டே மேலெழுகிறது. துளிகள் பெரிதாகிக் கொண்டே இருக்கின்றன.

நீயும் நானும் காலத்தை எப்படி அளக்க முடிகிறது. அது எல்லாப் பெண் உடம்புகளையும் போலவே நமது முதல் குருதி விலக்கு நாளிலிருந்து மறு குருதி விலக்கு நாள்வரை விலக்குக்கு முன்னால், விலக்குக்குப் பின்னால் என நமது கால அளவு. நிலவின் கால அளவோடு தொடர்புடைய நமது நாற்காட்டிக் கணிப்புகள். சூரிய கால அளவு ஆண்களுக்கானது என்றும் அது அதிகமாக எண்களைக் கொண்டவை என்றும் நீ குறிப்பு எழுதியிருந்தாய். குருதியின் சுழற்சி வெப்பத்தின் மாற்றம் உடலின் சுரப்புகள் ஊக்கிகள் சேர்மங்களின் மாறுபாடு சில காலங்கள் அதிகமான

உறக்கம். சில காலங்கள் உறக்கமே அற்ற தொடர் விழிப்புகள் இவையனைத்தும் உனது பிரதிகளில் பதிவாகி இருப்பவை. பிரதிகளில் அதன் தாக்கம் இருக்கவே செய்யும். சொற்களைத் தேர்ந்தெடுப்பதற்கும் தொடர்களை வடிவமைப்பதற்கும் உடல் சுரப்புகளுக்கும் உள்ள உறவு சில தருணங்களில் நேரடியானது, சில தருணங்களில் மறைமுகமானது.

எழுத்து ஒரு வகையில் குற்றச் செயலாக உள்ளது. தான் எழுதும் பகுக்கும் பிரச்சினை நிகழ்வில் உள்ளபொழுது அதைச் சொல்லாடலாக அறிவதன் மூலமும் அதைப் பற்றிய சொல்லாடலை ஆய்வதன் மூலமும் அதற்கப்பாலான ஒரு வெளியை உற்பத்தி செய்து அதற்குள் தனது சுதந்திரத்தையும் அதன் மூலம் ஒரு அதிகாரத்தையும் செயல்படுத்துகிறது. எழுதும் தன்னிலை இந்த இடத்தில் தப்பிக்கும் தன்னிலையாகவும் எழுதப்படும் தன்னிலைகளுக்கு எதிரான குற்றத்தை நிகழ்த்துவதாகவும் உள்ளது. பிரதிநிதித்துவச் சொல்லாடல்களைக் கொண்ட பிரதிகள் இந்த இடத்தில் மிகப்பெரும் வன்முறையாகவே செயல்படுகின்றன.

முகம் என்பது அனேகமாக ஒரு மறைப்பு உத்தி என்றுதான் தோன்றுகிறது. உடலின் மற்ற உறுப்புகளை, பிரதேசங்களை மௌனமாக்கி இருண்மையாக்கிவிடப் பயன்படும் முகம். முழு உடம்புக்கும் தானே அடையாளமாக நிற்கும் அழிப்பு உத்தி. முகம் தனிமை ஆக்கலின் செயல்கூறாகவும் நிகழ்கிறது என்று நீ அடிக்குறிப்பு எழுதியிருந்தாய். உனது முகத்தை விலக்கி உடம்பின் தடங்களை அடைய நான் புறப்பட்ட பொழுது நீ வேறு பக்கங்களை என்முன் புரட்டினாய். நான் உனக்கு இன்னும் சில பக்கங்களைக் கொடுத்தேன்.

●

யோனா இனமக்கள் உடம்பைத் தொகுதிகளின் தொகுதியாக அடையாளம் கண்டார்கள். ஒற்றை உடம்பு என்பதை அவர்கள் ஏற்பதில்லை. பல உடம்புகளின் தொகுப்பாக அவர்கள் ஒவ்வொரு உடம்பையும் அறிந்து வைத்திருந்தார்கள். உடம்பின் ஒவ்வொரு உறுப்பும் தனது நிலத்தொகுதியின் வெவ்வேறு பகுதிகளில் உருவாகிப் பின் இணைந்து இயங்குவதாக நம்பினார்கள். அவர்களின் நிலவியலும் உடலியலும் ஒருவகையில் நெருங்கிய தொடர்புடையவையாக இருந்தன. தமது நிலப்பரப்பை அவர்கள்

பல பிரிவுகளாக முதல், கரு, பருப்பொருள்கள் எனப் பகுப்பதில் தொடங்கி அவர்களின் மொத்த வாழ்வியல் நோக்குமே பிரிவுபடுத்தப்பட்டு வகுத்தும் தொகுத்தும் அறியப்பட்டது. குறிப்பிட்ட ஒரு உடலுறுப்பு குறிப்பிட்ட ஒரு நிலத்தில் குறிப்பிட்ட ஒரு பெரும்பொழுதில் உருவாகத் தொடங்கிக் குறிப்பிட்ட ஒரு சிறுபொழுதில் திரட்சி அடைவதாக நம்பினார்கள். அதனாலேயே அவர்கள் தங்களின் இனக்குழு உறுப்பினர்கள் இறக்கும் பொழுது முழுச் சடலத்தையும் ஒரே இடத்தில் புதைப்பதோ எரிப்பதோ இல்லை. அதற்கு மாறாக அவர்களின் சவ அடக்கச் சடங்கு சற்று விரிவான ஒன்றாக இருந்தது. அவர்களின் சடங்குப் பிரேதங்களை உறுப்பு உறுப்பாகத் துண்டிப்பதில் தொடங்குகிறது. பின் ஒவ்வொரு உறுப்புக்கும் உரிய நிலப்பரப்பு தேர்ந்தெடுக்கப்படுகிறது. ஒரு குறிப்பிட்ட உறுப்பை ஒரு குறிப்பிட்ட பருவத்தில், ஒரு குறிப்பிட்ட சிறுபொழுதில் கொண்டுசென்று புதைப்பதில் அல்லது விட்டுவிட்டு வருவதில் தொடர்கிறது. இதனால் ஒரு சடலம் முழுமையாகப் புதைத்து முடிப்பதற்குப் பல பருவங்கள் ஆவதும் உண்டு. குறிப்பிட்ட பருவ காலம் வருவது தள்ளிப்போகும் பொழுது ஒரே ஒரு உறுப்பு மட்டும் பல நாள்கள் புதைப்பதற்காகக் காத்திருக்க வேண்டியிருப்பதும் உண்டு.

இந்தச் சடங்கிற்கான முறைகளில் ஒன்றாகவே அவர்கள் உடல்களைப் பதப்படுத்தும் தொழில்நுட்பத்தில் தேர்ந்திருந்ததும் காணப்படுகிறது. உடல்களுடன் வினைபுரியும் பல்வேறு மூலிகைகளும் அவற்றின் வேதித் தன்மைகளும் அவர்களால் அறியப்பட்டிருந்தன. இறந்த உடலின் குறிப்பிட்ட உறுப்புடன் வினைபுரியும் தன்மையுடைய மூலிகை உயிருள்ள உடம்பின் அதே உறுப்புடன் ஏதோ ஒருவகையில் வினைபுரியும் என்பதை அவர்கள் மிகத் தாமதமாகப் புரிந்துகொண்டாலும் அவர்களின் மருத்துவ முறை அதிலிருந்தே வளர்ச்சி அடைத்ததாக உள்ளது.

அவர்கள் உடம்பின் ஒவ்வொரு உறுப்புக்கும் ஒரு விலங்கு, தாவரம், சில வகை கனிமங்களைக் குறிப்பொருளாக வைத்திருந்தார்கள். மனித உடம்பை அவர்கள் விலங்குப் பகுதி, தாவரப் பகுதி, கனிமப் பகுதி என மூன்று பெரும் பிரிவுகளாகப் பிரித்துப் பின்னாளில் வகைப்படுத்தியதற்கும் இதுவே அடிப்படையாக இருக்கிறது.

> மொழியின் மூலமாக மட்டுமே கட்டப்பட்ட சமூகவெளிக்குள் செயல்படும் அனைத்தும் மொழிபுகளாக உள்ளன. இதில் உண்மை, பொய்மை என்கிற எதிர்மைகள் ஒரே பொருளின்

இரு பரிமாணங்கள். பரிமாணங்கள் பெருகிவிட்ட நம் காலத்தில் உண்மை என்பது இனி பொய்மைகளால் ஆன ஒன்றே.

அவர்களின் அறிவுக் கோட்பாட்டில் மனித மனம் என்ற ஒன்றைப் பற்றிய குறிப்பீடுகள் ஏதும் இல்லாததற்கும் இதையே காரணமாகக் குறிப்பிடுவது உண்டு. அவர்கள் எந்தவொரு இன உறுப்பினரையும் தனித்த ஒருவராகக் காண்பது இல்லை. ஒரே சமயத்தில் ஒவ்வொரு உடம்பையும் வேறு சிலர் வெவ்வேறு கோணங்களிலிருந்து அணுகுவது அவர்களுக்கு வழக்கமாக இருந்தது. ஒரு உடம்புக்கு முன்னும் பின்னும் சிலர் நின்று பேசிக்கொள்வதை, தொட்டுக்கொள்வதைக் காணமுடியும். அவர்கள் முகத்தைப் பார்த்துப் பேசுவதை மட்டுமே பேச்சு என்று கொண்டவர்கள் இல்லை. அவர்களிடம் இரண்டு மொழிகள் புழக்கத்தில் இருந்ததற்குக் குறிப்பான காரணம் தெரியாவிட்டாலும் ஒன்று எழுத்து மொழி மற்றொன்று பேச்சு மொழி என்பதாக இருந்தது. ஒருவரின் முதுகில் வரிவடிவத்தை எழுதுவதன் மூலம் அவர்கள் வரிவடிவத்தில் செய்திகளைப் பகிர்ந்துகொள்ளும் பழக்கமுடையவர்களாக இருந்தார்கள். பேச்சு மொழியும் எழுத்து மொழியும் தனித்தனியே பயில வேண்டியதாகவும் முற்றிலும் தொடர்பற்றதாகவும் இருந்ததும் சிறிது வியப்பளிக்கக் கூடியதாக இருக்கிறது.

மொழி மொழியை உற்பத்தி செய்கிறது. மொழியற்ற வெளியை நோக்கிக் கலைகிறது. மொழி உடம்பாக மாறுகிறது. உடம்பு மொழியாக மாறுகிறது. உடம்பை உயிரியலின் மொழிவினை எனக் கொண்டால் மொழியை உடம்பின் உயிர்வினை எனக் கொள்ளலாம். எல்லா மொழியும் உறக்கம் அல்லது விழிப்பு என்ற நிலையை உற்பத்தி செய்கின்றன.

இதன் பல கட்டங்களாக அவர்களின் பாலுறவுகள் கலாச்சார முறைமைகள் தினவாழ்வின் பழக்கவழக்கங்கள் அனைத்தும் வித்தியாசமாகவே அமைந்திருந்தன. உதாரணமாக, காலில் முள் குத்திக்கொண்டால் அதை எடுக்கும் கைக்கு நன்றி கூறும் பழக்கம்கூட அவர்களிடம் காணப்பட்டதாகவும், பின்நாளில் ஒவ்வொரு நாளும் பலமுறை பல உறுப்புகளுக்கு நன்றி கூற வேண்டியிருந்ததால் அப்பழக்கம் கைவிடப்பட்டு ஒரு நாளில் ஒவ்வொரு உறுப்பும் மற்றொரு உறுப்புக்குக் கூறவேண்டிய நன்றிகள்

கணக்கிடப்பட்டு இறுதியாய் எந்த உறுப்புக்கு மிஞ்சுகிறதோ அதற்கு நன்றி கூறுவது அமைக்கப்பட்டது. இதன்மூலம் வேறுவேறு வகையான உறுப்புறவுகள் அமைக்கப்பட்டதாகவும் சில ஆய்வுகள் தெரிவிக்கின்றன. அவர்களின் உடலின்பப் பாலியல் பழக்கங்களின் வித்தியாசங்களும் இதன் மூலமாகவே அமைந்திருந்தன என்பது வெளிப்படையானது. ஒவ்வொரு பெண்ணும் ஒவ்வொரு ஆணும் ஒவ்வொரு உறுப்புகளுடன் உறவு ஒப்பந்த அடிப்படையில் பழகிக்கொண்டிருந்ததால் தனித்த குடும்ப அமைப்பு என்பதோ தனித்த உறவுமுறைகள் என்பதோ இல்லாமல் இருந்திருக்கிறது. ஒவ்வொருவருக்கும் பல காதலர்களும் பல காதலிகளும் இருப்பது தவிர்க்க முடியாமல் இருந்திருக்கிறது. இதில் எதிரினப் பகுப்பும் செயல்படவில்லை என்றே தெரிய வருகின்றது. கரு உற்பத்தி குறித்த முழு அறிவும் அவர்களிடம் இல்லாததால் கருத்தரிப்பதற்கும் இவ்வகை பல உறுப்பு உறவுகளும் நேரவேண்டியது அவசியமென்றே கருதி இருந்தார்கள். அதனாலேயே யோனா இனமக்களிடம் அதிகப்படியான சல்லாப வகைகள் இருப்பதும் தவிர்க்கமுடியாமல் இருந்திருக்கிறது. அவர்களின் தொன்மையான நடனம், நாடக வடிவம் இவற்றில் இதன் வெளிப்பாட்டைக் காணமுடியும். இவர்களுக்குள் நிகழ்ந்த போர்முறையும் மிகவும் வித்தியாசமானது. தனது எதிரிகளின் உடலை முழுப் படம் வரைந்து இரவில் அவர்களின் நிலப்பகுதிகளில் புதைத்து விடுவதே மிகப்பெரிய வன்முறையாக, ஒரு இனத்தை அழிக்கும் செயலாக அவர்கள் கண்டார்கள்.

இறந்தவர்களுக்கு மரணத்திற்குப்பின் தனித்தனி நிலப் பரப்புகள் ஊடாகத் தனித்தனி வாழ்க்கை உண்டென்று அவர்கள் நம்பியதால் இந்த உடலின் வாழ்க்கையை அழிப்பதைவிட மரணத்திற்குப் பின்னான வாழ்க்கையை அழிப்பதே கொடும் அழிவுச் செயலாக அவர்கள் கண்டதால் தனிப்பட்ட பகைவர்களின் உடல் உறுப்புகளில் ஒன்றை மரத்தில் செய்து அதற்கு உரியதல்லாத எதிரிடையான பிரதேசத்தில் புதைத்துத் தங்களின் பழியைத் தீர்த்துக்கொண்டார்கள்.

இவர்களின் வழிபாட்டு வடிவம் மட்டுமே அனைத்தையும் விடப் புதிரான ஒன்றாக இருக்கிறது. வழவழப்பாக்கப்பட்ட பிரதிபலிக்கும் தன்மையுடைய முட்டைவடிவப் படிகமே இவர்களின் தேவதை உருவமாக இருந்தது. உறுப்புகளற்ற முழு உடம்பு பற்றிய இவர்களின் ஆழ்மன எதிர்பார்ப்பே இதில்

வெளிப்படுகிறது எனச் சில மானுடவியல் ஆய்வாளர்கள் குறிப்பிட்டாலும் நீ அதை மறுப்பதற்கான சான்றுகளை வேறு சில பிரதிகளில் தேடியபடி நகர்ந்து செல்வாய் என்பது எனக்குத் தெரியும்.

ஒவ்வொரு உயிர்ப்பொருளும் அதுவாகவும் அதுவல்லாமலும் இருக்கிறது. ஒவ்வொரு கணத்திலும் அது ஒரு பொருளைப் பெற்றோ இழந்தோ மாறிக்கொண்டிருக்கிறது ஒவ்வொரு நொடியிலும் சில உயிர்க்கூறுகள் இறந்தும் சில உயிர்க்கூறுகள் தோன்றியபடியுமாய் இருப்பதால் ஏதோ ஓர் உயிரியின் முழு உடலும் முழுமையாகப் புதுப்பிக்கப்பட்டதாக முற்றிலும் வேறு மூலக்கூறுகளால் அமைந்ததாக உள்ளது. அதனால் ஒவ்வொரு உயிரியும் ஒரே சமயத்தில் அதுவாகவும் வேறாகவும் உள்ளது.

கனவு: இரண்டு

நீ முள்கம்பிகளால் ஒரு இரும்புத் தூணில் இறுக்கமாகக் கட்டப்பட்டிருக்கிறாய். உன் உடலில் சிறுத்தைத் தோலால் ஆன இரு ஆடைகள், உன் முலைகளில் இரண்டொரு ஊசிகள் தைத்திருக்கின்றன. முள்கம்பி நுனிகள் உடலில் தைத்த இடத்திலிருந்து களிம்பு போன்ற ரத்தம், நான் உன்முன் நின்றுகொண்டிருக்கிறேன். உனது மார்பில் துளித்த ரத்தத்தை நுனிவிரலில் எடுத்து என் உதட்டருகில் கொண்டுவரும் பொழுது ரத்தம் நிறம் மாறி வெள்ளையாகிறது.

நீ தங்கியிருந்த குடியிருப்பிலேயே ஒரு அறைக்கு என் இருப்பிடத்தை மாற்றிக் கொண்டபொழுது உனக்கு அது சங்கடத்தை ஏற்படுத்தியிருக்கும் என்பது என்னால் புரிந்துகொள்ள முடிவதுதான். ஆனால், என்னால் அதைத் தவிர்க்க முடியவில்லை. இந்த நகரத்தில் ஒருபால் உடல்துணை கிடைப்பது அவ்வளவு இலகுவானதாக இல்லை என்பது உனக்குத் தெரிந்ததுதான். எல்லாவற்றையும்விட உன்னை எனது யூகத்திலிருந்து நீக்கிவிடுவது அவ்வளவு எளிதானதாக இல்லை. எனது ஒவ்வொரு அங்கத்தைத் தீண்டிக்கொள்ளும் பொழுதும் உனது அங்கங்கள் நினைவுக்கு வருவதையும் உடம்பெங்கும் தாளமுடியாத துடிப்புகள் பெருகுவதையும் தவிர்க்கமுடியவில்லை. நான் ஒருவகையில் தாளமுடியாத வலியில் துடித்துக்கொண்டிருந்ததாகவே கூறமுடியும். அது மிகவும் கொடுமையானது. உன்னை, உன்னை

நான் என்ன செய்வதன் மூலம் தாண்டிச் செல்லமுடியும்? உதடுகளிலும் முலைகளிலும் சிலமுறை கண்ணாடி ஓடுகளால் கீறிக்கொண்ட பொழுதும் மறதி என்பது சாத்தியமற்றதாக இருந்தது. உன்னிடமிருந்து நான் வாங்கிவந்திருந்த பிரதி பக்கத்தில் இருந்தது.

குற்றவியல் என்பது சமூகக் கட்டமைப்பின் மிக மையமான கூறாக இருக்கும் நிலையில் எழுதுதல் என்பது தனது குற்றச் செயலைப் பற்றிய மறு சொல்லாடலை உற்பத்தி செய்வதன் மூலம் குற்றத்தையும் அதிகாரத்தையும் பற்றிய ஒரு விளக்க நிகழ்த்துதலைச் செய்து, மறு தளத்தில் வாசிப்பு என்பதை அதன் எதிர்வாக மாற்றும் சாத்தியங்களையும் உள்ளடக்கி உள்ளது.

கனவு: மூன்று

ஒரு முட்டை வடிவக் கண்ணாடித் தொட்டிக்குள் அடர்த்தி குறைந்த சிவப்பு நிறத் திரவமொன்றை நிறைத்து வைத்திருக்கிறாய். என்னைக் கையசைத்து அழைக்கிறாய். நான் மௌனமாக வந்து என் உடைகளைக் கலைகிறேன். நீ பளபளக்கும் ஏட்டுக் கத்தி ஒன்றால் என் உடம்பின் அத்தனை ரோமங்களையும் நீக்கிவிட்டு திரவத்தைக்காட்டிச் சைகை செய்கிறாய். நான் உள்ளே இறங்கி மடிந்து அமர்ந்துகொள்கிறேன். நீ மேலே ஒரு வட்டை வைத்து மூடி உருகிய கண்ணாடியால் பூசுகிறாய். மிகத் தடிப்பான கண்ணாடிச் சுவர்கள். உள்ளே இருந்தபடி உன்னைப் பார்க்க முடிகிறது. நீ சுதவுகளை அடைத்து இருட்டாக்கி விட்டு ஒரு மெழுகுவத்தியை ஏற்றிக் கண்ணாடிக் கோளத்தின் மீது வைக்கிறாய். அறை முழுக்கச் சிவப்பு நிறத் தூசுகள்.

•

நீயும் நானும் வேறு வேறு இனக்குழுவைச் சார்ந்தவர்கள். ஆனால் நாம் சந்தித்துக்கொண்டது ஒரே சமூகப் பரப்பில். பிரதிகளைப் போல் அத்துவான நிலப்பரப்பில். முன்னாளில் உனது முன்னோர்கள் உடலையும் கதைகளையும் ஒன்றே போல் பிரிவுக்கு உட்படுத்தியிருந்தார்கள் என்பது உனக்குத் தெரியுமா? எந்திர உடல், தந்திர உடல், மந்திர உடல் என்ற மூன்று நிலைகளைப் போலவே கதைகளும் மந்திரம், தந்திரம், எந்திரம் என்ற மூன்று தளங்களில் செயல்படுவதாக அவர்கள் நம்பினார்கள். உடலைப்

பல வடிவவியல் பிரிவுகளாகப் பிரித்துப் பல எந்திரங்களாக அவர்கள் வகைப்படுத்தி வைத்திருந்தார்கள். முக்கோணம், சதுரம், செவ்வகம், வட்டம், அறுகோணம், எண்கோணம் மற்றும் பலகோண வடிவங்களாக உடலைப் பிரித்தார்கள். கோணங்களின் சந்திப்பில் நாடிகளும் நாடிகளின் பல்வேறு சேர்க்கைகளில் ஜீவ தாதுக்களும் இயங்குவதாகக் கணித்தார்கள். 1008 எந்திர வகைகளை உடலை மையமாக வைத்தே அவர்கள் உருவாக்கியிருந்தார்கள். இந்த வடிவவியல் சேர்க்கைகளுக்குள் இயங்கிக்கொண்டிருக்கும் உயிராற்றல்களை வகைப்பிரித்து அவற்றை வேறொரு வடிவத்திற்கு அல்லது வேறு இடத்திற்கு மாற்றுவது என்பதைத் தந்திரம் என்று குறிப்பிட்டார்கள். எந்திரமும் தந்திரமும் சக்கரங்களால் இணைக்கப்பட்டு உறவுபடுத்தப்பட்டன. சக்தி, ஜடம் என்ற நிலைகளில் ஏற்படும் சுழற்சியைச் சக்கரம் என்பது குறியீடு செய்தது. எந்திரங்கள் இடம்மாறும் நிலைகளையும் சக்கரங்களால் குறிப்பிடுவது அவர்களின் முறையாக இருந்திருக்கிறது. இந்தத் தந்திர நிலையே யோகம் மற்றும் போகம் என்ற பகுதிகளாகச் செயல்பட்டிருக்கின்றன. இரு வேறு எந்திரங்கள் குறிப்பிட்ட சக்கர நிலையில் முயங்கி உயிராற்றலைப் பாயவிட்டு மாற்றிக்கொள்ளும் தந்திர நிலையை உற்பத்தி செய்து, அதன் மூலம் அடையும் பிணைப்பாற்றல் நிலையே மந்திர நிலையாகவும் அறியப்பட்டது. உடலின் இறுதிபட்ச விகசிப்பாக இந்த மந்திர நிலையே அறியப்பட்டது. அதுவே உடலியக்கத்தில் இலட்சிய நிலையாகவும் அறியப்பட்டது. இந்த மந்திர நிலை உயிர்வாழும்பொழுது அவ்வப்பொழுது போகத்தின் மூலம் சிறிது சிறிதாக அறியப்பட்டாலும் இறுதியில் மீள முடியாத மந்திர நிலையை அடைவதே உச்சபோகமாகக் கொள்ளப்பட்டது. ஏகமந்திரம் என்றும் இது நம்பப்பட்டது. மரணம் என்பதற்கும் போகச் சிலிர்ப்பு என்பதற்கும் உள்ள உறவு இதன் மூலமாக இன்றைய விஞ்ஞானம் வரை பரவிக் கிடக்கிறது. அவர்களின் கதைகளையும் இவ்வகையான இயங்கும் தன்மை உடையனவாக அவர்கள் அறிந்தார்கள். எழுத்துகள், சொற்கள், வாக்கியங்கள் என்பவை எந்திரங்களாகவும் அவற்றில் உருவாகும் மொழி வழி அர்த்தங்களும் அதன் சேர்க்கைகளும் தந்திரங்களாகவும் இவற்றில் ஏற்படும் அமைப்பாக்க உறவுகளுக்குள் செயல்படும் வித்தியாசம், ஒத்திப்போடுதல், அழிப்பு, சுவடுகள் என்பவையும் மௌனங்கள், விலக்குதல்கள் என்ற வேறு சிலவும் இயங்கி உருவாகும் உள்ளீட்டு அர்த்தத் தளம் மந்திரம் என்றும் அறியப்பட்டது. இதுவே

பின்னாளில் திடம், திரவம், வாயு என்ற நிலைகளில் உறவுபடுத்திப் பார்க்கப்பட்டது.

> எந்தவொரு பொருளும் எதோ ஒரு அர்த்தத்தை அடைவதற்காக உள்ளது என்பது கருத்தியலின் அதிகபட்ச வன்முறையாகும். வாழ்க்கை, அர்த்தம், சாராம்சம் என்ற அனைத்தும் சூன்யத்தைப் போல் எல்லையற்றதும் எல்லையின்மை போல் சூன்யமுமாகவே உள்ளன.

இதே வகைமையை வேறு வகை இனக்குழுச் சமூகம் மந்திரத்திலிருந்து தொடங்கி மந்திரம், தந்திரம், எந்திரம் என்ற அடுக்கு முறையில் கண்டார்கள். மந்திரத்திலிருந்து உயிராற்றலும் தாதுக்களும் உருவாகி தந்திர வினைகளின் மூலம் எந்திரங்களாய் அமைந்த உடலாக மாறுவதாகக் கொண்டார்கள். எழுத்திலிருந்து பேச்சு, பேச்சிலிருந்து எழுத்து என்னும் வடிவ ஓட்டம் பற்றிய இன்றைய பிரச்சினைகளை இவற்றின் முரண்பாட்டில் காண முடித்தாலும் இவை அனைத்துமே உடல் இயந்திரத்தையும் பிரதி இயந்திரத்தையும் ஒத்த அமைப்பு ஒப்புமைகளாகக் அவர்கள் கண்டிருப்பது அதிசயிக்க வைக்கிறது. நீ என் பிரதிகளைப் புரட்டும்பொழுது என் உடலில் தவிப்புகள் கலைவதை என்னால் இப்படியாகப் புரிந்துகொள்ள முடிகிறது.

கனவு: நான்கு

> குறுக்குச் சந்தில் நான் நடந்து சென்றுகொண்டிருக்கிறேன். ஆளறவமற்ற மங்கல். நீண்டு முடிவற்று செல்கிறது பாட்டை. திடீரென்று சுவர் இடைவெளியிலிருந்து வெளிப்பட்ட உருவம் என்னை இறுக்கமாக முத்தமிட்டுவிட்டு இடைவெளியில் மறைந்துகொள்கிறது. தடையமில்லாமல். இன்னும் சிறிது தூரத்தில் மற்றொரு உருவம். எதிரே வெறுமையான இடைவெளி, ஆனால் புதிது புதிதாய் உருவங்கள். முத்தம், சுவைப்பு, மார்பின் பிசைவு, சில நொடி இறுக்க அணைப்பு. நான் முனையைத் தேடி வேகமாக நடக்கிறேன். இப்பொழுது குறுகிய இடைவெளிகளுடன் உருவங்கள். ஓர் இடைவெளியிலிருந்து நீ வெளிப்பட்டு நீலநிற உடையுடன் என்னை நோக்கி மிதந்தபடி வருகிறாய். நான் உனது முத்தத்திற்காகவும் காத்திருக்கிறேன். நெருங்கி வந்த நீ என்னைப் பார்க்காமலேயே எதிர்த்திசையில் போய்க்கொண்டிருக்கிறாய். உன் பெயரை அழைக்கிறேன்.

ஓசை எனக்கே கேட்கவில்லை. உதடு மட்டும் அசைகிறது. உரக்கக் கத்துகிறேன், நிசப்தம்.

நீ என் அறைக்கு வந்தபொழுது எனது குறிப்பேட்டை மேலோட்டமாகப் புரட்டிக்கொண்டிருந்தாய். நான் புலன்கள் குழற ஆனால் இயல்பான தோற்றம் தரவென அங்கும் இங்கும் நகர்ந்துகொண்டிருந்தேன். பிரதிகளின் தோற்றம் பற்றி வேறொரு நூலிலிருந்து வாசித்துக்கொண்டிருந்தேன்.

பிரதிக்கு உள்ளும் வெளியும் என்ற நிலையழிந்து எல்லாமும் வெளியாக மாற்றும் பிரதிக்குள் சுதந்திரமென்பது, அதிகபட்ச சாத்தியங்களைக் கொண்டிருக்கிறது. உனது சிறை அறையின் சாவி உன் கையிலேயே கொடுக்கப்பட்டால் அது உனது அறையாகவும் உனது அறையின் சாவியே வேறொருவரின் கையில் பதுக்கப்பட்டால் அதுவே உனது சிறையாகவும் இருக்கும்.

•

பிரதிகள் முதலில் அடைத்து வைப்பதற்காக உருவாக்கப்பட்டவை. அவை சமூகவெளியிலிருந்து சில உடல்களைப் பிரித்து வைப்பதற்காகவே தோற்றுவிக்கப்பட்டன. அவை முதலில் தண்டனை முறைகளில் ஒன்றாக இருக்கவில்லை. விசாரணைக்கு முன்பாகவும் தண்டனைக்கு முன்பாகவும் குற்றவாளிகளைப் பிரித்து வைப்பதற்கானதாக இருந்தன. பின்னாளில் விசாரணைகளை ஒத்திப்போடும் உத்தியாகவும் சிறை அடைப்பு என்பது நிகழ்த்தப்பட்டது. ஆனால் அதுவே பின்னாளில் தண்டனையாக மாற்றப்பட்டது. கண்காணிப்பு, தனிமையாக்கல், விலக்கல் என்பவற்றைப் பிரதியின் சிறைக் கூடங்கள் நிகழ்த்தத் தொடங்கின. சிறைச்சாலைகளுக்குள் புழங்கப்படும் நிலப்பரப்பு குறுக்கப்பட்டது. உடல்கள் வெளியுடன் கொள்ளும் உறவு தடுக்கப்பட்டது. காலம் குழப்பமாக்கப்பட்டது. அதிக இருள் அல்லது அதிக வெளிச்சம் என்பவை சிறைச்சாலை அறைகளுக்குள் உருவாக்கப்பட்டன. குற்றம் பற்றிய சொல்லாடல்களுக்குப் பிரதிகள் மையமாக இருந்தன. பாதாள அறைகள் சுழன்று செல்லும் பல அடுக்குகள், சித்திரவதைக்கான தனியான பரிசோதனைக் கூடங்கள் பிரதிகளுக்குள் உருவாக்கப்பட்டன.

பிரதிகளை முன்வைத்தே கட்டடக்கலையின் அத்தனைப் பிரிவுகளும் வளர்த்து எடுக்கப்பட்டன. உண்மையில் பிரதிகள்

எழுதப்படுவதைவிட எழுதக்கூடாதவைகளை மையமாக வைத்தே உருவாக்கப்பட்டன. எவை எழுதப்படவேண்டும் எப்படி எழுதப்படவேண்டும் யார் எழுத வேண்டும் யாருக்காக எழுதவேண்டும் என்பதன் தணிக்கைச்சாலையாகப் பிரதிகள் செயல்பட்டன. நடப்பு, இயல்பு, உண்மை, இலக்கு என்பவை பிரதிகளால் உருவாக்கப்பட்டுப் பிரதிகளின் விதிகளுக்கு அப்பால் இயங்கும் அனைத்துமே பொய்மைகளாக இயல்பற்றவைகளாக ஒழுங்கற்றவைகளாக அடையாளம் காட்டப்பட்டன. பிரதிகளின் விதிகள் பிரதிகளில் மட்டுமின்றி சமூகத்தின் அத்தனை நிலப்பரப்பிலும் பரவலாக்கப்பட்டன. விலக்குதல், கண்காணித்தல், தணிக்கை செய்தல், தண்டித்தல், ஒப்புவித்தல் என்பதன் விதிகள் மொழியின் அத்தனை நகர்விலும் செயல்படத் தொடங்கின.

பிரதிகளுக்குள் அனைத்தும் அடைக்கப்பட்டன. சமூகவெளியே விரிவாக்கப்பட்ட பிரதிக்களமாய்ச் செயல்படத் தொடங்கியது. பிரதிகளின் விதிகள் எழுத, வாசிக்க அறிந்த ஒவ்வொரு உடல் மூலமும் செயல்படுத்தப்படக் கூடியதாகவே இருந்தன.

மரணத்தை உற்பத்தி செய்யும் உடல் இயந்திரத்தின் பக்கவாட்டு ஆற்றலின் வேறுபட்ட சலன வடிவங்களே வாழ்தல் என்பதாக உள்ளது.

கனவு: ஐந்து

உன்னை ஒரு மேசை மீது கிடத்திவிட்டு சில உருவங்கள் உருப்பெருக்கும் கண்ணாடிகளைக் கையில் வைத்தபடி உற்றுப் பார்த்துக்கொண்டிருக்கின்றன. இமைகள் அசையாமல் விழித்தபடி இருக்கிறாய். உடலின் அசைவுகள் இல்லை. பின்புறச் சுவர்த் திரையில் உனது உடலின் பல பகுதிகள் தனி பிம்பங்களாய் ஓடிக்கொண்டிருக்கின்றன. உன் தொப்பூழ் சுழி திரையில் தோன்றும்பொழுது திரைப்படக் கருவியில் படச்சுருள் சிக்கி உறைகிறது. ஒளி வெப்பத்தில் உன் தொப்பூழ் உருகி வெற்று வெளிச்சமாய் விரிகிறது.

நீ பிரதிக்குள்ளிருந்து தப்பிக்கவேண்டும் என்று நினைக்கும் அதே சமயம் வேறொரு பிரதியை உருவாக்கிக்கொண்டிருப்பதை நான் எப்படிப் புரிந்துகொள்வது என்று தெரியவில்லை. பிரதியின் அதிகாரம் அதன் அபௌதிக வினைகள் உன்னால் எழுதப்படும் அதே சமயம் நீயும் ஒரு பிரதி மண்டலத்தை உற்பத்தி

செய்துகொண்டிருப்பதை நீ எப்படி விளக்கப்போகிறாய் என்பதும் தெரியவில்லை. நீ மீண்டும் உனது அடிக்கோடுகளால் என்னைச் சூழ்ந்து வளைப்பாய்.

●

மைதூனா என்ற தொன்மையான நாகரிகம் பற்றிய குறிப்பு முதன்முதலாக 'வெஜினா லெஸ்பினிகா' என்ற நூலில் மட்டுமே காணப்பட்டது. இதன் 69 ஆவது பக்கத்திலிருந்து 96வது பக்கம் வரையில் மைதூனா என்ற நாகரிகம் பற்றிய குறிப்பு காணப்பட்டதாகவும் பின்னாளில் இரண்டே இரண்டு பிரதிகள் மட்டுமே இருந்த இந்நூலிலிருந்து அந்தப் பக்கங்கள் கிழிக்கப்பட்டதாகவும் 19வது நூற்றாண்டில் தொன்மையான நூல்களை ஆய்வு செய்த கிளிடோரியா என்ற பெண் ஆய்வாளர் தனது "பியாண்ட் லிக் அண்ட் சக்" என்ற நூலில் குறிப்பிட்டு இருந்தார். வரலாற்றாசிரியர்கள் இந்த நாகரிகம் பற்றி எங்குமே குறிப்பிடாமல் உலக வரலாற்றை எழுதிக்கொண்டே இருந்தார்கள். 1848 ஆம் ஆண்டு கிடைத்த ஒரு நூல் உலக வரலாற்றை எழுதுபவர்களுக்கு மிகவும் சிக்கலை ஏற்படுத்தியதிலிருந்து புதிதாக எந்த ஒரு நூல் கிடைத்தாலும் வேறு கதைகளோ கல்வெட்டுகளோ சரித்திரச் சான்றுகளோ கிடைத்தால் அவற்றை அனேகமாகத் தனித்த தொல்பொருள் ஆய்வுக் கூடத்திற்குள் அடைத்து விடுவது என்ற பொதுவிதி ஒன்றும் உருவாக்கப்பட்டு 1917ஆம் ஆண்டிலிருந்து உலக வரலாற்றாசிரியர்கள் கூட்டமைப்பு செயல்படுத்தி வருவதும் நமக்குத் தெரியும்.

இந்தக் கூட்டமைப்பு உறுப்பினர்களில் யாருமே பெண்கள் இல்லையென்பது பழைய செய்தி. பெண் ஆய்வாளர்கள் சிலர் தனித்தனியாக நடத்திய ஆராய்ச்சிகளின் மூலம் கிடைத்த பல வரலாற்றுச் செய்திகளில் 'மைதூனா' என்ற நாகரிகம் பற்றிய செய்தியும் ஒன்று. 'அறியப்படாத மொழிகளின் வரலாறு' என்ற நூலை எழுதிய ஆர்ஜி மேனிகா என்ற பெண் ஆய்வாளர் இந்த நாகரிகம் பற்றிய வித்தியாசமான செய்திகளைத் தொகுத்திருக்கிறார்.

மைதூனா நாகரிகம் நகர நாகரிகமாக இருந்தது. இந்த மக்கள் வளர்ந்த ஒரு கலாச்சாரத்தையும் விஞ்ஞானத்தையும் கொண்டிருந்தார்கள். சிறுவகை இயந்திரங்களை அவர்கள் கண்டுபிடித்திருந்தது அகழ் வாராய்ச்சியின் மூலம் தெரிய வந்திருக்கிறது.

இந்தச் சமூகத்தில் ஆண்களுக்கு ஒரு மொழியும், பெண்களுக்கு ஒரு மொழியும் என இருவேறு மொழிகள் வழக்கத்தில் இருந்தன. பெண் மொழியை ஆண்களும், ஆண் மொழியைப் பெண்களும் புரிந்துகொள்ள முடியாதவர்களாக இருந்தனர். இதனால் ஆண்களும் பெண்களும் நேரடியாகப் பேசிக்கொள்ளும் பழக்கம் இல்லாமலிருந்தது. ஆண் மொழியை ஒரு பெண் கற்றுக்கொள்ளத் தொடங்கும் பொழுது ஒரு ஆண் மொழிச் சொல்லைத் தெரிந்து கொண்டால் அதற்கு இணையான பெண் மொழிச் சொல்லை மறந்து போவதாலும், ஒரு பெண் மொழிச் சொல்லை ஆண்கள் கற்றுக்கொண்டால் அதற்கு இணையான ஆண் மொழிச் சொல்லை மறந்துபோவதும் இயற்கையானதாக இருந்ததால், ஆண்மொழியை முழுமையாகக் கற்றுக்கொண்ட பெண், பெண்மொழியை முற்றிலுமாக மறந்து போக வேண்டியது நேர்ந்தது. இந்த முயற்சியை யாருமே செய்து பார்க்கத் தயாராக இல்லை. இந்த இரண்டு மொழிகளை அறிந்துகொண்டவர்களாக இருபால் மக்களே இருந்தார்கள். இவர்கள் சமூகத்தில் வேறு எதற்கும் அவசியமற்றவர்களாக பலவற்றிலிருந்து விலக்கப்பட்டவர்களாக இருந்தபொழுது மொழிபெயர்ப்பாளர்களாக மட்டும் இருந்தே ஆக வேண்டிய கட்டாயம் நேர்ந்தது.

ஒரு ஆணும் பெண்ணும் பேசிக்கொள்ள வேண்டும் என்றால் இடையில் ஒரு இருபால் மனிதரும் இருந்தாக வேண்டி இருந்தது. இங்கும் ஒரு பிரச்சினை அவர்களுக்கு இருந்தது. இருபால் மனிதர்கள் இரண்டு மொழிகளையும் பேசக்கூடியவர்களாக இல்லாமல் எழுதிப் படிக்கக் கூடியவர்களாக மட்டுமே இருந்தார்கள். ஆண்களும் பெண்களும் ஒரே சமூகத்தில் இருவேறு கிரகத்தின் மனிதர்களாக வாழ்ந்துகொண்டிருப்பதாக உணர்த்தப்பட்டார்கள்.

ஒவ்வொரு பொருளும் ஒரு ஆண் தன்மையுடனும் ஒரு பெண் தன்மையுடனும் இருந்தன. ஆண்களின் நினைவுகள் இறந்தகாலம், நிகழ்காலம், எதிர்காலம் என்ற வரிசையில் பதிவாகும் தன்மையுடனிருந்தன. பெண்களின் நினைவுகளோ எதிர்காலம், நிகழ்காலம், இறந்தகாலம் என்ற வரிசையில் பதிவாகும் தன்மையுடன் இருந்தன. ஆண்களின் அறிவு இறந்தகால அனுபவங்களை வைத்து அமைந்தபொழுது பெண்களின் அறிவு எதிர்கால அனுபவங்களை வைத்து அமைக்கப்பட்டிருந்தது. ஆண்களுக்கு அடுத்து என்ன நடக்கும் என்பது தெரியாதபொழுது

பெண்களுக்கு முன்பு நடந்தது என்ன என்பது தெரியாமல் இருந்தது. ஆனால் நிகழ்காலம் என்பது மத்தியில் அமைந்ததால் அது எப்படியும் ஒன்றாகவே இருக்க வேண்டிய கட்டாயமும் இருந்தது. ஆண்களுக்கும் பெண்களுக்கும் கால அளவு முறையிலும் வித்தியாசங்கள் இருந்தன. ஆண்கள் சூரியன் தோன்றுவதிலிருந்து சூரியன் மறைவது வரை என்று கணித்தபொழுது; பெண்கள் சூரியன் மறைவதிலிருந்து சூரியன் தோன்றுவதுவரை எனக் கணக்கு வைத்துக்கொண்டார்கள். பெண்களுடைய வடிவவியல் வட்டம், அரைவட்டம் என்பவற்றால் அமைந்தபொழுது ஆண்களுடைய வடிவவியல் நிலைக்கோடு, கிடைக்கோடுகளால் அமைந்திருந்தது. உதாரணமாக பெண்களின் உணவுப் பாத்திரங்கள் வட்டமாக இருந்தால்; ஆண்களின் உணவுப் பாத்திரங்கள் குழாய் வடிவங்களில் இருந்தன. ஆண்களின் விழிகள் எப்பொழுதும் இடப்புறமிருந்து வலப்புறமாகவே நகரும் தன்மை உடையவையாக இருந்தபொழுது; பெண்களின் விழிகள் வலப்புறத்திலிருந்து இடப்புறமாக நகரும் தன்மை உடையவையாக இருந்தன. ஒரு மணிக்கோவையை ஆண் பெண் இருவருக்கும் முன்னால் வைத்து எண்ணும்படி கூறினால் ஆண் இடப்புறமிருந்து எண்ணிக்கொண்டு வரும் பொழுது பெண் வலப்புறமிருந்து எண்ணிக்கொண்டு வருவாள். பெண்ணின் இறுதி எண் ஆணின் ஒன்று என்ற எண்ணாக இருக்கும். ஆனால் இந்த எண்ணிக்கை ஒற்றைப்படையாக இருந்தால் இருவரும் ஏதோ ஒரு எண்ணில் ஒன்றித்து இணைவதும், இரட்டைப்படையாக இருந்தால் ஒரு எண்ணை எதிரும் புதிருமான மணிகளில் கூறி மோதிக்கொள்வதையும் காணமுடியும். இதனாலேயே மைதூனா நாகரிக மக்கள் ஒற்றைப்படை எண்களுக்கு அதிக முக்கியத்துவம் கொடுத்து வந்திருக்கிறார்கள் என்று வேறொரு பெண் ஆராய்ச்சியாளர் கருத்து தெரிவித்திருக்கிறார்.

இவர்களுக்குள் இத்தனை முரண்பாடுகள் இருந்தாலும் இனப்பெருக்கம் என்பதில் மட்டும் அதிகச் சிக்கல் இல்லாதபடி பலவித ஏற்பாடுகளை அவர்களது முன்னோர்கள் விஞ்ஞான முறைப்படி வகுத்து வைத்திருந்தார்கள். வானவியல், நிலவியல் போன்ற துறைகளைவிட அதிக முக்கியத்துவத்தை அவர்கள் உடலியலுக்குக் கொடுத்திருப்பது தெரியவருகிறது. ஆணுக்குப் பெண் மிகவும் மர்மமானவளாகவும் பெண்ணுக்கு ஆண் மிகவும் மர்மமானவனாகவும் இருந்தது என்பதன் தோற்றவரலாறு இப்படியாகத்தான் ஆரம்பிக்கிறது என்று மனோவியல் ஆராய்ச்சியாளர் ஒருவர் குறிப்பிடுவதை இங்கு நினைவுபடுத்தத்

தோன்றுகிறது. இருபால் மனிதர்கள் கணிசமான அளவில் தேவை என்பதற்காக அவர்கள் செயற்கை முறைகளைக் கையாண்டு வந்திருக்கலாம் என்பதை மருத்துவ மூலிகைக் குறிப்புகள் மூலம் யூகிக்க முடிகிறது. இந்த இருபால் மனிதர்களே மைதூனா நாகரிகத்தின் வரலாற்றில் மிகவும் குறிப்பிடப்படவேண்டியவர்கள் என்றும் ஆர்ஜியா மேனிகா விளக்குகிறார்.

இந்த இருபால் மனிதர்கள் பெண்களுக்கும் ஆண்களுக்கும் இடையில் திட்டமிட்ட திருகல் முறையில் விளையாடி வந்திருக்கிறார்கள் என்றும், தவறான அர்த்தம் கூறல்களால் பின்னலான கதைநீட்சிகளால் எப்பொழுதும் சிக்கலை ஏற்படுத்தி அதன் பலவகையான விளைவுகளைக் காண்பதே அவர்களின் இணை பாலியல் இன்பமாக இருந்திருக்கிறதென்றும் வேறு சிலர் விளக்கமளிக்கிறார்கள். மேனிகாவின் ஆய்வுப்படி இவர்கள் இல்லை என்றால் மைதூனா சமூகம் ஏற்ற இறக்கமற்ற நிறமற்ற சமூகமாகவே இருந்திருக்கும் என்பதும் தெரியவருகிறது.

ஆண் பெண் கலவி நேரங்களில் கூட இந்த மொழிபெயர்ப்பாளர்கள் அருகில் இருக்கவேண்டிய தேவை பின்னாளில் நேர்ந்தது நாகரிகத்தின் வளர்ச்சியாகவே கருதப்படுகிறது. இருபால் மனிதர்கள் நாளடைவில் தங்களுக்குள் ஒரு ரகசியச் சமூகத்தை அமைத்துக்கொண்டதோடு அவர்கள் வேறொரு மதத்தையும் உருவாக்கிக்கொண்டார்கள். பின்னாளில் வந்த இருபால் சமூகத்தினர் ஆண்களுக்கும் பெண்களுக்கும் இடையில் பல செய்திகளை மறைத்தும் விபரீதமான முறையில் திரித்தும் இருவருக்குமிடையில் பல சிக்கலான இரகசியப் பிரதேசங்களை உருவாக்கினார்கள்.

இருபால் சமூகத்தவரின் வரலாறு இதற்குப் பின் மிகவும் சிக்கலடைவதாகவும் அவர்கள் செயற்கையாகப் பால் அழிப்பிற்கு உட்பட்டவர்களாக உருவாகித் தனிச் சமூகப் பிரிவாகவே மாறவேண்டி இருந்தது என்பதும் தெரியவருகிறது. ஒரு குறிப்பிட்ட சமூகப் பிரிவினரின் குழந்தைகளில் ஒரு குழந்தை தவிர மற்ற அனைவரும் பால் நீக்கத்திற்கு உட்படுத்தப்படவேண்டியவர்களாக சமூக விதிகள் ஏற்படுத்தப்பட்டு பால் நீக்கப்பட்ட மொழிபெயர்ப்பாளர் வகுப்பு உருவாக்கப்பட்டிருக்கலாம் என்பதற்கும் சில சான்றுகள் கிடைக்கின்றன.

சரித்திர மாற்றங்கள் அனைத்துமே இந்தச் சமூகத்தில் மொழி எதிர்மைகளை மையமாக வைத்தே நிகழ்ந்திருக்கவேண்டும் என்பது தெளிவான ஒன்று. நீண்ட சரித்திர மாற்றத்திற்குப் பின் பெண்களின் ரகசியம் ஆண்களை அதிகமாக அச்சுறுத்தச் செய்ததும் பெண்கள் சமூகத்தின் இரண்டாம் இடத்திற்குத் தள்ளப்பட்டதும் உறவுடையனவாக உள்ளன. ஆண்கள் தங்களின் மொழியைப் பலவாறாக வளர்த்துக்கொண்டபொழுது தங்களால் புரிந்து கொள்ள முடியவில்லை என்பதாலேயே பெண்களைக் குறைவாகப் பேசிக்கொள்ளும்படி நிர்ப்பந்தித்தார்கள். பாலற்றவர்கள் ஏதோ சதி செய்வதான சந்தேகமும் ஆண் இனப் பகுதிக்குப் பல தலைமுறைகளாகத் தொடர்ந்துகொண்டேயிருந்தது. இந்தக் காலகட்டத்தில் அவர்களின் தீர்க்கதரிசியான ஃபாளாசியோவின் பிறப்பு நிகழ்கிறது. அவர் மைதூனா நாகரிகத்தையே மாற்றியமைத்த போதனைகளையும் நீதிகளையும் தந்தவர் என்று குறிப்பிடப்படுகிறார்.

அவர் தனது ஆய்வின் மூலம் பெண்கள் ஆண்களுக்குக் கீழானவர்கள் என்று நிரூபித்தார். அவர்களின் உறுப்பு உள்ளொடுங்கி ரகசியமாக இருப்பது அவர்கள் மிகவும் ரகசியமானவர்கள் என்பதைக் குறிப்பதாக அவர் கண்டுபிடித்தார். முலைகளும் கருப்பைகளும் கட்டுப்படுத்தப்பட்ட சமூகமே முழுமையான சமூகமாக இருக்கும் என்று அவர் தெரிவித்தார். அதனால் அவர்கள் இனி தனியான மொழி பேசுவது தடைசெய்யப்பட வேண்டும் என்றும் ஆண்களின் மொழியைக் கற்று பெண் மொழியை மறக்க வேண்டும் என்றும் கூறினார்.

இதற்கான சட்டங்கள் இயற்றப்பட்டபொழுது பெண்கள் பெரிய அளவில் கிளர்ச்சி செய்து பல வகையாக எதிர்ப்பைத் தெரிவித்தார்கள். சமூகத்தில் பல குழப்பங்கள் நேர்ந்தன. இந்தச் சமயத்தில் ஃபாளாசியோவின் சீடர்களில் ஒருவர் வேற்று நாடுகளுக்குச் சென்று இது பற்றிய ஆய்வுகள் செய்து திரும்பிவரும்பொழுது அவர் முதன்முதலாக நீள்சதுரக் கண்ணாடி ஒன்றை மைதூன நகரத்திற்குக் கொண்டுவந்தார்.

இந்தக் கண்ணாடியே மிகப்பெரும் பிரச்சினை ஒன்றைத் தீர்த்து வைத்தது. ஆண்மொழியின் கண்ணாடி பிம்பமே பெண் மொழி என்று ஒரு கண்டுபிடிப்பை அவர் தெரிவித்தார். ஆண்மொழிச் சொற்களை எழுதிக் கண்ணாடி முன் வைத்துப் படியெடுத்தால் பெண் மொழிச் சொல்லாகச் செயல்படலாம் என்று தெரிவித்தார்.

இருவரின் விழி அசைவுகள்கூட இந்த மாற்றத்திற்குக் காரணமாக இருக்கும் என்பது பற்றி அவர் மேலும் ஆய்வுகளைத் தொடர்ந்தார். அவருடைய நூலே உலகின் முதல் இலக்கண நூல் என்று அறியப்படுகிறது. அது அழிந்துபோனாலும் அதன் சிதைந்த பகுதிகள் பல்வேறு இலக்கண, மொழி நூல்களில் பதிவாகி இன்னும் வளர்ச்சி அடைந்த அத்தனை மொழிகளையும் கட்டுப்படுத்தி இயக்கிக்கொண்டிருப்பதை வேறு சில மொழியியலாளர்கள் குறிப்பிடுகிறார்கள்.

மைதூனா நாகரிகத்தின் அடுத்த சில தலைமுறைகளில் ஆண் மொழியையும் பெண் மொழியையும் இணைத்தே எழுதலாம் என்ற ஒப்பந்தம் ஏற்பட்டு அதிலும் பல்வேறு மாற்றங்கள் நிகழ்ந்து போயின.

இதன் பிற்கால வரலாறு முழுமையாகத் தெரியவில்லை என்று ஆர்ஜியா மேனிகா குறிப்பிடுகிறார். ஆனால் வேறு பெண் ஆய்வாளர் ஒருவர் மைதூனா நாகரிக மக்கள் பல்வேறு நிலப்பரப்பிலும் ஊடுருவி இடம்பெயர்ந்து மாற்றமடைந்ததாகக் குறிப்பிடுகிறார்.

அவர் கூறும் மற்றொரு செய்தி முக்கியமானது. மைதூனா இணைப்பு மொழியில் பெண் சொற்கள் கொல்லப்பட்டு புதைக்கப்பட்டன என்று அவர் கூறுகிறார். சில உயிருடன் புதைக்கப்பட்டதாகவும் குறிப்பிடுகிறார். வாக்கியங்கள், ஆரம்பத்தில் சொற்களுக்கு நடுவே இடைவெளியின்றிதான் எழுதப்பட்டதாகவும், பின்னாளில் பெண் மொழிச் சொற்கள் கொல்லப்பட்டும், புதைக்கப்பட்டும் மௌனமாக்கப்பட்ட பின்புதான் வாக்கியங்களில் சொற்களுக்கு இடையிலும் எழுத்துகளுக்கிடையிலும் இடைவெளிகள், வெற்றிடங்கள் உருவாயின என்றும் அவர் நிறுவுகிறார்.

இப்பொழுது எழுதப்படும் மொழிகள் அனைத்திலும் உள்ள இரண்டு சொற்களுக்கு இடையிலான இடைவெளிகள் என்பது பெண் மொழிகளின் அழிவைக் குறிக்கின்றன. அவை பெண் மொழி மௌனமாக்கப்பட்டதைத் தெரிவிக்கின்றன. இந்த மௌனங்களை எழுத ஆரம்பிக்கும்பொழுது பெண்களின் ஆதிமொழி வெளிப்படும் என்றும் இன்றுள்ள ஒளி ஒலி ஊடகங்கள் அனைத்தும் ஆண் பெண் மொழியிணைப்பைப் பெருக்குவதற்கானவை எனவும் சிலர் கூறுகின்றனர் என அந்த நூலின் வாக்கியங்கள் உன்முன் கலைந்து பரவின. உனக்கும்

எனக்கும் இடையில் இறுகிக்கிடக்கும் மௌனம் எவ்வளவு குரூரமானது; அது எனது உடலைப் புதைக்கும் வெற்றிடம்.

கனவு: ஆறு

நீ மேடையில் நடித்துக்கொண்டிருக்கிறாய். அரங்கத்தில் யாருமே இல்லை. அனேகமாக ஒத்திகையாக இருக்க வேண்டும். அங்கும் இங்கும் உடம்பு அலைய, உரத்த குரலிலும், ரகசியமாகவும் உனது வாசகங்களை ஒலித்துக் கொண்டிருக்கிறாய். அவை மேடையின் பக்கவாட்டில் உள்ள கம்ப்யூட்டர் திரையில் நகர்ந்துகொண்டிருக்கின்றன. நான் வேறு வழியாக உள் நுழைந்து உனது கம்ப்யூட்டரின் ஒரே ஒரு சொல்லை நீக்கி வேறு சொல்லைப் பதிலீடு செய்கிறேன். நீ வரிசை மாறிய விபரீதமான வாசகங்களைப் பேசத் தொடங்குகிறாய். உனது வாசகங்கள் உனது கட்டுப்பாட்டிலிருந்து மீற, வாசகங்களின் புயலுக்குள் உனது உடம்பு சிக்கிக்கொள்கிறது.

மார்க்ஸியத்திற்கு உழைப்புபோலப் பெண்ணியத்திற்குப் பாலியல் என்பது அடிப்படையாக இயங்குகிறது. உழைப்பைவிட உபரி மதிப்பு என்ற வகையிலும் பாலியல் செயல்படலாம் என்பது வேறு குரல்.

நான் ஒரு ஆணைப் புணர்வதற்கு சமிக்ஞையால் அழைத்தல் என்பது இயல்பாகத் தோன்றும்பொழுது ஒரு பெண்ணான நான் இன்னொரு பெண்ணான உன்னைப் புணர்ச்சிக்கு அழைப்பது உனக்கே எவ்வளவு விபரீதமாகத் தோன்றுகிறது. நான் எப்படிப்பட்ட அவமானங்களுக்கு ஆளாக நேரும் என்பதை உன்னால் யூகிக்க முடியவில்லை. நீ வாசிக்கும் பல பிரதிகளில் எதிர்பால் உடம்புகளின் உறவுபற்றிய விளக்கங்கள். நீ குழப்பமடைகிறாய்.

உன்னால் எனது தாபத்தைப் புரிந்துகொள்ள முடியவில்லை. என்னை நோய்த் தன்மை உடையவளாக நினைத்துக்கொண்டிருக்கிறாய். இதில் என்ன இருக்கிறது என்று எனக்குத் தெரியவில்லை. என் தோழி ஒருத்தி விலங்குகள் சிலவற்றின் மீது சம்போக மோகம் உடையவளாக இருந்தாள். என்னால் இதை முதலில் புரிந்துகொள்ள முடியவில்லை. அவள் அதைக் கணித மொழியால் விளக்கிய பிறகு இன்று நானும்கூட ஏதோ ஒரு வகையில் அவ்விதமான கனவுகளில் மூழ்குகிறவளாக மாறியிருக்கிறேன்.

எனக்கு ஏதும் விலக்கப்படக்கூடியதாக இல்லை. எனது நண்பன் ஒருவனின் நாட்குறிப்பை உனக்குத் தந்திருந்தேன். நீ ரகசியமாக அதை வாசித்து முடித்தாய், ஆனால் அதைப் பற்றி எதுவும் பேசவும் மறுத்தாய். அந்தக் குறிப்புகள் இப்படியாகச் செல்கின்றன.

●

என் உதட்டில் உரசும் உனது குறியின் வெப்பம். வளையமாய் பின் சுருண்ட தோல்மடிப்பு. வெறியூட்டும் ஒரு அதிசய விலங்குபோல் அதன் வடிவம், உயிர்த்துடிப்பு. உடம்பின் பிற பாகங்களில் இல்லாத நிறக் கவர்ச்சி. என் முகமெங்கும் உரசித்தேய்த்து நான் விரல்கள் நடுங்கத் தொடுகின்றேன். சுருள் வளையக் கரும்பாசிக் கானகத்துள் பார்வை கலைகிறது. உனது குறியின் திடத்துடிப்பு என் குருதிக்குள் அலையலையாய்க் கிளறுகிறது. எனது கனவுகளில் எனது உறுப்பின் நுனியில் நீ இமைகளால் முத்தமிடுகிறாய். நட்சத்திர மீன்கள் அடிவயிற்றில் நீந்த உன்மீது கவிந்து கவ்விய எனது உறுப்பின் திடம் உனது தொடையிடுக்குகளில் நெளிகிறது. மயக்கம் படிந்த உனது முகம், தசைச் சுருக்கங்களில் எல்லாம் எனது தாபமுத்தங்கள். உனது விதைப்பையின் சுவாசச் சுருக்கம் நெருக்கமான பார்வைக்குக் கிளர்ச்சியூட்டும் பயங்கரம். கவ்வல்களில் உனது தசைகளின் நிறம்மாறிய திட்டுக்கள். காலம் புகை நிழலாய்க் கலைகிறது. வெறியுடன் புலம்பும் நமது உடல் துடிப்புகள். சுவாசச் சீறல்களில் இருள் தூசுகள்.

எனது உள் நாவில் மோதும் உனது நீட்சி. உதடுகளின் நரம்பு முனைகளில் இருந்து மின் ஊற்றுகள் மூளைக்குள் பீய்ச்சுகின்றன. உனது பின்புற தசைக் கோலத்தில் பதிந்து அழுந்தும் எனது நகம். சிறு முகிழ்ச்சி. என் நாவெங்கும் கடலின் குறு ஊற்று. எனது தாபத்தைக் கொல்லும் மூலிகைச் சாறு. உடலுக்குள் வெளிச்சப் பசையாய்ச் சிலும்புகிறது. விலகி உன்னைப் பார்க்கிறேன். இமையின் சிறு பிளவுகள் ஊடாக முணுங்கும் உனது பார்வை. குறும்பின் நகங்கள். எனது பெயரைச் செல்லமாக முனகியபடி உனது விரல்களை நீட்டுகிறாய். எச்சில் குமிழ்கள் தொண்டைக்குள் உருள உன்னைப் பார்க்கிறேன். உன் விரல் நுனி என் நீட்சியைத் தொடும் நெருக்கத்தில் எல்லாம் புரள உன் மூகத்தை நோக்கிய பீரிடல் இமைகளை நனைத்தது. இரண்டு விரல்களில் தொட்டு நீ நாவில் தடவிப் பார்க்க நான் பொய்யாக முகம் சுளித்தேன். நான் விலகிச் சன்னல் திறப்பினூடாக வெளியே பார்க்கிறேன். சுவரோரம் சாய்ந்து புகைத்தபடி எதையோ வாசித்துக்கொண்டிருந்த உனது

தோழி எழுந்துவந்து உன் உதட்டோரம் இருந்த சுருள்முடி ஒன்றை விரல்களால் நீக்கியபடி தான் படித்துக்கொண்டிருந்த நூலின் பக்கங்களைக் காட்டுகிறாள். நான் படிக்கத் தொடங்கியபொழுது நகர்ந்த வார்த்தைகள்: என் உதட்டில் உரசும் உனது குறியின் வெப்பம், வளையமாய்ப் பின் சுருண்ட தோல் மடிப்பு.

எனது கனவில் வந்த ழான் ழெனே வேறொருவனிடம் சொல்லிக்கொண்டிருந்தான்: நீ ஒரு முழுமையான தன்பாலின்பமுடையவளாக இல்லாமல் இருக்கும்பொழுது நிகழும் அந்த உறவு சிறிது இன்பத்தைத் தரலாம். ஆனால் நீயாக அதை நிகழ்த்த வேண்டுமென்றால் நீ ஒரு மனித உடம்பைக் காதலிக்க வேண்டும் உறுப்புகள் உறவுகொள்ளும் சில நிமிடங்களுக்கு மட்டுமாவது.

கனவு: ஏழு

நீயும் நானும் திரைப்படம் பார்த்துக்கொண்டிருக்கிறோம், திரையில் நீயும் நானும் தோன்றி நடித்துக்கொண்டிருக்கிறோம். திரைப்படத்திலும் நாம் செய்வது திரைப்படம் பார்ப்பது தான். நீ இடம்மாறி உட்கார முயற்சிக்கிறாய். நான் ஒதுங்கி வழிவிடவில்லை. ஒரு கட்டத்தில் காட்சிகள் மாறத் தொடங்குகின்றன. நீ என்னை வெறுப்பதையும் ஒதுக்குவதையும் விட்டு அணுகத் தொடங்குகிறாய். என் பக்கத்தில் இது உண்மையில் இல்லை என்ற உனது முனகல், பொய் என்று சற்று உரக்க வசைகிறாய். இருந்தாலும் காட்சி மாறுவதாய் இல்லை. நீ பாதியில் எழுந்து வெளியேறிச் சென்றபின் திரையில் தனியாக நீ மட்டும் இருண்ட தெருவில் நடந்துகொண்டிருக்கிறாய்.

வெளியிலிருந்து ஒரு குரல்: பாசிசத்தின் அரசியல் என்பது சாவின் அழகியல்.

எதிர்க்குரல்: எதுவும் ஒடுக்குதலுடன் செயல்படுவதில்லை. அனைத்தும் உற்பத்தியுடனேயே இயங்குகின்றன. எதுவும் ஒடுக்குதலாக இயங்குவதில்லை. அனைத்தும் வெளியேற்றமாக இயங்குகின்றன.

நீ எல்லாவற்றிற்குப் பின்னும் மறைந்துகொள்கிறாய். சொற்கள் உனக்கு முகமூடிகளாகின்றன. உனது உடம்பே உனக்குப்

பதுங்கிக்கொள்ளும் இடமாகிறது. எனது அணுகல்கள் உன்னைப் பயமுறுத்துகின்றன. நீ எதையோ எழுத முயற்சிக்கிறாய். ஒரே சமயத்தில் உனது உடம்பு பற்றிய கருத்தையும் பிரதி பற்றிய கருத்தையும் மாற்றியமைக்கத் தவிக்கிறேன். அன்று பின்னிரவில் எதற்காகவோ கதவு திறந்த நீ உனது அறைக் கதவில் பாதித் தூக்கத்தில் சாய்ந்தபடி உட்கார்ந்திருந்த என்னைக் கண்டு துணுக்குற்றாய். எனக்கும் கூடச் சில நொடிகளின் படபடப்பு. எனக்குத் தலையின் பாதிப் பகுதியில் நெருப்பு பற்றிய வலி ஆரம்பித்தது. நான் பொய்யாகச் சில காரணங்களைக் கூறினேன். அந்த இரவில் மட்டுமா நான் அப்படி உட்கார்ந்திருந்தது? எனக்கு அழவேண்டும் போல் தோன்றியது.

எனக்குத் தெரியாது

ஆனால் எனக்குத் தெரிந்திருக்கிறது.

வெளி காலம்: பரிமாணம்

காதல் எதிர்காலம்

வருவது இருத்தல் இல்லாமல் போதல்

சுயம் சுயமின்மை

எதுவும் எனக்கு அர்த்தமற்றது.

ஆனால் ஒன்று மட்டும் இருக்கிறது.

அதுவே அனைத்துமாக இருக்கிறது.

அது என் உடம்பின் வலி.

இதில் என்ன இருக்கிறது? எல்லாவற்றையும் மறந்துவிட்டால்தான் என்ன? என்ன இல்லை? என்ன இருக்க வேண்டும்? ஏன் இருக்க வேண்டும்? இந்தத் தவிப்பும் தேவையாகத்தான் இருக்கிறது.

தூரத்திலிருந்து ஒரு குரல்: எனக்குக் கலாச்சாரம் வேண்டியதில்லை. அதன் மீது காறித் துப்புகிறேன் என்கிறான் அன்தோனின் ஆர்த்தோ.

மறுகுரல்: ஃபிரெஞ்சு அறிவுஜீவியே உன்னை மறுக்கிறது ஃபிரெஞ்சின் இன்னொரு குரல். கலாச்சாரம் என்பது அறிவின் இயக்கம். அது சூன்யத்திலிருந்து பொருண்மையை நோக்கிச் செல்கிறது. பொருண்மையிலிருந்து சூன்யத்திற்குத் திரும்புகிறது. மரணத்திற்குத் திரும்புவது போல.

இதற்குப் பதிலாக நீ எழுதிய சுவர் வாசகம்: *குறிப்பாக இன்று இறந்த பொருள்கள், இறந்த உடல்கள் இறந்த மொழிகள் இவற்றின் அடுக்கே உண்மையாக இருப்பவை.*

●

எதிரிடைகள் ஒன்றை ஒன்று எதிர்ப்பவையாக இருக்கும் அதேசமயத்தில் பிரிக்க முடியாமலும் உள்ளன என்கிற உனது அடிக்கோடுகளுக்குப் பிறகும் நான் இதனைக் கூறாமல் இருக்க முடியாது. நமது தமிழ்ச் சமூகமே அதீத போகத்தில் மூழ்கிய சமூகம் என்பது பலருக்குத் தெரியாது. இது ஒடுக்கப்பட்டிருப்பதாகவும் சிக்கலாகிவிட்டதாகவும் அடிமைப்பட்டிருப்பதாகவும் சில அரசியல் அறிவுஜீவிகள் புலம்பிக்கொண்டிருக்கிறார்கள். இது ஒரு கலகச் சமூகம் என்பது நுண்மான் நுழைபுலம் கொண்டு கூர்ந்து பார்ப்பவர்களுக்குத்தான் தெரியும்.

இந்தக் கமுக்கமான கலகம் பட்டவெளியாகத் தொடங்குவது இருபதாம் நூற்றாண்டின் முன்பாதியிலிருந்து. இந்தக் கலகத்திற்குக் காரணமாக இருந்தவை திரைப்படங்கள், வானொலி, தொலைக்காட்சி, பத்திரிகைகள். இந்தச் சாதனங்களுக்குப் பின் நேர்ந்த மாற்றங்கள் மிகப் பாரியமானவை. குறிப்பாகத் தமிழ், தெலுங்கு திரைப்படங்களின் பங்கு போற்றுதலுக்குரியது.

அதுவரை உயிரற்றதுபோல் ஒடுங்கிக்கிடந்த தமிழ்ச் சமூகம் உயிர்த்தாதுக்கள் ஊறி இரத்த ஓட்டம் பரவ உயிர் வெப்பம் தகிக்கத் தனது புதிய வாழ்க்கையைத் தொடங்கியது. திரைப்படங்கள் தமிழ் மக்களின் மொத்த பாலியல் ஒடுக்கத்தையும் புலன் ஒடுக்கத்தையும் உடைத்த ஒரு சாதனம். அதிகபட்ச தனிமையாக்கலும் குவியலாக்கலும் அதிகாரத்தின் உத்தியாக இருக்கும் போது திரைப்படங்களின் மூலம் முதலில் உடல் தொகுதிகள் உருவாயின. திருவிழாக் காலங்களில் எங்கோ எப்போதாவது உருவான உடம்புத் தொகுதிகள் இப்போது தினம் உருவாகி, ஊர்தோறும் பரவின.

தனித்தனியாக ஒவ்வொரு மனித உயிரியும் கனவு காண்பதென்பது அந்நியமாதலுக்கு இட்டுச்செல்லும் என்னும்போது: ஒரே சமயத்தில் எல்லோரும் ஒரே கனவைக் காண்பது என்பது ஒரு கலக நடவடிக்கை என்றே கூறவேண்டும். நில எல்லைகளை அதிகமாகக் கொண்டிருந்த ஒரு சமூகத்தில், எல்லைகளை இட வரையறைகளை மீறத் திரைப்படங்கள் பொறியாக அமைந்தன. இதன்மூலம்

ரகசியமான ஒரு கலகம் உருவம் பெற்றது. மனித உடம்பின் உறுப்புகள் பெரிதுபடுத்தப்பட்டபொழுது இப்பிம்பங்கள் உடம்பைப் பற்றிய அதீத பிரக்ஞையை உருவாக்கின. கனவு மற்றும் மொழி என்ற தளத்தில் தொலைக்காட்சியும் திரைப்படமும் இணைந்து நிகழ்த்திய மாற்றங்கள் அதிகம்.

இன்றைய தமிழ் உடம்பின் ஒவ்வொரு உடல், மன அசைவுகள் அனைத்தும் இவற்றின் மூலமே உருவாக்கப்பட்டன. வயது, பால் வேறுபாடுகளை இவை உடைத்தன. மறுநாள் பேசிக்கொள்ள ஒவ்வொருவருக்கும் கதை மொழிகளைக் கொடுத்தன. ஒவ்வொருவரும் ஒவ்வொரு எண்ணத்தில் மூழ்கி பிளவுபட்ட சமூக மனம் உருவாவதை இவை தடுத்தன.

ஒரே கனவு ஒரே நேரத்தில் தமிழ் நிலப்பரப்பு முழுவதும். இது ஒரு சமூகம் முழுமைக்குமான கூட்டுக்கனவாக இருக்கிறது. தனிமையாதலைத் தடுக்கிறது. ஒரு சொல்லை ஒரே அர்த்தத்தில் அனைவரும் பயன்படுத்தும் பொழுது வெளிப்படையாகத் தெரியும் உடம்பின் பாகுபாடுகள் உள்ளுக்குள்ளாக அழிந்துபோகின்றன.

தமிழ்ச் சமூகத்தில் ஒழுக்க விதிகளை மேலோட்டமாகப் பார்க்கும் யாரும் அறியாமைகொண்ட தவறான முடிவுகளுக்கு வருவது இயல்புதான். உண்மையில் இந்த ஒழுக்க விதிகள் இன்பத்தின் வகைகளைப் பெருக்கவும் பெரிதுபடுத்தவுமே பயன்படுத்தப்படுகின்றன.

தமிழ் மக்கள் கூட்டுக் கனவைப் போலவே கூட்டுக் கலவியின் மீது நிகழா மோகம் கொண்டு அதைத் தங்கள் மன அளவில் நிகழ்த்திக் கொண்டிருக்கிறார்கள். இவர்களின் கலகம் மிகவும் ரகசியமானதும் அதே சமயம் பரந்துபட்டதுமாகும்.

வெவ்வேறு நடிகைகளை ஒவ்வொரு ஆணும் தாபித்து மனச் சம்போகம் கொண்டு புணரும்பொழுது அல்லது சல்லாபிக்கும்பொழுது இங்கே கூட்டுக் கலவிக்கான மிகப் பெரும் கிரியை நடக்கிறது. ஒவ்வொரு நடிகனையும் தமிழ் நிலத்தின் அத்தனைப் பெண்களும் தமது பாலியல் செயலின் கருவியாகப் பயன்படுத்தும் பொழுதும் இதுவே நிகழ்கிறது.

இது மட்டுமின்றி சில நடிகைகளைப் பெண்களும் சில நடிகர்களை ஆண்களும் மோகிப்பது ஓரினக் காதலின் வினைகளாகவே இருக்கின்றன. என்னே விந்தை இது!

தமிழர்கள் கடவுளர்களை நம்பிக் கொண்டிருப்பதாக மிகத் தவறாகப் புரிந்துகொண்டு கடவுள் மறுப்புச் சொல்லாடல்களை உற்பத்தி செய்கிறவர்கள் உண்மையில் தமிழ்ச் சமூகத்தின் வரலாறு தெரியாதவர்களே.

தமிழர்கள் எந்தக் காலத்திலும் வெற்றெனக் கடவுள் நம்பிக்கையில் மூழ்கிக்கிடந்தவர்கள் அல்லர். இவர்களில் ஒவ்வொரு தெய்வமும் பேரழகு நிறைந்த, காம ஆற்றல் நிறைந்த பாலியல் கருவிகளாகவே, இவர்களின் காமக் கனவுகளின் கதாபிம்பங்களாகவே இருந்தன. இவற்றின் மூலம் ஒரு விளையாட்டையும் இவர்களால் நிகழ்த்த முடிந்தது. அங்கும் நிகழ்ந்தது இழைபிரிந்த கூட்டுக் கலவியே.

ஓயாத மயக்கம். விரகத்தின் பலவகைச் செயல்பாடுகள். புனைவுகளின் மூலம் தமிழர் அடைந்த பாலியல் துய்ப்புகள் அளவுக்கு அதிகமானவை. பின்னாளில் கடவுள் வழிபாட்டின் நவீனமாக்கப்பட்டதும் தீவிரமாக்கப்பட்டதுமான வடிவமாகத் திரைப்பட நாயக நாயகிகளின் உருவாக்கம். இவர்களின் பாலியல் உக்கிரம் அரசியலையும் ஒரு விளையாட்டாகவே மாற்றியமைத்தது.

ஒளியாகவோ ஒலியாகவோ தங்களின் காமக்கருவிகளாகப் பயன்படாதவர்களை இனி அரசியல் தலைவர்களாகவும் ஏற்காத தமிழர்களின் பாலியல் பற்றுதல் உலக அளவில் போற்றப்படுகிறது. குழுக் குழுவாய், குடும்பம் குடும்பமாய், காதலனும் காதலியுமாய், கணவனும் மனைவியுமாய் இவர்கள் திரைப்படங்களைத் துய்க்கும்பொழுது சிறுவர்களின் பாலியல் வேட்கைகளையும் ஊக்குவித்து வளர்த்து இன்பத்திற்கான வழியைப் பெருக்குவதைக் காணமுடியும்.

குருதி உறவு கொண்டவர்களுக்கிடையிலான பாலுறவுகள் மன அளவில் பேருவகையாக நிகழ்த்தப்படுவது திரைப்படங்களின் கனவு வெளிக்குள்தான். இந்த வினை தமிழர்களை உடம்பை மீறிய வடிவமாற்றச் செயலை உள்ளடக்கியது.

உடலின் எல்லைகளை மீறுதல் அதிகபட்ச அரூப உடம்பாதல் என்பதை நிகழ்த்துகிறது. இவர்கள் உருவாக்கிய ஒழுக்க விதிகள் அனைத்தும் மீறுவதற்காகவே அமைக்கப்பட்டதோ என்று தோன்றும் அளவிற்கு இவர்களின் செயல்கள் நிகழ்ந்துகொண்டிருக்கின்றன.

இவை அதிகப்படியாய் மனத்தளவில்தானே நிகழ்கின்றன என்று குறைத்துக் கூறுபவர்கள் நவீனச் சிந்தனைகளும் இல்லாத தமிழரின் தொன்மரபு அறிவும் இல்லாதவர்கள் என்றே கூறவேண்டும். மனத்துக்கண் மாசிலன் ஆதல் என்பதையே உச்சகட்ட அறமாக, ஒழுக்கமாக வரையறுத்தவர்கள் அதை மீறுவதென்பதுதான் எல்லையற்ற கலகம் என்று கூற வேண்டும். அதுவுமின்றி மனதளவு கடந்து கழிப்பறை தொடங்கி கடல் பரப்பு வரை திட, திரவ, வாயு, பிம்ப, வரைபட, பருப்பொருள்களாய் வகைவகையாய் நெருங்கிக் கிடப்பதையும் உற்றறிந்து உய்க.

நடிகைகளின் இடுப்புகள், கொங்கைள், தொடைகள் எனக் கொஞ்சம் கொஞ்சம் உறுப்புகளும், அதிகபட்சம் மூடிய உடம்புகளும் சிறுசிறு முக அசைவுகளுமே இன்றைய தமிழ்ச் சமூக ஆணுக்குத் தனது உடலுக்குள்ளான போகத்தை அறியப் போதுமானவை. கனவுகளில் பெண்கள் துய்க்கும் 'போகக் கூச்சம்' நடிகர்களின் நடிக பிம்பங்களால் அமைந்த உடன் பழகும் ஆண்களின் தோற்றங்களாகிப் பெண்களுக்குள் போகச் சிலிர்ப்பு ஆற்றல் அதிகமாகி இருப்பதை நிரூபிக்கின்றன.

கூட்டம் கூட்டமாகத் தமிழ் மக்கள் கூடும்பொழுது அவர்களின் உடம்புகளிலிருந்து பரவும் ஆர்கான்களும் பயான்களும் கலந்து கலந்து பெருகுகின்றன. தமிழ்நாட்டின் திரையரங்குகள் ஒவ்வொன்றையும் ஆஸ்திரிய ஜெர்மானிய பாலியல் தீர்க்கதரிசி வில்ஹெம் ரெய்ச் உருவாக்கிய ஆர்கான் பாக்ஸ் என்ற உயிராற்றல் பேழையையும் நாம் ஒப்பிட்டுப் பார்க்கலாம். உண்மையில் இந்த ஆர்கான் கூடங்களாக விளங்கும் திரையரங்குகள் மனித உயிரின் உடம்பை மீறும் உள்வெறிக்குச் சாதனங்களாக அமைகின்றன.

கூட்டத்தில் உரசிக்கொள்ளுதல், தடவிக் கொள்ளுதல் என்பதான உடல் பிணைப்புகளும்; வேட்கையுடன் பார்த்தல் மீட்டல் பொய்த்தீண்டல் எனப் புலன் பிணைப்புகளும் எல்லையற்றவை என்கிறார்கள் மானுடவியலாளர்கள். உண்மையில் தமிழ் மக்களின் வாழ்க்கை என்பது அவர்களின் கனவுகளுக்குள்ளானது, ரகசியமானது, பேசப்படாதது. உள்வெளியாய் வெளிஉள்ளாய் நிகழ்த்த மட்டுமே படுவது. எதார்த்தம் என்ற வெளித் தெரியும் பகுதி அதன் விளிம்புப் பகுதியே. இவை வெற்றுத் தோற்றங்கள்.

திரைப்படக் கனவுகள் கலகங்கள், பாலியல் புரட்சிகள் எனத் தொடரும் இவ்வினை தமிழ்ச் சமூகத்தின் பரிணாமத்தில் பல்வேறு

சாத்தியப்பாடுகளுக்கு இட்டுச் செல்லக்கூடியது. இசையும் தாளமும் உடலின் அபரிமிதமான குலுங்கல்கள், நலுங்கல்கள், நடனங்களும் சிறு வெளிக்குள் ஒடுங்கிய தமிழ் உடம்பைப் பெருவெளிக்குள் பரவவிடுபவை.

வாழ்க்கையே தமிழர்களுக்கு உண்மையில் கலகம். இதில் அதிகாரமும் ஒடுக்குதலும் மேலே தெரியும் பொய்த் தோற்றங்கள். அரசியல், பொருளாதாரம் என்றும், சமூக மாற்றங்கள், புரட்சிகள் என்றும் ஒரு பக்கம் கேட்டுக் கேட்டு மட்கிப்போன நோய்ப் புலம்பல்கள் தமிழ் மக்களை எப்படி உள்ளூடாக பாதிப்பதில்லையோ அதேபோல் தேசத்தைப் புதுப்பிப்போம், புதிய சமுதாயம் உருவாக்குவோம், தெய்வீகம் பரப்புவோம், எல்லோருக்கும் பேரின்பம், எல்லையற்ற முன்னேற்றம் , தாய் நாட்டைப் பலப்படுத்துவோம் அப்படி இப்படி என்னும் அரசியல் ஓலங்களும் அவர்களைப் பாதிப்பதில்லை.

தேர்தல்களும் உலக அரசியலும் புதிய பழைய பொருளாதார அறிக்கைகளும் இவர்களுக்கு வெறும் வார்த்தை விளையாட்டுகள். தொலைக்காட்சி விளம்பரத்திற்கு முன் வயது கரைந்துபோகிறது. பால் அழிந்துபோகிறது. எல்லாம் சுதந்திரமான விளையாட்டுகள். அனைத்தும் பொருட்குறிகளின், சமிக்ஞைகளின், சொல்லாடல்களின் பிள்ளை விளையாட்டுகள். எல்லாம் கனவின் வெற்றுச் சிலும்பல்கள், புனைவின் சலனங்கள் என்பதை இவர்கள் உள்ளூரச் செயல்படுத்திக்கொண்டிருப்பவர்கள்.

இவர்களைப் பொறுத்தவரை லீலை இவ்வுலகு. இந்த வகையாகவும் ஒரு ஏகாதிபத்திய அதிகார அரசு எதிர்ப்புக்கான சாத்தியம் உள்ளது என்பதைக் கிழக்கு அய்ரோப்பிய தென்துருவ மாற்றங்களுக்குப் பின்னும் ஏற்காதவர்களை என்ன சொல்வது. அட என்னதான் செய்வது? தமிழ்ச் சமூகத்தின் மிகப் பெரும் கட்டவிழ்ப்புவாதியான கனம் பொருந்திய கவுண்டமணி அவர்களின் காலால் உதைபட்டுச் சாவதைத்தவிர இவர்களுக்கு வேறு கதியில்லை என்றுதான் சொல்லத் தோன்றுகிறது.

●

உன்னைப் பற்றி நான் இப்படியாகவும் புரிந்துகொள்கிறேன். நீ சமூகத்தைச் சரியாகப் புரிந்துகொள்ளவில்லை என்று மிகவும் கூச்சப்படுகிறாய். நன்றாக இப்பொழுதே சுவாசித்துக் கொள்ளுங்கள் மனிதர்களே! ஆக்ஸிஜன் இருக்கப்போவது

இன்னும் கொஞ்ச நாளைக்குத்தான் என்று சுவரொட்டி வாசகம் எழுதிக்கொண்டிருக்கும் 'பச்சை அமைதி' பற்றுகொண்ட அவனை ஏதேச்சையாகச் சந்தித்து கொஞ்சம் மது அருந்தியபடி உன்னைப் பற்றிக் கூறினேன். என் உச்சரிப்பில் தொனித்த கனமான துக்கத்தை அவன் புரிந்துகொண்டாலும், 'அவள் என்ன அந்த மூன்றெழுத்து நடிகையை விட அழகா?' அதிருக்கட்டும் உன்னைவிடவும் அழகா?' எனக் கேட்டான்.

அவன் எப்பொழுது கிண்டலாகப் பேசுகிறான் எப்பொழுது உருக்கமாகப் பேசுகிறான் என்பதைக் கண்டுபிடிப்பது சற்றுச் சிரமம். அவன் தமிழர்களைப் பற்றியும் தமிழ்க் கலகம் பற்றியும் எழுதியிருந்ததைப் படித்து நீ கொஞ்சம் சிரித்திருக்கலாம். ஆனால் அதிலும் உண்மை இருக்கலாம் என்றுதான் எனக்குத் தோன்றுகிறது.

கனவு: எட்டு

நீ சுவர்களில் அரசியல் வாசகங்களை எழுதிக் கொண்டிருக்கிறாய். உன்னுடன் இன்னும் சில ஆண்களும் பெண்களும். நீ எழுதிவிட்டு வேறு சுவரை நோக்கி நடந்தபின், நான் வாசகங்களில் சில எழுத்துகளைக் கலைத்தும் சில கோடுகளை, புள்ளிகளை இணைத்தும் போகச் சொற்களை உருவாக்கிக்கொண்டிருக்கிறேன். நீயும் உனது நண்பர்களும் திரும்பி வரும்பொழுது எல்லா வாசகங்களும் காதல் வாசகங்களாகவும் கலவிச் சொற்களாகவும் இருப்பதைக் கண்டு குழம்பிப்போகிறீர்கள். எனக்குச் சிரிப்பாக வருகிறது. நீ மட்டும் முகம் சிவக்க அங்குமிங்கும் பார்த்துக்கொண்டிருக்கிறாய். நான் ஏதேச்சைபோல் அங்கு வந்து உனது நண்பர்களுடன் பேசுகிறேன். அவர்கள் முன் என் சட்டைப் பொத்தான்களில் சிலவற்றை அவிழ்த்தபடி கிளர்ச்சியூட்டவென ஜாடைகளுடன் அசைகிறேன். அவர்கள் என்னைக் கொஞ்சம் இச்சையுடன் பார்ப்பதைக் கவனிக்க முடிகிறது. ஒரு இளைஞனை நெருங்கி ஆடைமூடிய குறியைத் தடவுகிறேன். அவன் குழப்பத்தில் நெளிகிறான். தனது நண்பர்களைப் பார்க்கிறான். நான் ஆடையை அவிழ்த்து விலக்கி உறுப்பை வெளியில் எடுக்கிறேன். எல்லோரும் முகம் இறுக என்னையே பார்த்துக் கொண்டிருக்கிறார்கள். அவனைச் சுவரில் சாய்த்து எனது உதடுகளால் கவ்விய பொழுது இமைப்பதை உனது நண்பர்கள்

மறந்தார்கள். ஒவ்வொருவராய் காட்சி தொடர்கிறது. உனது தோழிகளும்கூடச் சிறிது தயக்கத்திற்குப் பிறகு கலந்துகொள்ள வேட்கையின் விபரீதம். நீ மட்டும் கோபத்தில் அழுகை முட்ட சீறலுடன் மூச்சுவிட்டபடியிருக்கிறாய். உன்னை நான் பார்த்தபொழுது வேகமாய் அங்கிருந்து ஓடத்தொடங்குகிறாய். தெரு முனையில் நின்று ஒருமுறை திரும்பிப் பார்த்துவிட்டு நீ முன்னே நடந்தபொழுது தெரு குருடாக முடிந்துபோயிருந்தது.

விரைப்பு நிலை பாலியல் குறியீடாக இருக்கிறது. விரைப்பு நிலையின் மீதான ரகசிய கவர்ச்சியும் அதன் மீதான பக்தியும் சமூக மனவியலின் முக்கிய அம்சங்கள். போலீஸ், ராணுவ நடைகளில் உடல்நிலைகளில் திடவிரைப்பு முக்கிய இடம் வகிக்கிறது. ஆட்சி, அதிகாரம், நிர்வாகம் போன்றவற்றின் விரைப்பு நிலை சமூக மனிதர்களைத் தன் முன் பணியவும் வழிபடவும் செய்யும் உத்தியாக இருக்கிறது. தலைமையகங்கள், அரசு மண்டபங்கள், தூண்கள், கட்டட அமைப்புகள் பணிவை ஏற்படுத்துபவையாக உள்ளன. போலீஸ், படை என்பவற்றின் மொத்த அசைவுகளுமே இந்த விரைப்பு துடிப்பு என்பவற்றை அடிப்படையாகக் கொண்டிருக்கிறன்றன. விரைப்பு நிலையைச் செயல்படுத்துகின்றவர்களுக்குக் கடவுள் தன்மை பெறுவதான திளைப்பு கிடைக்கலாம். ஓங்கி வளர்ந்ததோர் கம்பத்தின் உச்சியில் ஆணாதிக்கத்தின் அரசதிகாரத்தின் குறியீடு பட்டொளி வீசிப் பறக்கிறது. நேர்க்கோட்டு கிடைக்கோட்டு அணிவகுப்புகள் அரசுச் சடங்குகளில் விரையும் பொழுது, தளர்வும் சிக்கலும் கிறுக்கலும் குழைவும் எதிர்மைகளாக இயங்குகின்றன. கந்நிலிங்கஸ் விரைப்பைத் தவிர்க்கும் குழைவின் மொழியாகுமோ. பிரதியை நக்கிச் சுவைப்பது விரைப்பின் எதிர்நிலையில் கிடைக்கும் "பிளஷர் அஃப் தி டெக்ஸ்ட".

கனவு: ஒன்பது

தலைமையகத்தின் முன் நகரம் முழுவதும் திரண்டிருக்கிறது. கொடிகளும் வாசக அட்டைகளும் கோஷங்கள் எழுதப்பட்ட துணிகளும். உனது தோழர்கள் எங்கும் நிறைந்திருக்கிறார்கள். ஒரு பெரிய அரசியல் மாற்றத்திற்கான ஆயத்தம். உனது தோழர்கள் சிலரிடம் ஆயுதங்களும் இருக்கின்றன. இன்றோ நாளையோ ஆட்சி இயந்திரம் மாற்றப்பட்டுவிடும் என்ற எதிர்பார்ப்பு. எங்கும் கோஷங்கள். குதூகலமும் புல்லரிப்பும்

நிரம்பிய ஊர்வலங்கள். நீ அந்த ஊர்வலம் ஒன்றில் கோஷம் எழுப்பியபடி நடந்துகொண்டிருக்கிறாய். நான் ஓரத்தில் ஒரு விளக்குக் கம்பத்திற்குப் பக்கத்தில் நின்றிருக்கிறேன். உன்னுடைய கால்சட்டையையும் மேல்சட்டையையும் உனக்குத் தெரியாமல் எடுத்து அணிந்துகொண்டு. நீ திடீரென்று என்னைப் பார்க்கிறாய். உனது முகம் மாறுகிறது. கோஷம் குறைகிறது. நானும் ஊர்வலத்தில் சற்றுத் தள்ளி நடந்து வருவதைத் திரும்பிப் பார்க்கும் நீ கோஷத்தை முழுமையாக நிறுத்திவிட்டு உனது பனியனை அடிக்கடி இழுத்து விட்டுக் கொண்டபடி நடந்துகொண்டிருக்கிறாய். நான் கொஞ்சம் கொஞ்சமாய் இடம்மாறி உனக்குப் பின்னால் நடந்து வருகிறேன். நான் தூரத்தில் உன்னைத் தொடர்வதாக நினைத்துக் கொஞ்சம் திரும்ப உனக்கு மிகவும் நெருக்கமாக வந்துவிட்ட என்னைக் கண்ட நீ திடுக்கிடுகிறாய். சின்னப்பெண் போல் உனது காது மடல்கள் சிவந்துபோகின்றன. உனது நடை சிக்குகிறது. ஊர்வலம் ஓர் இடத்தில் நின்று பேச்சுகள் தொடங்குகின்றன, நெருக்கம் அதிகமாகிறது. உனது பின்பகுதியில் அழுத்தி அழுந்தி உனது வாடையில் திளைக்கிறேன். உனது முதுகில் அழுந்திய எனது முலைகளுக்குள் வெளிச்ச வண்டுகள் மொய்க்கின்றன. எனது கைகளின் சிறு சீண்டல்களை எரிச்சலுடன் நீ தவிர்க்கிறாய். எதுவும் சொல்லவும் நகர்ந்து விலகவும் முடியாமல், உன் முகம் இப்பொழுது எப்படி இருக்கும். எனக்கு சிரிப்பு பொத்துக்கொண்டு வருகிறது. எனது சேட்டைகள் அதிகமானபொழுது வேறு இடத்திற்கு நகரச் சிரமத்துடன் தவிக்கிறாய்; முடியவில்லை. திடீரென்று கூட்டத்தில் சலசலப்பு. தூரத்தில் பீரங்கி வண்டி வரிசைகள். சிறிது நேரத்தில் கூட்டம் சிதறத் தொடங்குகிறது. எதிர்பார்ப்புகள் கலைந்து போனதாக ஒலிபெருக்கிகள் கூறுகின்றன. நீயோ தவிர்க்க முடியாத ஆசுவாசத்துடன் மூச்சுவிட்டபடி விலகி வேறு இடம் செல்கிறாய். உனக்கு எதை விடவும் என்னிடமிருந்து தப்பிப்பதுதான் முக்கியமானதாக மாறுகிறது.

●

உடம்பின் கருத்து, உடம்பாக இருப்பது அனைத்தும் ஆபாசமாக இருக்கிறது. நான் என் உடம்பை எதிர்த்து

அதன் மூச்சுத் திணறலை எதிர்த்துக் கலகம் செய்கிறேன். சிதற அடிக்க வேண்டும். எப்பொழுதும் யாராலும் தீண்டப்படாத எனது உடம்பை.

●

மழை அதிகமாகப் பெய்த அன்று நான் வேண்டுமென்றுதான் உனது அறைக்கு நனைந்தபடி வந்தேன். மெல்லிய பனியன் ஊடாக உள்கச்சையற்ற என் கருத்த மார்புகள் காட்சிப்பட குலுங்கிக்கொண்டிருந்ததை உனது பக்கத்துக் குடியிருப்பைச் சேர்ந்த இரண்டு பதின்சிறுவர்கள் பார்த்துக்கொண்டேயிருந்தார்கள். அதில் இளையவன் பெரியவனிடம் ஏதோ சைகை காட்டி நமட்டுச் சிரிப்பு சிரித்துக்கொண்டிருந்தான். பெரியவன் சிறிது மிரண்டது போல் இறுக்கமாக இருந்தான்.

நான் பெரிய வாசல் வழியாக உள்ளே நுழைந்து ஓட்டம் கலந்த நடையுடன் வந்தபொழுது அவர்களுக்கு அதிகப்படியாகவே குலுங்கியிருக்கும். படிக்கட்டுப் பக்கமாக நின்றிருந்த அவர்கள் நான் நெருங்கியபொழுது கொஞ்சம் பயந்ததுபோல் ஒடுங்கினார்கள். சிறியவன் ஓரப் பார்வையில் பார்த்துக்கொண்டிருந்தான். அங்கு வேறு யாரும் இல்லை. பனியனைப் பிழிந்துகொண்டபொழுது, பெரிய சிறுவனின் முழுக்கால் சட்டையில் கணிசமான மாற்றம். பாவமாக இருந்தது. படிக்கட்டுக்குக் கீழே கொஞ்சம் மறைவான இடம். இருவரையும் தலையசைத்து அழைத்தேன். கொஞ்சம் தயக்கத்திற்குப் பிறகு நெருங்கிவந்தார்கள். என்ன வேண்டும் என்றேன். என்ன செய்கிறது என்றேன். அவர்கள் ஒருவரை ஒருவர் பார்த்துக்கொண்டார்கள். என்ன பார்க்கிறீர்கள் என்றேன். சிறியவன் கொஞ்சம் துணிச்சல். என் மார்புகளைக் கிட்டத்தில் பார்த்தான். வெறும் மார்பகங்களைவிட நனைந்த உடையூடாகத் தோன்றும் அடங்கிய கொங்கைகள் யாருக்கும் போதையூட்டக் கூடியவைதான். நீ நனைந்தால் எப்படியிருக்கும் மாயக்காரி.

இருவரையும் சைகையால் நகர்த்தியபடி படிக்கட்டுக்குக் கீழே ஒதுங்கினேன். கொஞ்சம் விளையாட்டுப்போல கொஞ்சம் இச்சைபோல வித்தியாசமாகத்தான் இருந்தது. சிறியவனின் பற்கள் கூர்மையானவை. ஆவலும் அதிகம். பெரியவனுக்கு நாக்கு சிறிது நீளம். பருவமடைந்தவன் என்பதை எனது வாய்க்குள் நிரூபித்துவிட்டான். சிறியவனுக்கு எப்படித் தணிந்திருக்கும். அவர்களின் மூச்சு மிகவும் வித்தியாசமானதாக இருந்தது.

உங்களுக்கு எந்த நடிகை பிடிக்கும் என்றேன். ஒவ்வொரு சமயம் ஒவ்வொரு நடிகை. சரி இப்பொழுது யாரைப் பிடிக்கும். சின்னவன் என்னைச் சுட்டினான். பெரியவன் வெட்கத்தில் உதட்டைக் கடித்தான் கொஞ்சம் சிரிப்பு. யாரிடமும் சொல்லக்கூடாது என்றபடி படிகள் மாறி உனது அறைக்குள் வந்தபொழுது நீ ஆழ்ந்து படித்துக்கொண்டிருந்தாய். கொஞ்சம் குறிப்புகள் வேறு. உனது அடிக்கோடுகள் இப்பொழுது எல்லாம் சிறிது வித்தியாசமான இடங்களில் பரவத் தொடங்கியிருந்தன.

கனவு: பத்து

விஷவாயுக் கூண்டை நோக்கிய வரிசையில் நானும் நின்றிருக்கிறேன். முன்னும் பின்னுமாய் நீண்ட மனித உடல் தொடர்கள். பயங்கரமான நிசப்தம் எங்கும் கவிந்திருந்தது. முரட்டு ஆயுதங்களுடன் ராணுவ வரிசை இரண்டு புறங்களிலும். ராணுவ லாரிகள் உடல்களை ஏற்றிக்கொண்டு இன்னொரு திசையில் சென்றுகொண்டிருந்தன. முள்வேலிப் பகுதிக்கு வந்தபொழுது அதிகாரிகளின் குழு; அவர்களுக்கு முன்பாக ஒவ்வொருவரும் ஆடைகளை எல்லாம் களைந்துவிட்டு வளாகத்திற்குள் சென்றுகொண்டிருந்தார்கள். எனது முறை வந்தபொழுது அங்கே அதிகாரிகளுக்கு நடுவே நீயும் சீருடையில் இருந்தாய். என்னைப் பார்த்ததும் சிறிது விழித்தாய். நான் சைகைக்காகக் காத்தபடி ஆடையை அவிழ்க்க ஆயத்தமாக இருந்தேன். நீ நெளிந்தபடி உனது பக்கத்திலிருந்தவர்களிடம் ஏதோ கூற ஆடையுடனேயே என்னை உள்ளே போகச் சொன்னார்கள். என் நிர்வாணத்தை கடைசி வரைத் தவிர்த்துவிட்ட ஆசுவாசத்தில் உனது விரல்கள் கழுத்தைத் தடவிக் கொண்டிருந்தன.

●

அறைக்குப் போகவில்லையா என்றாய். சாவியை மறதியாக எங்கோ வைத்துவிட்டேன்; மழைவேறு என்றேன். பொய் என்று ஏதாவது இருக்கிறதா என்ன. உனது தாடை எலும்புகளில் சின்னச் சின்னத் துடிப்புகள். நகத்தை வேறு கடிக்கத் தொடங்கிவிட்டாய். நான் ஆடைகளைக் களைந்து நாற்காலியில் போட்டேன். உன்னுடைய சட்டை ஏதாவது? நீ உள்ளே இருந்த எதையோ எடுக்க நகர்ந்தபொழுது படுக்கையில் கிடந்த ஒரு சட்டையை எடுத்து இதுவே போதுமென்றேன். வியர்வையின் போதை நெடி.

நீ நிர்வாணத்தைத் தவிர்த்தாய். கொஞ்சம் நோயும் கொஞ்சம் வெறியும் கொஞ்சம் வலியும் கொஞ்சம் தாபமும் குழம்பிக் கிடக்கும் உடல். வெறும் சட்டை தொடைவரை மறைத்தது. சன்னலைச் சாத்தினேன். குளிர் கொஞ்சம் குறைந்தது போல.

வழக்கம்போல இறுக்கமான மௌனம். நீ வாசிப்பைத் தொடர்ந்தாய். நான் எனது பையிலிருந்து குறிப்பேட்டை எடுத்து இது போல எழுதத் தொடங்கினேன்.

புத்தகத்தின் பக்கங்கள் உனது வேகத்தில் நகரவில்லை என்பது தெரிந்தது. பசி, கொஞ்சம் போலத் தலைவலி. வரும்போது எதுவும் வாங்கிவரப் பணம் இல்லை. உன்னிடம் என்ன இருக்கும் பசி தீர்க்க.

நீ கேட்டாய் என்ன சாப்பிடுவாய்? உன்னைத்தான், பாத்தேன். மலிவான கவிதை. பழைய ரொட்டிகளும் கொஞ்சம் வதங்கிய காய்களும். எனக்கு அதிகம் தேவையில்லை என நீ ஒதுக்கிக் கொடுத்தாய். நீ வருவதற்கு முன்புதான் சாப்பிட்டேன் என்றாய். இதில் என்ன பொய் வேண்டியிருக்கிறது. இந்த விஷயங்களில் நீ எப்பொழுதும் நல்ல பெண்தான். மீதம் வைத்தால் ரொட்டியைக் கெடவைக்கும் மழைநாள். நீ வழக்கத்திற்கு மாறாகக் கொஞ்சம் பேசத்தொடங்கினாய். உனது எழுத்தைப் பற்றி, நீ படித்துக்கொண்டிருக்கும் புத்தகங்கள்பற்றி. ஆண் தன்மையுடைய எழுத்துகள் மையத்தை நோக்கி விரைப்புடன் இருக்கும் முடிவைச் சுட்டி நிற்கும். மாறாகப் பெண் தன்மையுடைய பிரதிகளில் இறுக்கமிருக்கலாம் ஆனால் தளர்வுகள் மையப்படுத்தப்படாத பல புலன் சிலிர்ப்புகள் கலைந்துகிடக்கும் பல வழிப்புழைகள் குழைவுகள் விட்டுவிட்டுத் தொடரும் அர்த்தத்தின் திருகு மாற்றங்கள் கொண்டிருக்கலாம். அடிக்கோடுகள் உன்னுடையவை. அந்த இரவை மறக்க முடியாது.

●

எனக்கு உள்ளுக்குள் தாபமும் தயக்கமும். உன்னுடைய உறக்க நடிப்பு கொஞ்சம் மிகையாக இருந்தது. ஒரு விரல் தொட்டுக் கொஞ்சம் போல் கைப்பட்டு பாதம் உரசி ஒவ்வொரு அங்கமாய் நகர நகர எத்தனை நேரம் பாவனைகளில் நகர்ந்தது காலம். உண்மையில் காலத்தின் பரிமாணம் மாறிவிட்டதாகவே இருந்தது. பிறகு தூக்கத்திலேயே அணைத்து பாம்பு மூச்சுவிட்டு ஒவ்வொரு அசைவுக்கும் நேர இடைவெளி அதிகம். நீ எதையும் மறுக்கவும் இல்லை திருப்பித் தரவுமில்லை. நீ உறங்கவில்லை என்பதை

நானும் இது உறக்கத்தில் நடப்பதில்லை என நீயும் உணர்ந்தே தொடர்ந்தோம் ஏ மோகினி சாவின் இருட்டுகள் அழுந்தி அழுந்தி உயிர் வாதை வெடித்துச் சிதறியது தசைக்கோளம். வெளியே மழை. அந்த இரவு முழுவதும் நாம் உறங்கவில்லை.

வார்த்தைகள் வார்த்தைகள் மட்டுமே. நான் கதறி அழவேண்டும் போல் இருந்தது. காலையில் இருவரும் ஒருவரை ஒருவர் பார்த்துக்கொள்ளவே இல்லை. குளிக்கும்பொழுது உடலின் பல இடங்களில் பற்களும் நகமும் அச்சுக்கோர்ந்திருந்தன. சில இடங்களில். அதிகமான வலி. நிதம்பத்திலிருந்து வழக்கத்தைவிட அதிகமான முடிகள் கையில் வந்தன. ரத்தம் கன்றிய திட்டுகள் பல இடங்களில். உனக்கு எப்படியிருக்கும்? நான் அப்படி ஒன்றும் மோசமில்லை. நீயோ உண்மையில் தமிழ்ப் பெண்தான். மழைக்கு நன்றி. அதற்குப் பிறகும் நாம் பேசிக்கொள்ளவில்லை. சிலமுறை உனது அறைச்சாவியை நீ மறப்பதும் வேறு சில முறை எனக்கு மழை வருவதும் பழகிப்போனது.

நாம் மௌனத்தையும் இடைவெளியையும் எப்பொழுதையும் போலத் தொடர்ந்துகொண்டிருந்தோம் வார்த்தைகளைப் போலவே. நீயும் தானும் படித்து முடித்த அந்தப் புத்தகத்தில் வெவ்வேறு இடங்களின் அடிக்கோடுகள்.

<u>வசியப்படுத்துதலில் நீ சேகரித்த ஆற்றல் முழுவதும் நீ வசியப்படுத்தும் பொருளை நோக்கிச் செலுத்தப்படுகிறது.</u>

இதற்கு அப்பால் நானும் சில அடிக்கோடுகள் வரையத் தொடங்கினேன். நாம் இருவரும் ஒரே போல அடிக்கோடிட்ட ஒரு வாசகம் இதுதான்:

<u>நமக்கான பிரதிகள் எதுவென்று அடையாளம் காண்பதில் இல்லை இன்றைய அரசியல். மாறாக நாம் எந்தப் பிரதியில் இருக்கிறோமோ அதை மறுதலித்து வெளியேறுவதில்தான் உள்ளது.</u>

அதனைப் பற்றி நீ எழுது, எழுது நீ.

நன்றி:

மார்க்ரித் துரா
ஜூலியோ கிறிஸ்தேவா
அக்ஞெஸ் வார்தா
ழான் லூக் கோதார்
மிலோராத் பாவிச்
ஹெலன் சிக்சு

குருவிக்காரச் சீமாட்டி

குறவர்க்குடி வந்திருப்பதாக ஊருக்குள் பேச்சு பரவி அடுக்களையில் அம்மாவோடு இருந்த எனது காதுகளுக்கு எட்டியது. மழைமாதம் கடந்துவிட்டிருந்தது. ஊர்க் குளமும் கோயில் குளமும் வடக்குத்திசை ஏரியும் நிறைந்திருந்தன. எங்கும் ஈரமும் பச்சையும். கோயிலுக்கு மேற்கே அமைந்த புளியந்தோப்பின் நிழல் பரப்பில் குறவர்க்குடியின் இரைச்சல்கள் எழத் தொடங்கிவிட்டன.

ஆண்களும் பெண்களும் சிறுவர்களுமாகத் தங்களுடைய கூடாரங்களை அமைக்கத் தொடங்கிவிட்டிருந்தனர். மாலைச் சூரியன் மறையவும் ஈரத்தோடு காற்று எங்கும் சூழ்ந்தது. அம்மாவிடம் சொல்லிவிட்டு எனது தோழிகளுடன் புளியந்தோப்புக்குச் சென்றுவிட்டேன். ஆண்கள் கூடாரங்களை இழுத்துக் கட்டிக்கொண்டிருந்தார்கள். பெண்கள் வெளியே அடுப்பு மூட்டி இரவு உணவுக்கு ஆயத்தமாகிக்கொண்டிருந்தனர். இக்குறக்குடிகள் ஆண்டுக்கு ஒருமுறை எங்கள் ஊருக்கு வந்துவிடுவார்கள். எனக்குக் கருத்து தெரியவந்த காலத்திலிருந்து அவர்களை நான் அதிசயத்தோடு பார்த்து வருகிறேன். இன்னதென்று விளங்காத அவர்களுடைய வெட்டி முழங்கும் மொழி எங்களுக்குச் சிரிப்பை ஏற்படுத்தும். அதே ஒலி அமைப்பில் நாங்கள் எங்களுக்குள் தமிழையும் பேசிச் சிரிப்போம்.

காலங்காலமாக ஒரு குறிப்பிட்ட பருவம் வந்து சில நாள்களோ வாரங்களோ மாதங்களோ எங்கள் ஊரில் தங்கிச் செல்வதை வழக்கமாகக் கொண்டிருந்த குறக்குடியினர் எங்களுக்கு அந்த மாதங்களிலெல்லாம் விநோத வேடிக்கைக்காரர்களாக இருப்பார்கள்.

விதம்விதமான மணிகளும் உடம்பை மறைக்கும் குறைவான ஆடைகளும் வெட்டவெளியில் நிகழும் அவர்களுடைய வாழ்க்கையும் எங்களுக்கு அதிசயமாகத் தோன்றும். என் வயதொத்த பெண் பிள்ளைகளின் கழுத்தில் வண்ண வண்ண மணிகளும் ஆண் பிள்ளைகளின் கைகளில் வேட்டை ஆயுதங்களும் கவண் கட்டைகளும் காணக்கிடைக்கும்.

ஊரைச் சுற்றி நீளும் குறும் புதர்க்காடுகளில் குறவர்களோடு எங்கள் ஊர் பையன்களும் சுற்றித்திரிவார்கள். கிட்டிகள், கூண்டுகள், வலைகள், கண்ணிகள், முள்கம்பிகள், ஈட்டிக்கோல் போன்றவற்றை வைத்திருக்கும் அவர்களிடம் துப்பாக்கிகளும் இருக்கும். எங்கள் வயதொத்த பெண்களிடம் நாங்கள் பேசுவோம். அவர்களுடன் அமர்ந்து மணி கோக்கக் கற்றுக்கொள்வோம். "ஆணும் பொண்ணுஞ் சேர்ந்து ஊரையே கொறவன்குடியா ஆக்கிடுதுங்க. இந்தக் கொறத்தி வூடு அடங்குறாளா பாரு" என அம்மா புலம்பிக் கொண்டேயிருக்கும். எங்களுக்குச் சிரிப்பு தாளாது.

அந்த மாசங்களில் எங்கள் ஊரில் மட்டுமின்றி சுத்துப்பட்டு ஊர்களிலும் விதம்விதமான கறிவகைகள் மணக்கும். மிளகாய்ச் செலவையும் கறிமசாலாவையும் அம்மியில் அறைத்து மாளாத அம்மாக்கள் அப்பாக்களைத் திட்டித் தீர்ப்பார்கள். அம்மியில் நாக்கை வைத்து அறைக்க வேண்டும் என்பார்கள். வகைவகையான பறவைகளையும் விலங்குகளையும் சரஞ்சரமாகத் தூக்கிக்கொண்டு குறவர்கள் ஊர்த்தெருக்களில் வருவார்கள். குயில், புறா, காடை, கௌதாரி, காட்டுக்கோழி, நீர்க்கோழி, செம்போத்து, கொக்கு, நாரை, நுளை மடையன், வாத்து, முயல், உடும்பு, வௌவால், வெள்ளெலி, பச்சைத் தவளை என விதம்விதமாக அடுப்பில் வேகும். அவர்கள் கொண்டுவரும் உரித்த காட்டுப்பூனையை மட்டும் அதிகமாக யாரும் வாங்கமாட்டார்கள்.

வீட்டு வேலைகளை அம்மாவுடன் சேர்ந்து முடித்ததும், ஈரக் கைகளைப் பாவாடையில் துடைத்தபடி கூடாரங்களை நோக்கிப் பக்கத்து வீட்டுத் தோழிகளையும் இழுத்துக்கொண்டு ஓடுவேன். அம்மாவின் ஏசல் முதுகுக்குப் பின்னால் விரட்டிக் கொண்டுவரும். குறவர்கள் முற்பகல்களில் வேட்டைக்குச் சென்றிருப்பார்கள். பால் குடிக்கும் குழந்தைகளைத் துணியில் கட்டி மார்பிலும் முதுகிலும் சுமந்தபடி பெண்கள் வேலைகளைச் செய்து கொண்டிருப்பார்கள். குழந்தைகள் தமது பிஞ்சுக் கைகளால் பற்றியபடி இருக்கும் எச்சில் ஊறிய மார்புகள் வெளித்தெரிவது

பற்றிக் கூச்சமற்றவர்களாக இருப்பார்கள். அதைப் பார்க்க எங்களுக்கு மிகவும் வெட்கமாக இருந்தாலும் அம்மார்புகளை ரகசியமாகப் பார்த்து ரசித்தபடியிருப்போம். கருத்த, பழுத்த, மாநிறமாக அப்பெண்களின் செழுமையான உடற்பகுதிகள் வெகுளியாக வெளித்தெரிய அவற்றைக் கண்டு எங்களுக்குள் குசுகுசுப்போம்.

வயதான பெண்கள் தோப்பில் இருந்தபடி விதம் விதமான மணிகளைப் பின்னிக் கொண்டிருப்பார்கள். சிறிய குறடும் மெல்லிய கம்பிகளும் வைத்து அவர்கள் மணிமாலைகளை உருவாக்குவது எங்களுக்குக் கண்கொள்ளாக் காட்சி. சின்னப் பெண்கள் வகைவகையான மணிகளுடன் வேறு வகையான கொக்கிகள், ஊசிகள், வளையல்கள், மாலைகளை எடுத்துக்கொண்டு சுத்துப்பட்டு ஊர்களைச் சுற்றி வருவார்கள். அவர்கள் ஊர்த் தெருக்களுக்குள் நுழைந்ததுமே நாய்கள் குரைக்கத் தொடங்கிவிடும். அவர்கள் ஊரைத் தாண்டி, சேரிக்குள் நுழையும்வரை அவர்களின் பின்னாலேயே குரைத்தபடி சென்று எல்லையில் விட்டுவிட்டு வரும்.

திடீரென்று ஒருநாள் காலை அவர்களின் கூச்சல், பேச்சு என எல்லாம் காணாமல் போயிருக்கும். புளியந்தோப்பு வெறுமையாக இருக்கும். குப்பைக் கூலங்களோ, அடுப்பெரித்த கரித்துண்டுகளோகூட கிடக்காது. இரவோடு இரவாகக் கூடாரங்களை அவிழ்த்துக் கொண்டு இடம்பெயர்ந்திருப்பார்கள். அவர்கள் எங்கிருந்து வந்தார்கள், எங்கே போனார்கள். யாருக்கும் தெரியாது. ஒருவித வெறுமை எங்களைச் சூழ்ந்துகொள்ளும்; ஆடிமாதக் கோயில் திருவிழா முடிந்தபிறகு சூழுமே அந்த வித வெறுமை. மீண்டும் அவர்கள் எப்பொழுது வருவார்களோ என்று ரகசியமாகக் காத்திருப்போம்.

எங்களுக்குள் சில ரகசியக் கதைகள் பதுங்கியிருந்தன. எங்கள் தனிமை நேரப் பேச்சுகளில் அக்கதைகள் பல்லாங்குழிக் காய்களைப் போல மனக்குழிகள் தோறும் பகிர்ந்து போட்டு விளையாடப்படும். எங்கள் தோழிகளில் ஒருத்தி, குறவர்களும் குறத்திகளும் ரொம்ப அழகு என்று சொன்னதிலிருந்து குறவர் கூட்டம் பற்றியும் பலவித ரகசியக் கதைகள் எங்களுக்குள் உருவாகத் தொடங்கியிருந்தன.

ஊரில் சில அம்மாக்கள் தங்கள் பெண் குழந்தைகளுக்குக் கண்நிறைய மையும் புருவங்களுக்குமேல் வண்ணப்புள்ளிகளையும்

இட்டு மணிகளை அணிவித்து ‘அடி என் குறத்தி’ எனக் கொஞ்சுவார்கள். குறக்குழந்தைகள் மீது அம்மாக்களுக்குத் தனிப்பாசம் உண்டு. பெரிய கண்கள், பருத்த மார்புகள், வளைவு நெளிவான உடம்பு கொண்ட பெண்களை எங்கள் ஊரில் பெருங்குறத்தி என்று செல்லமாகவும் கள்ளமாகவும் குறிப்பிடுவார்கள். எங்கள் அத்தை ஒருமுறை தன் வீட்டுக்காரரை ஆசையோடு கன்னத்தில் கடித்து ‘அட என் குறவா’ என்று கொஞ்சியது எனக்கு வேறுவிதமாக அர்த்தப்பட்டது.

என் தோழியொருத்தி குளத்தில் குளிக்கும்போது தான் ஒரு குறவனைத்தான் கல்யாணம் கட்டிக்கொள்ளப் போவதாகவும் அவனோடு ஊர் ஊராக அலையப்போவதாகவும் நீரில் ஆடிச் சிவந்த கண்கள் படபடக்க ஒருமுறை சொன்னாள். சொன்னவள் வீடு திரும்பும் வழியிலேயே பெரிய மனுஷியானாள். நான் குட்டிப் பெண்ணாக இருக்கும்போது என்னை அம்மா குறத்தியிடம் பழைய பாத்திரம் கொடுத்து வாங்கியதாக ஒருமுறை சொன்னாள். முட்டிக்கொண்டு வந்த அழுகையோடு நான் தூங்கிவிட்டேன். பல அம்மாக்கள் தம் ஆண்பிள்ளைகளைக் குறத்தியிடம் வாங்கியதாகச் சொல்லி அழ வைப்பார்கள். இரவு என் கனவில் அம்மா ஒரு குறத்தி போலத்தான் அன்று வந்தது.

குறவர்கள் வரும்போது கொண்டுவரும் கைரேடியோ அடிக்கடி என் கனவில் வரும். வேட்டை நேரத்தைத் தவிர ஓய்ந்திருக்கும் நேரமெல்லாம் கைரேடியோ ஏதேனும் ஒரு திசையை நோக்கிக் காற்றை வாங்கி இரைந்துகொண்டிருக்கும். ரேடியோ ஒலி இல்லாமல் குறவர்களால் தனித்திருக்க முடியாதோ என அடிக்கடி தோன்றும், அவர்கள் ஊரைவிட்டுப் போன பிறகும் ரேடியோ ஒலிமட்டும் கேட்டுக்கொண்டே இருக்கும்.

அதேபோல அவர்கள் பக்கத்து ஊரில் உள்ள சினிமாக் கொட்டகைக்குத் தவறாமல் சென்று படம் பார்த்துவிடுவதையும் வழக்கமாகக் கொண்டிருந்தனர். ஊரைக் காலி செய்துவிட்டுப் போன பிறகு, வேறு ஏதேனுமோர் ஊரிலிருந்து படம் பார்க்க அந்தக் கொட்டகையைத் தேடி வருவார்களோ எனவும் தோழிகளோடு பேசிக்கொள்வதுண்டு. அம்மா, அத்தை, பக்கத்து வீட்டுச் சித்தியோடு முதலாட்டம் சினிமா பார்க்கப் போகும்போது கொட்டகை வாசலில் ஏதேனும் ஒரு குறவர் கூட்டம் எப்போதும் இருக்கும். ‘உன் சொந்தக்காரங்க, உன்னைத் தேடித்தான் வந்திருக்காங்க’ என அத்தை என்னைக் கிண்டல் செய்வாள். படம்

ஓடும்போது காதல் காட்சிகளின் கிறக்கத்தில் கொட்டகையே புழுங்கும் போது கணவரோடு வாழாமல் வந்துவிட்ட அத்தை என் தொடையைக் கிள்ளுவாள். நான் சங்கடத்தோடு நெளிந்தபடி அவளது கையைக் கிள்ளிவிடுவேன்.

பள்ளி வகுப்பறையிலும் பெண்களின் தொடைகளே எங்களுக்கு ரகசியச் செய்தி அனுப்பும் இயந்திரம். ஒன்றிலிருந்து ஒன்று என தொடர்ந்து எல்லோருக்கும் பரவிவிடும் செய்தி. ரகசியமான செய்தி. அப்படித்தான் என் செய்தியும் அன்று வகுப்பு முழுக்கப் பரவியது. அந்த நாளே எனது பள்ளி வாழ்க்கையின் கடைசி நாளாகவும் ஆனது. படிக்க வேண்டுமென ஆசைப்பட்டது எல்லாம் ஒரேநாளில் முடிந்து போனது. அம்மா முடியாது என ஒரே வார்த்தையில் சொல்லிவிட்டாள். எட்டாம் வகுப்பின் பாதியில் நான் வீட்டோடு அடைபட்டேன்.

•

ஏதோ காரணங்களால் இரண்டு ஆண்டுகளாகத் தொடர்ந்து வராமல் இருந்த குறவர்க்குடி மீண்டும் வந்து சேர்ந்தபோது; எங்கள் கூட்டாளிகள் அத்தனைபேரும் பெரிய பெண்களாகிப் படிப்பைப் பாதியிலேயே விட்டுவிட்டு வீட்டோடு இருந்துகொண்டிருந்தோம். கோயில், ஊர்த்திருவிழா, பக்கத்து ஊர் சினிமா கொட்டகை என இரண்டொரு இடங்களைத் தவிர இந்த உலகத்தில் வேறு போக்கிட மற்றுப் போனோம். மாலையில் ஊர்க்குளத்தில் நீரெடுக்க ஒன்று கூடுவோம். சிலர் வீடுகளில் கிணறு இருந்தாலும், கதை பேசுவதற்காகவே குடத்தோடு வெளிவந்துவிடுவோம். ஒரு நாளின் கதை முழுக்க அந்த ஒரு மணி நேரத்தில் பேசி முடிக்கப்படும். எங்களுடைய ரகசியப் பேச்சுக்களும் காதுமடல்களைச் சூடாக்கும் அதிரகசியப் பேச்சுக்களும் இப்போது ஏதேதோவாக மாறிப்போயிருந்தன. முன்பு புரியாத வயதில் கிளுகிளுப்பாக இருந்த பல ரகசியங்கள் இப்போது சாதாரண உண்மைகளாக வண்ணமிழந்து போயிருந்தன. எல்லோருக்குமே அது ஒரு இடைக்கால வாழ்வுபோலத் தோற்றம் தந்தது. அடுத்து என்ன. எந்த ஊரு, எங்கு போகப் போகிறோம் என்பது மட்டுமே ஒவ்வொரு பேச்சிலும் தொக்கி நின்று சோர்வைத் தந்துகொண்டிருந்தது.

வீட்டிற்குள் எதன் மீதும் முழு உரிமை இல்லாதது போன்ற தோற்றம் வலிய ஏற்படுத்தப்பட்டிருந்தது. என் அம்மாவும் அப்பாவும் சேர்ந்திருக்கும்போது பேச வேறு ஏதுமற்றவர்களாக

என்னைப் பற்றியே பேசிக்கொண்டிருந்தனர். எந்த நேரத்திலும் நான் இந்த வீட்டைவிட்டு, ஊரைவிட்டு வேறு வீட்டுக்கும் ஊருக்கும் இடம் மாற்றப்படலாம் என்பது எனக்கு வந்து சேரும் செய்தியாக இருந்தது.

கண்ணுக்குப் புலப்படாத ஒரு ஆண் இரவும் பகலும் என்னை மருட்டிக்கொண்டிருந்தான். அவன் யார்? எங்கிருந்து வருகிறான். கருப்பா? சிவப்பா? எதுவுமே தெரியவில்லை. ஆனால் மிகப்பெரும் உருவமாக எனது அறையையும் வீட்டையும் அம்மா அப்பா அண்ணன் இவர்களின் மனத்தையும் நிரப்பிக்கொண்டு நின்றான். அழுகை அழுகையாக வந்தது. பயமாக இருந்தது. அந்த ஆணைக் கொல்ல வேண்டும் போல இருந்தது. அவனது குரல்வளையைக் கவ்விக் குருதியை உறிஞ்ச வேண்டும் போல இருந்தது. அந்தத் தாகவிடாயின் போதுதான் ஒரு காட்டுமோகினி போல வந்து நுழைந்தாள் ஊசும்பி.

நாங்கள் முன்பு புளியந்தோப்பு பக்கம் போகும்போது அவளிடம் பேசிப்பழகியது உண்டு. இடுப்பில் ஒரு அரைப்பாவாடை கட்டி மேலே ஏதும் போடாமல் கொத்துமணி மட்டுமே அணிந்து கொண்டு திரிவாள். இப்போது அடையாளம் தெரியாமல் பூரித்துப் போயிருந்தாள். எங்கள் கிணற்றுப் பக்கம் வந்து 'அக்கா தண்ணி வேணும்' என்று நின்றவளைப் பார்த்தபோது நம்ப முடியவில்லை. 'நீ ஊசும்பி இல்ல' என்றவுடன் உருகிப் போனவள் 'அக்கா என்ன மறக்கலயோ' என்றபடி நெருங்கி வந்தாள்.

ஊசும்பிக்கு என் வயதுதான் இருக்கும்; ஒரு வயது கூடவும் குறையவும் இருக்கலாம். முட்டி வரை தொங்கிய பலவண்ணத் துணி வைத்துத் தைத்த பாவாடை, ஓரத்தில் மணிவைத்துப் பின்னிய ஜாக்கட் மட்டும் அணிந்து விடைத்து வளைந்த உடம்புடன் இருந்தாள். நடு வயிற்றிலிருந்து கோடாக இறங்கிய ரோமம் கீழே சென்று மறையும் இடம்வரை கண்ணில் பட, பின் இடுப்பின் சுழி அப்பட்டமாக வெளித்தெரிய பயப்படும்படியான தோற்றத்துடன் நின்றிருந்தாள். முதல்முறை அவளை அப்படிப் பார்த்தபோது நானே அப்படி உடல்காட்டி நிற்பது போல் கூச்சமாக இருந்தது. அவள் நடக்கும்போது கரகாட்டத்தின் நடுவில் சற்றே ஓய்வெடுக்கும் நடனக்காரியின் அசைவுபோல இருந்தது. 'ஏண்டி இவ்வளவு நாளா வரல' என்று தொடங்கிய பேச்சு எங்களை மீண்டும் கூட்டாளிகளாக்கியது.

அவள் பேசும் தமிழ் முழுக்க வேறு மாதிரியாக இருந்தாலும் எனக்குக் கேட்க இனிமையாகவே இருந்தது. அவள் எங்கெங்கெல்லாம் சுற்றி வந்திருந்தாள். அவளை எனக்கு அப்படி ஏன் பிடித்துப்போனது. தினம் எங்கள் கிணற்றுப் பக்கம் வந்துவிடும் அவளுடன் நேரம் போவது தெரியாமல் பேசிக்கொண்டிருந்தேன்.

'அடி ஊசும்பி' என்று ஒருமுறை பேச்சுவாக்கில் கட்டிக் கொண்டபோது திடுக்கிட்டு விலகிய அவள் 'வேணாம் அக்கா ஏதாவது நோவு வந்து சேரும்' என்றாள்.

எனக்கு ஒன்றும் புரியவில்லை. 'எங்கள வேற ஆட்கள் தொட்டா ஏதாவது நோய் வந்துடும்னு சொல்லுவாங்க. எங்க பொண்ணுகளோட பழக்கம் வைச்சிக்கிட்ட ஆம்பளைங்களுக்கு நோய் வந்திருக்கு'. எனக்கு அதிர்ச்சியாக இருந்தது. 'அதெல்லாம் சும்மாடி ஊசும்பி' என்றபடி அவள் தலையைத் தடவினேன்; பிசுபிசுப்பாக இருந்தது.

மறுநாள் அவளை வம்பு பண்ணி என்னுடன் தோட்டத்திற்குக் கூட்டிப்போய் மோட்டார் பம்பில் குளிக்க வைத்தேன். எண்ணெய், சீயக்காய், சோப்பு, பல்பொடி என்று அவளை மாற்றும் மருந்துகளை உபயோகித்து என் பழைய பாவாடையையும் சட்டையையும் போட்டுத் தலைசீவி பின்னல் போட்டபோது எனக்கே மூச்சுமுட்டுவது போல இருந்தது. 'அடி மோகினிப் பிசாசு' என்றபடி அவளை என்னிடம் இழுத்தபோது 'விடு அக்கா' என்று சிணுங்கியபடி என்னுடன் ஒட்டிக்கொண்டாள்.

மறுநாள் அவள் தோட்டத்துப் பக்கம் வரவில்லை. எனக்கோ கையும் காலும் ஓட மறுத்தன. இரண்டு நாள் கழித்து வந்தவள் பழைய பாவாடையில் கலைந்த தலையுடன் இருந்தாள். என்னடி என்றதற்கு கன்றிப்போன சிவந்த வீக்கம், முதுகு, தொடைகளைக் காட்டினாள். கோடு கோடாக. எனக்கு அழுகையாக வந்தது.

'எல்லாம் என்னாலதானே' என்றதற்கு 'விடு அக்கா பரவாயில்லை' என்றாள்.

இனிமே துணியெல்லாம் மாத்தவேணாம். ஆனா என்ன பாக்க வராம இருந்துடாதே என்றேன்.

அதற்குப் பிறகு என்னுடன் இருக்கும்போது மட்டும் என்னுடைய பழைய பாவாடை சட்டையில் இருப்பாள், போகும்போது மாற்றிக்கொள்வாள். கிணற்றடியிலும் பம்புத் தொட்டியிலும்

நாங்கள் வெகுநேரம் ஆட்டம் போட்டுக்கொண்டிருப்போம். சிலசமயம் மாத்து உடையிலேயே பக்கத்துத் தோப்புகளுக்குப் போகும்முன் என் வீட்டுப் பக்கம் வந்து போவாள். அவளுடைய உடையும் தோற்றமும் மட்டுமல்ல பேச்சும் நடத்தையும்கூட இரண்டு விதமாக மாறிவிட்டது. நான் வீட்டுவேலை செய்த நேரம் போகத் தோட்டத்திலேயே அவளுக்காக நேரத்தைக் கழித்தேன். நான் எடுத்துச் செல்லும் சோறும் குழம்பும் இரண்டு பேருக்கும் போதுமானதாக இருந்தது. எங்கள் வாழைத் தோட்டத்திலும் தென்னந்தோப்பிலும் செய்ய ஏதாவது வேலை இருந்துகொண்டே இருந்தன. ஊசும்பிக்காக நான் கூடுதலாகவே தோட்ட வேலைகளைச் செய்துகொண்டிருந்தேன். காலையிலிருந்து மதியத்திற்குள் மணிகளை விற்றுவிட்டு என்னைப் பார்க்க ஓடிவந்துவிடுவாள். ஊசும்பி நிறைய பேசிக்கொண்டே இருந்தாள். துண்டு துண்டாகத் தொடர்பில்லாமல்.

மற்ற பெண்களுக்குத் தெரிந்த பல விஷயங்கள் அவளுக்குத் தெரிந்திருக்கவில்லை. எங்களுக்குத் தெரியாத ஏதேதோ விஷயங்கள் அவளுக்குத் தெரிந்திருந்தன. ஒரு வீட்டின் உட்புறம் எப்படி இருக்கும் என்பது அவளுக்குத் தெரியாததாகவே இருந்தது.

வீட்டில் எல்லோரும் வெளியூர் கல்யாணத்திற்குப் போய் இருந்த போது ஒரு பகல் நேரம் கிடைத்தது. ஊசும்பியை எங்கள் வீட்டுக்குள் யாருக்கும் தெரியாமல் கூட்டிவந்துவிட்டேன். எல்லாவற்றையும் அதிசயமாகப் பார்த்தாள். தொடத் தயங்கினாள். அவளுக்குத் தொட்டுக் காட்டி பெயர்களைச் சொன்னேன். தோசை சுடுவதைச் செய்துகாட்டினேன். இரண்டாவது முறையே ஊத்தித் தேய்க்கக் கற்றுக்கொண்டாள். திருப்பிப் போடத்தான் வரவில்லை. என் புடவை ஒன்றைக் கட்டி இருந்த நகைகளைப் போட்டு கண்ணாடியில் காட்டினேன். முகத்தைக் கோணலாக வைத்துக்கொண்டு 'இதெல்லாம் நாங்களுக்குச் சரியில்லை' என்றாள். மாலை அவளை ரகசியமாக அனுப்பி வைத்தபின் எனக்கு அழுகை அழுகையாக வந்தது.

ஒருவிதப் பசி என் உடம்பில் சுரந்தது. அவள் அணிந்து பார்த்த என்னுடைய ஜாக்கெட்டின் அக்குள் பகுதியில் அவளது வியர்வை வாடை காட்டு மல்லிகையின் தீவிரத்துடன் கமழ்ந்தது. என் முகத்தில் அதை ஒற்றிக்கொண்டேன். அவளது விரிந்த கண்களும் செழித்த உதடுகளும் மனசுக்குள் தீயைக் கிளர்த்தின. அவளுக்குப் புடவையை உடுத்துவது போல உடுத்தி அவளை

நிர்வாணமாக்கிவிட்டதை நினைத்தபோது மனதுக்குள் திகில் பரவியது. அவளது மார்பில் தவழ்ந்த மணிகளை அவிழ்த்து எனது நகைகளை அணிவித்தபடி அவளது செழித்த அங்கங்களை எந்தத் துணிச்சலில் தொட்டுப் பார்த்து என் முகம் புதைத்து அவளைச் சிலிர்க்க வைத்தேன். அவளும் திணறினாளே காது மடல்கள் சிவக்க, என்னையும் அவளால் தவிர்க்க முடியவில்லையே. பேயி, பிசாசு, காட்டு மோகினி. அவளை முழு நிர்வாணத்தோடு மனம் கொணர்ந்து என் உறக்கத்துக்குள் ஆழ்த்தினேன். உடம்பு நடுங்கியது. காது மடல்கள் கொதித்தன. கண்கள் பெருகித் தலையணையை நனைத்தன.

இரண்டு நாள் கழித்து நடந்த ஒரு காது குத்து விழாவின் போது அவளும் வேறு சில சிறுவர்களும் சாப்பிட்ட இலையை வெளியில் போடும் இடத்தில் உட்கார்ந்து பாத்திரங்களில் இலையில் மீந்த சோற்றை நிரப்பிக்கொண்டிருந்ததைப் பார்த்தபோது எனக்கு மீண்டும் அழுகை வந்தது. இரவு தூக்கம் இல்லாமல் தலைவலியில் கிடந்தேன். மீண்டும் அவளைப் பார்த்தபோது கண் கலங்கிய என்னிடம் 'மூணு நாளு நாளா செமத்தியான வேலைக்கா' என்றாள்.

'என்னோடயே இருந்திடு ஊசும்பி' என்றேன். அவள் கசப்புடன் சிரித்தாள்.

'சரி என்ன உன்னோட கூட்டிப் போயிடேன்'

'ஏன் அக்கா உனக்கு அந்த விதி.'

நாங்கள் ஏதேதோ பேசிக்கொண்டிருந்தோம்; எல்லாம் துக்கமாகவே இருந்தன. அன்றிரவு துண்டு துண்டான கனவுகள். எல்லாம் ஊசும்பி பற்றியதாக இருந்தன. ஊசும்பியும் என்னை நினைப்பாளா என்று தோன்றியது. மறுநாள் காலையில் எழுந்திருக்க முடியாத காய்ச்சல். பத்துப் பதினைந்து நாள்கள் மாறி மாறி காய்ச்சலும் தூக்கமுமாக செத்துப் பிழைத்தது போல இருந்தது. என் தோழிகள் ஒவ்வொருவரும் மாறிமாறி வந்துவிட்டுப் போனார்கள். ஊசும்பி என்ன செய்வாள். ஒருநாள் சன்னல் ஓரம் உட்கார்ந்திருந்தபோது தூரத்தில் கிணற்றுப் பக்கம் வேலியோரமாக நின்றுகொண்டு எங்கள் வீட்டையே பார்த்துக்கொண்டிருந்தது கண்ணில் பட்டது. என்னால் நடக்கவோ பேசவோ முடியவில்லை. மீண்டும் சரிந்து படுத்துவிட்டேன்.

அவளை மறுபடியும் தோட்டத்துப் பக்கம் பார்க்க முடிந்தபோது ஏதும் பேசமுடியாமல் மன அழுத்தத்தோடு உட்கார்ந்திருந்தோம். போகும்போது 'அக்கா உங்கிட்ட நிறைய பேசணும் நாளைக்கு வருவேன்' என்றாள்.

மனசு கனத்துப்போய் இருந்தது. மறுநாள் அவள் சொன்னாள். அவன் பக்கத்து ஊர்க்காரன். அவள் எல்லாவற்றையும் சாதாரணமாகச் சொன்னாள். 'என்னடி ஊசும்பி உனக்கு என்ன ஆச்சி' என்றதற்கு 'உனக்கு ஆம்பளப் பழக்கம் இல்ல அக்கா. புரியறது கஷ்டம். என்ன ஆவுதோ எல்லாத்தையும் பாத்துட வேண்டியதுதான்'.

'உனக்குப் பிடிச்சிருக்கா ஊசும்பி.'

'பிடிச்சிருக்கு.'

எனக்குப் பயமாக இருந்தது. அவளிடம் சொன்னேன். எனக்கும்தான் பயமா இருக்கு என்றாள்.

●

சில நாட்களுக்குப் பின் குறவர் குடியினர் கூச்சலும் குழப்பமுமாக நாட்டாண்மைக்காரர் வீட்டின் முன் முறையிட்டுக் கொண்டிருந்தார்கள். அவர்களுடைய பெண் ஒருத்தியைக் காணவில்லை. ஊரில் அவள் எந்தப் பையனுடனோ ஓடிப்போய்விட்டதாகப் பேசிக்கொண்டார்கள். ஊரில் எல்லா ஆண்களும் அப்படியே இருந்ததை மாலைக்குள் கணக்குப் பார்த்த பஞ்சாயத்தார், குறவர்களை மிரட்டி உடனே ஊரைவிட்டுப் போகச் சொல்லிவிட்டார்கள். இனிமேல் இந்த ஊர்ப்பக்கம் வரக் கூடாது என்றும் திட்டம் செய்துவிட்டார்கள். குறவர்கள் கூவிப் புலம்பியபடியே ஊரைவிட்டுச் சென்றார்கள். யாருக்கும் தெரியாது உசும்பி எங்கே போனாள் என்று. எனக்கு எல்லாம் கசப்பாக மாறிப்போயிருந்தது. குறவர்களின் புலம்பல் எனக்குத் திரும்பத் திரும்பக் கேட்டுக்கொண்டே இருந்தது.

●

ஊசும்பியைப் பார்த்ததாக இரண்டு மாதம் கழித்து ஒரு பெண் என்னிடம் சொன்னாள். பக்கத்து ஊர்க் கடைத்தெருவில் ஒரு ஆணுடன் கையில் பை வைத்துக்கொண்டு நடந்து சென்றதாகவும் பாவாடை தாவணியில் ஆளே அடையாளம் தெரியவில்லை

என்றும் வேறு ஒரு பையன் சொன்னான். அடுத்த சில மாதம் கழித்து ஊருக்கு வெளியே இருந்த சைகோன்காரர் தோட்டத்தில் குடிசை போட்டு ஊசும்பி தங்கியிருப்பதாகப் பேச்சு வந்தது. ஊர்ப் பெண்களுக்கு ஒரே அதிசயம். பஞ்சாயத்துக்காரர்கள் அவ நம்ம கோயில் எல்லயில இல்ல, நாம் ஒண்ணும் செய்ய முடியாது, விட்டுட்டுப்போங்க' என்று முடித்துக் கொண்டார்கள்.

ஊசும்பியை நான் மறுபடி பார்க்க முடியுமா என்பது கேள்வியாகவே இருந்தது. ஆனால் அவள் என்னைப் பார்க்க வருவாள் என்றும் அடிக்கடி தோன்றிக்கொண்டிருந்தது. அதேபோல் அவள் வந்தாள். வாழைத் தோட்டத்தில் இரண்டு நாள்களாக வந்து வந்து காத்திருந்துவிட்டு மூன்றாவது நாள் என்னைப் பார்த்தாள். என்ன பேசுவது என்று இருவருக்குமே தோன்றவில்லை. நல்லா இருக்கியாடி?

'இருக்கன்'

ஏதும் பேசமுடியாமல் என் மடியில் படுத்துக்கொண்டு விசும்பினாள். எனக்கும் ஏதும் பேசமுடியாமல் தொண்டையை அடைத்தது. நெஞ்சுக்குள் வலித்தது. கொஞ்சம் நேரம் கழித்து கண்களைத் துடைத்துக்கொண்டவள், 'பிடிச்சிதான் இருக்கு அக்கா, இந்த ஆம்பிளைகள் பண்ணற சேட்டையெல்லாம். என்னதான் அது, பாத்திட வேண்டியதுதான்' சிணுங்கிச் சிணுங்கி ஏதேதோ பேசிக் கொண்டிருந்தாள். தோப்பில் இருக்க இடம் கிடைத்தது பற்றிக் கேட்டபோது 'அந்த அய்யா நல்லவரு ஒருநாள் பங்களாவுல தனியா போய்ப் பார்த்தேன், ஒன்னும் ஆபத்தில்லாதவரு, ஒரு அஞ்சு நிமிஷம் என்னை முழுசா பார்த்துக்கிட்டே இருந்தாரு அவ்வளவுதான். சின்னதா ஒரு வீடு கட்டிக்கொடுத்திருக்காரு. அவரும் இப்ப வந்துக்கிட்டுதான் இருக்காரு'.

எனக்கு மயக்கமாக இருந்தது. அவள் போகும்போது ஒரு மஞ்சள் தோய்த்த துணி முடிச்சை என்னிடம் கொடுத்து 'அக்கா உன்கிட்ட இருக்கட்டும் பின்னாள வாங்கிக்கிறேன்' என்றாள். பிரித்துப் பார்க்காமல் எடுத்து வந்து என் ரெங்குப் பெட்டிக்குள் மறைத்து வைத்தேன்.

ஊசும்பி அப்படித்தான் ஆரம்பித்தாள்; எந்தத் திட்டமும் இல்லாமல். ஊரில் பெண்கள் அவளைப் பற்றிக் கதை கதையாக விதவிதமாகப் பேசிக்கொண்டார்கள். அவர்களுக்குப் பிடித்தமான கதைகளையெல்லாம் அவளுடன் தொடர்புபடுத்திப் பேசிப்

பார்த்தார்கள். ஆனால் ஊசும்பியின் உண்மையான வாழ்க்கை அவர்களின் கற்பனைகளைத் தாண்டி விரிந்து கொண்டிருந்தது.

என்னை மாதம் ஒருமுறையாவது சந்தித்து விடும் ஊசும்பி ஒரு விநோதமான மாயாவி போல மாறிக்கொண்டிருப்பதாக எனக்குத் தோன்றியது. தன் முன் மண்டியிடாத ஆண்களை அவள் மறுமுறை சந்திப்பதே இல்லை என்று சொன்னாள். தன் முதல் ஆணை மூன்றாவது மாதத்திலேயே பிடிக்காமல் போனபின் வேறொருவனை ஒரு நிபந்தனையுடன் ஏற்றுக்கொண்டாள்; தன்னை அவன் எந்தக் கேள்வியும் கேட்கக்கூடாது. அவனும் அவளுக்குப் பிடிக்காமல் போனது இயல்பாகவே நடந்தது.

அவளுக்காக உயிரையும் தர யார் யாரோ காத்துக்கிடந்தார்கள். சோதனை செய்து சிலரை மட்டுமே அவள் ஏற்றுக்கொண்டாள். அவளுக்காகக் கொலை செய்யக்கூடத் தயாராகித் துப்பாக்கியுடன் அலைந்த இரண்டொருவரும் இருந்திருக்கிறார்கள். அவள் எல்லாவற்றையும் என்னிடம் சொல்வதை நிறுத்திவிட்டு, நல்ல விஷயங்களை மட்டுமே பேச முடிவு செய்தேன். ஒவ்வொரு சந்திப்பின் போதும் அவள் தவறாமல் மஞ்சள் துணி முடிச்சொன்றைத் தந்துவிட்டு தேவைப்பட்டால் பிறகு வாங்கிக்கொள்கிறேன் என்று சொல்லிச் செல்வது வாடிக்கையாக இருந்தது.

நான் ஊசும்பியைச் சந்திக்க ரொம்பச் சிரமப்பட வேண்டியிருந்தது. தோட்டத்தில் சந்திப்பதை விட்டுவிட்டுக் கடைத்தெருவிலும் சினிமாக் கொட்டகையிலும் பக்கத்து ஊர் கோயிலிலும் மாறிமாறி பார்த்துப் பேசிக்கொண்டோம். அவளைப் பற்றிய கதைகளில் எப்போதும் புதிய புதிய ஆண்கள் வந்துகொண்டே இருந்தார்கள். ஊரில் உள்ளவர்களோ அவளிடம் அப்படி என்ன இருக்கிறது' என்று கேட்டு விடை தெரியாமல் குழம்பிக் கொண்டிருந்தார்கள். அவர்களுக்கு அது புரிய வாய்ப்பில்லைதான். ஊசும்பியோ நாளுக்கு நாள் பயப்படவைக்கும் அழகுடனும் ஆபத்தான கவர்ச்சியுடனும் பூரித்துக்கொண்டே இருந்தாள். எனக்கு அது அதிசயமாகத்தான் இருந்தது. நானும் எனக்கே அதிசயமாகவும் வியப்பாகவும் ஆகிக்கொண்டிருந்தேன்.

என்னைப் பெண் பார்க்க அதுவரை நான்கு பேர் வந்திருந்தார்கள். எனக்கு யாரையும் பிடிக்கவில்லை என்றே சொல்லிவந்தேன். அம்மாவும் அப்பாவும் எனக்குப் பைத்தியம் பிடித்துவிட்டதோ என்று நினைத்தார்கள். அவர்கள் மிரட்டலுக்கு நான் வைத்திருந்த பதில் ‘இப்போ எனக்குக் கல்யாணம் வேணாம்’ என்பதுதான். ஐந்து, ஆறு என எட்டுவரை பெண் பார்க்கும் சடங்கு நடந்து முடிந்தது. ஒவ்வொரு முறையும் எனக்குக் காய்ச்சல் வந்து கல்யாணப் பேச்சு தள்ளிப்போனது, அம்மா என்னிடம் பேசுவதை நிறுத்திக்கொண்டாள். அப்பா சிடுசிடுவென வீட்டிலுள்ளவர்களைத் திட்டித் தீர்த்துக்கொண்டிருந்தார். தங்கைக்குக் கல்யாணம் ஆகாமல் அண்ணனுக்கும் கல்யாணம் ஆகாது என்பதால் என் அண்ணன் என்னை விரோதியாகப் பார்க்கத் தொடங்கிவிட்டான். எனக்கோ என்ன முடிவு எடுப்பது என்ற குழப்பமும் அந்த வெறுப்பிலிருந்து எப்படித் தப்பிப்பது என்ற தவிப்பிலுமாகக் காலம் கழிந்துகொண்டிருந்தது. இப்பொழுதெல்லாம் ஊசும்பியை என்னால் சந்திக்க முடிவதில்லை. கடைசியாகப் பார்த்துப் பேசியபோது, ‘அக்கா இனிமே அடிக்கடி உன்னப் பாக்க முடியுமோ என்னமோ ஆனா என்ன மறந்திடாத’ என்று கண் கலங்கினாள். அவள் தந்த மஞ்சள் துணி முடிச்சோ என் ரெங்குப் பெட்டியில் பாதியை அடைத்துக் கொண்டுவிட்டது. அதில் என்ன இருந்தது என்று அதுவரை நான் பிரித்துப் பார்த்ததில்லை. அவளும் சொன்னதில்லை. வீட்டில் மோகினிப் பேயோட்டும் பூசையை இரண்டு முறை நடத்தி காப்பு கட்டி விட்டார்கள்.

●

ஊசும்பிக்காகச் சண்டை போட்டுக்கொண்டு இரண்டு பெரிய இடத்து ஆண்கள் ஒருவரை ஒருவர் சுட்டுக்கொண்டு இறந்த சம்பவம் எங்கள் ஊரைச் சுற்றிய அரியாங்குப்பம், கொம்பாக்கம், வில்லியனூர் தாண்டி புதுச்சேரி தாண்டி தினத்தந்தி பக்கங்கள் தாண்டி பல தனவந்தர்கள் மத்தியிலும் பெரிய பரபரப்பை ஏற்படுத்தியிருந்தது. செத்துப் போன இரண்டு பேருமே வசதியான குடும்பத்தைச் சேர்ந்த செல்வாக்கான ஆட்கள். போலிஸ் விசாரணை, துப்பு என ஏதேதோ நடந்த போது ஊசும்பியைக் காப்பாற்ற வேறு ஒரு பெரிய இடத்து ஆள் தகுந்த ஏற்பாடு செய்து விட்டதாகப் பேசிக்கொண்டார்கள்.

ஊசும்பி அப்போது சைகோன்காரர் பங்களாவிலேயே தங்கத் தொடங்கிவிட்டதாகவும் அந்த் பங்களாவை வேறு ஒரு ஆள்

வாங்கி அவளுக்குத் தந்து விட்டதாகவும் பேச்சு இருந்தது. எனக்கு உண்மையில் ஊசும்பிக்கு என்ன நடக்கிறது என்பதைப் புரிந்து கொள்ள முடியவில்லை.

ஒருமுறை வயதான ஒரு அம்மாள் படித்த நகரத்து பெண்மணி போல் தோற்றம் கொண்டவர் எங்கள் வீட்டுமுன் வந்து நின்று குடிக்கத் தண்ணீர் கேட்டார். நான் சொம்பில் எடுத்து வந்து தந்தபோது, நிழலுக்குக் கொஞ்சம் உட்காரலாமா என்று கேட்டபடி திண்ணையில் உட்கார்ந்தார். சொம்பில் இருந்த தண்ணீரைக் கொஞ்சம் குடித்தவர் 'நீதானம்மா சாந்தி' என்று கேட்டபோது எனக்குத் தூக்கிவாரிப் போட்டது.

'நீங்க யாரு, என் பேரு எப்படித் தெரியும்' என்ற என்னைப் பக்கத்தில் உட்காரும்படி கைகாட்டி வீட்டில் யாரம்மா இருப்பது என்றார். 'அம்மா இருக்காங்க' என்றவுடன் 'சரி எல்லாத்தையும் சீக்கிரம் சொல்லிடறேன்' என்றபடி மெல்லிய குரலில் பேசத் தொடங்கினார்.

அவர் பேசப் பேச கண்ணீர் என்னையறியாமல் வடியத் தொடங்கிவிட்டது. 'அந்தப் பெண் சொன்ன வீட்டு அடையாளத்தை வைத்துக் கண்டுபிடித்து உன்னையும் பார்த்து சொல்லச் சொன்னதைச் சொல்ல முடிந்ததற்குக் கர்த்தருக்கு நன்றி சொல்லனும்' என்றபடி அந்த அம்மாள் எழுந்தபோது உள்ளே இருந்து வந்த அம்மா 'என்ன வேணும்' என்றபடி எட்டிப் பார்த்தாள். 'தாகமா இருந்தது கொஞ்சம் தண்ணி கேட்டேன்' என்றபடி அந்த அம்மாள் எழுந்து போனார்.

•

காலம் வேகமாகவோ மெதுவாகவோ கடந்துகொண்டே இருந்தது. அந்தமுறை என்னைப் பெண் பார்க்க வந்தவர்கள் தூரத்து உறவுக்காரர்கள்; செஞ்சி பக்கம் ஒரு ஊர். அம்மா என் அண்ணனை முன்னால் வைத்துக்கொண்டு, 'தம்பி இப்பவே சொல்லிட்டேன், மாப்பிள்ளை பிடிக்கல கல்யாணம் வேணாம் அப்படின்னு ஏதாவது உன் தங்கச்சி சொன்னா நான் கொவளக்கொட்டையைக் குடிச்சி சாவறதத் தவிர வழியில்லை. வயசுக்கு வந்து பத்து வருஷமா ஒரு பொண்ண வீட்டுல வச்சிருந்தா ஊருல என்ன சொல்லுவாங்க, ஏதோ பாக்க லட்சணமா வயசு தெரியாம இருக்கிறதால இப்பவும் சொன்னா கல்யாணம் செஞ்சிக்கத் தயங்காம ஆளுங்க வந்து பாக்கராங்க. இவகூட

வயசுக்கு வந்த புள்ளைங்க ரெண்டும் மூணும் பெத்து கிழவியா ஆகிட்டாங்க. என்னால் முடியாதுடி செங்கேணி அம்மா, இப்பவே சொல்லிட்டேன்'.

அம்மாவைப் பார்க்கப் பாவமாக இருந்தது. கோபமாகவும் இருந்தது. 'புடிக்கலன்னா என்ன செய்யறது' என்று நான் வாயைத் திறப்பதற்குள், 'பொம்பளக்கி பிடிக்கிறது பிடிக்காதது என்ன வேண்டியிருக்கு, பிடிக்கறவனயெல்லாம் கட்டிக்கினுமுன்னா இங்க ஒருத்தி இருந்தாளே ஊசும்பி அவள மாதிரி போக வேண்டியதுதான். போடி அதுபோல போ. நீயும் அவள மாதிரிதான இருக்க. அதேபோல போயிடு' அம்மா தலையில் அடித்துக்கொண்டது.

என் பேச்சை நிறுத்திக்கொண்டேன். அடுத்த மாதமே கல்யாணம் நடந்தது. என் புகுந்த வீடு போனபோது ஒரு நிம்மதி இருந்தது. ஏன் என்று தெரியவில்லை. என் கணவர் மற்ற ஆண்களைப் போல இல்லை என்பது காரணமாக இருக்கலாம். ஆறுமாதம் வரை என் கணவரைத் தொடவிடாமல் இருந்தும் ஏதும் பேசாமல் சாதுவாக நடந்துகொண்டது ஒரு காரணமாக இருக்கலாம். எப்படியென்றாலும் கனமான ஒரு துயரம் கலந்த நிம்மதி எனக்குள் இருந்துகொண்டே இருந்தது.

அதிக வசதியில்லாத என் கணவர் வீட்டில் எல்லாருமே கடின உழைப்பாளிகள். வானம் பார்த்த பூமியிலும் சலிக்காமல் உழைத்துக் கொண்டே இருந்தார்கள். அவர்களிடம் நான் சொன்னேன்: 'ஒரு பெண் குழந்தை பிறந்தவுடன் நம் வீட்டுக்குப் பெரிய அதிர்ஷ்டம் வரப்போகுது. நாம் வசதியாக வாழப்போறோம்'. அவர்கள் எப்போதும் போல சிரித்துக்கொண்டார்கள்.

ஆனால் இரண்டு ஆண்டுகளுக்குப் பிறகு எல்லாம் சொன்னது போல நடந்தபோது அவர்களால் நம்ப முடியவில்லை. 'எப்படியம்மா உனக்கு இதெல்லாம் முன்னாலேயே தெரிஞ்சது' என்று அதிசயமாகக் கேட்டார்கள்.

'ஒரு குறத்தி சொன்ன குறி பலிச்சிருக்கு' என்றேன்.

'ஆமாம் சில குறத்திமார் சொன்ன குறி பல சமயங்கல்ல பலிக்கும்' அவர்கள் நம்பிக்கையோடு சொன்னார்கள்.

என் பெண்ணுக்கு வள்ளி என்று பெயர் இட்டபோது என் கணவர், 'உன்ன வள்ளி அம்மான்னு கூப்பிட வசதியா இருக்கும்' என்று மகிழ்ச்சியடைந்தார். நான் சொல்லுவதை மாற்றிச் சொல்லும் பழக்கம் அவரிடம் இல்லை. கொஞ்சம் கொஞ்சமாக எங்கள் குடும்பம் வேறு விதமாக வசதியாகிப் பெருகியபோது, உறவுக்காரர்கள் பலவிதமாகப் பேசிக்கொண்டார்கள். ஆனால் செஞ்சிப் பக்கம் உள்ள ஊர் நிலங்களில் புதையல் கிடைப்பது வழக்கம் என்பதால் எல்லோரும் எங்களுக்குப் புதையல் கிடைத்திருக்கிறது என்றுதான் பேசிக்கொண்டார்கள். என் மகளைத்தவிர வேறு என்ன புதையல் எனக்குக் கிடைத்துவிடப் போகிறது என்று நினைத்துக்கொள்வதுண்டு.

ஆண்வழிப் பேசுதல்

துயரமும் வலியும் வேதனையும் சிக்கல்களும் நிறைந்த தமிழின் கதை சொல்லும் மரபில், இப்படியான ஒரு நல்முடிவும் மன நிம்மதியும் கொண்ட ஒரு வாழ்க்கைக் கதையை ஒரு பெண்ணிடம் கேட்டுச் சொல்வது ஆறுதலாக இருக்கிறது.

இந்தக் கதையை வாழ்ந்து பார்த்த சாந்தி அம்மாள் தன் வாழ்நாள் முழுக்க ஆதரவற்ற பெண் பிள்ளைகளை வளர்ப்பதிலும் அவர்களைப் படிக்கவைத்து விரும்பிய வாழ்க்கையை அமைத்துக் கொடுப்பதிலும் தன்னை முழுமையாக ஈடுபடுத்திக்கொண்டவர்.

அவருடைய குடும்பம் வசதியான நிலையை அடைந்ததிலிருந்து வெளியே தெரியாமல் அவர் செய்து வந்த உதவிகள் அதிகம். பட்டினி கிடக்கும் ஒரு மனிதருக்குப் பசியாற்றுவது என்பது கேட்பதற்கு மிகப் பழைய நீதியாகத் தோன்றலாம், உண்மையில் செயல்படுத்த மிகவும் கடினமான ஒன்று. பல வேளைகளில் பசியுடன் வரும் நண்பர்களைப் பசியுடனேயே திரும்பி அனுப்ப நேர்ந்தவர்களுக்கும், பசியில்லாமல் மூன்று வேளை சாப்பிடும் அளவுக்கு ஒரு நண்பரின் வாழ்க்கை அமைந்திருக்கிறதா என்பதை அறிந்துகொள்ளாமலேயே காலம் கடத்திப் பல காலம் வாழ நேர்ந்துவிட்டவர்களுக்கும், பசிக்கிறது என்று சொல்வது அநாகரிகமானது என்ற நாசுக்குப் பழக்கம் பற்றி கேள்விப்பட்டவர்களுக்கும் பசியாற்றுதல் என்பது எவ்வளவு கடினமான ஒரு மனத் தயாரிப்பு என்பது புரியக்கூடும்.

சாந்தி அம்மாள் தன் வாழ்நாள் முழுக்க அதை ஏதோ ஒருவகையில் மனமுவந்து செய்துவந்தார். அவரால் வாழ்க்கை பெற்றவர்கள் பலபேர். அவருடைய வாழ்க்கை அவரே குறிப்பிடுவது போன்று கனத்த சோகமான நிம்மதி கொண்டது.

அவருடைய மகள் வள்ளியைப் பற்றி நிறைய பேருக்குத் தெரியாது. அவர் ஒரு சமூக இயக்க உறுப்பினராக வாழ்க்கையைத் தொடங்கி, அடக்குமுறைச் சட்டங்களுக்குப் பலியாகி சிலகாலம் சிறை சென்று பிறகு வட இந்தியாவில் ஆதிவாசிகள் போர்க்குழு ஒன்றில் முழுமையாக இணைந்துவிட்டவர்.

அவர் இறந்துவிட்டதாகச் சிலர் சொல்லுவது உண்டு. ஆனால் இன்னும் திடமான ஒரு போராளியாகவே அவர் இருந்து கொண்டிருப்பதாக அவருக்கு நெருக்கமானவர்கள் சொல்வது உண்மையாகவே இருக்கும். அவரைப் பற்றிய தகவல்களைச் சேகரிக்கச் சென்றபோது அவருடைய தாயார் சாந்தி அம்மாளைச் சந்திக்க நேர்ந்தது. அவர் தன் மகளைப் பற்றிப் பெருமிதமும் நம்பிக்கையும் கொண்டிருக்கிறார்.

ஆண்டுக்கு இரண்டு முறையாவது அவர் வீட்டுக்கு உளவுப் பிரிவினர் வருவதுண்டு என்றும், வழக்கம் போல வள்ளியம்மை இருக்கும் இடம் தெரியாது. அவளிடமிருந்து எங்களுக்கு எந்தத் தகவலும் இல்லை என்ற உண்மையைக் கூறிவருவதாகவும் அவர் தெரிவித்தார்.

இருபது வயதில் வீட்டைவிட்டுச் சென்ற தன் மகளுக்கு இப்போது நாற்பது வயதிருக்கும் என்றும் ஒவ்வொரு முறையும் 'நக்ஸல் தீவிரவாதிகள் சுட்டுக்கொலை போலிசாருடன் நடந்த மோதல்' என்ற செய்தி வரும்போது அவருடைய நெஞ்சில் ஒரு குமிழ் வெடிப்பதாகவும் அவர் குறிப்பிட்டார்.

'வள்ளி உண்மையில் மிக மென்மையான, வன்முறையில் நம்பிக்கையற்ற பெண். அவள் தேர்ந்தெடுத்த பாதையில் எனக்கும்கூட முழுமையான நம்பிக்கையில்லை. ஆனால் காலம் மக்களை எதையோ நோக்கித் தள்ளுகிறது.' அந்த அம்மையார் இதை அமைதியாவே அமைதியான முகத்துடன்தான் சொன்னார்.

என் மகள் மட்டுமா எத்தனை ஆயிரம் மகள்களும் மகன்களும் அங்கே இறக்கத் தயாராக இருக்கிறார்கள். நாம் மரணத்தை எப்போதும் சந்தித்துக்கொண்டுதான் இருக்கிறோம்; சிலர்

பயந்து பயந்து சந்திக்கிறோம்; சிலர் பயமின்றி சந்திக்கிறார்கள். அமைதிக்காக அன்புக்காக ஒவ்வொருவரும் எதையாவது செய்யத்தான் வேண்டியிருக்கிறது. அவர் பேசியவை அவ்வப்பொழுது நினைவில் தோன்றிக்கொண்டிருக்கிறது. என்றாலும் அவர் கூறிய கதையை வேறு ஒரு வடிவத்தில் பதிவு செய்திருப்பது மற்ற சில காரணங்களுக்காக.

●

புதுச்சேரியின் குருவிக்கார சீமாட்டி "தேம் அவேக் ஒய்ஸோ தே பொந்திஷேரி" என்பது போல் ஒருவரைப் பற்றிப் பாரிஸில் சிலர் பேசிக்கொண்டதை நான் கேட்டதிலிருந்துதான் இந்தக் கதையைத் தொடங்கியிருக்க வேண்டும். ஊசும்பியைப் பொருத்தவரை அவருடைய வாழ்க்கை நம்ப முடியாத பல மாற்றங்களை அடைந்தது. அவர் மிகவும் தந்திரமான மாயம் நிறைந்த ஒரு மோக உத்தியைக் கையாண்டிருக்கிறார். தன் வாழ்நாள் முழுக்க எந்த ஆணையும் தன் உடம்பைத் தொட அனுமதிக்காமலேயே அவர்களைத் தமது காதல் அடிமைகளாக அழகின் போதையில் தள்ளாடி விழுபவர்களாக வைத்திருந்து பின் விடை கொடுத்து அனுப்பி இருக்கிறார். பிறகு, பிறகு என அவகாசம் கூறி பலரின் திருமணக் கோரிக்கைகளையும் காம வேண்டுதல்களையும் அவர் தள்ளிப்போட்டுத் தன் மீது ஆண்களின் ஒரு வியர்வைத் துளிகூட விழாமல் பாதுகாத்துக் கொண்டிருக்கிறார். ஒவ்வொரு ஆணும் அவருக்காக எதையும் செய்யத் தயாராக இருந்திருக்கிறான். எதைக் கேட்டாலும் கொடுக்கத் தயாராக இருந்திருக்கிறான். அவர் தன் மாளிகையில் விருந்தில் நடந்து செல்வதை மற்றவர்கள் பார்த்து வெம்புவதையே தமது பெருமையாக் கருதியவர்கள் பலர்.

ஊசும்பிக்குத் தன் அழகைப் பற்றிய தெளிவு, அதன் ஆற்றல், வலிமை பற்றிய நம்பிக்கை சாந்தியிடம் ஏற்பட்ட பழக்கத்தின் மூலமே ஏற்பட்டிருக்கிறது. 'அடி மோகினிப் பிசாசே' என சாந்தி அவரின் அகன்ற கண்களைப் பார்த்துக்கொண்டே சொல்லும் போதெல்லாம் வேறொன்றைச் சாந்தியின் முகத்திலிருந்து அவர் தெரிந்துகொண்டிருந்தார். சாந்தியின் முகத்தில் தோன்றிய ஒவ்வொரு உணர்வும் அவருக்கு வேறு எதையெதையோ உணர்த்தி வந்திருக்கிறது. அதை முதன்முதலில் ஒரு ஆணிடம் பரிசோதித்துப் பார்த்தபோது அது உறுதியானது. அவருடன் எங்கு வரவும், எந்தத் தண்டனையை ஏற்றுக்கொள்ளவும் அவருடைய முதல் காதலன் தயாராக இருந்தது அவருக்கு வேறு வாசல்களைத் திறந்து

காட்டியது. அவர் திட்டமிடப்படாத ஒரு விளையாட்டைச் சிறிய திட்டத்துடன் தொடங்கிவிட்டார். அவருக்கு ஏற்பட இருந்த பெரிய பெரிய ஆபத்துக்களைக் கூட ஒரு உதட்டுச் சுழிப்பில் சமாளித்திருக்கிறார்.

ஒரு பத்து வருடத்தில் அவருடைய வாழ்வின் சாகசம் ஏதேதோ எல்லைகளைத் தொட்டிருக்கிறது. எல்லை மீறிப் போக முயற்சித்தவர்களை மோதவிட்டு இல்லாமலாக்கித் தான் காயமின்றி தப்பித்திருக்கிறார். அவருக்குக் காவலர்களாக இருப்பதற்கே மயக்கத்தில் ஆழ்ந்த பலர் ஆயுதம் மறைத்து சூழ்ந்து நின்றிருக்கிறார்கள்.

இவையெல்லாவற்றையும் ஒரு கட்டத்திற்குப்பின் முடிவுக்குக் கொண்டுவர எண்ணித் தன்னை முற்றிலும் வேறொரு பெண்ணாக மாற்றிக்கொண்ட பின் வயதான பிரஞ்சுக்காரச் செல்வந்தர் ஒருவரைச் சட்டப்பூர்வமான கணவராக ஏற்றுத் தனது வாழ்வை வண்ணமும் இசையும் நிரம்பியதாக மாற்றிக்கொண்டிருக்கிறார். அவர் தன் கணவர் இறப்பதற்கு முன்பே உலக நாடுகளுக்கெல்லாம் சென்று வந்திருக்கிறார். தனக்குப் பிடித்தமான அனைத்தையும் தனது கணவர் மூலம் செயல்படுத்திப் பார்த்திருக்கிறார்.

ஊசும்பியின் வாழ்க்கை இன்றுவரை வண்ணமயமாகவே இருந்து வருவதும் சாந்தி அம்மாளுக்குத் தெரிந்திருக்கிறது. வேறு பெயரில் வேறு உருவில் வேறு உலகில் உலவும் ஊசும்பி என்ற அந்தச் சீமாட்டி இன்றும்கூட அழகு குறையாத ஒரு தேவதை போலத்தான் மிதந்துகொண்டிருப்பாள் என்றும் சாந்தியம்மாள் நம்புகிறார்.

தற்போது அவள் உலகை மூன்றாவது முறையாகச் சுற்றிவரும் பயணத்திற்குக்கூட தயாராகிக் கொண்டிருக்கலாம் எனத் தோன்றுவதாக சாந்தியம்மாள் சொன்னார்.

ஊசும்பி தான் செல்லும் ஒவ்வொரு நாடுகளிலிருந்தும் விநோதமான அரிய வகைக் குருவிகளைக் கொண்டுவந்து, புதுச்சேரியின் வெள்ளை நகரப் பகுதியிலுள்ள தனது பிரெஞ்சு பாணி பங்களாவில் வைத்து வளர்த்து வருகிறார். அந்தப் பன்னாட்டுக் குருவிகளைப் பேணிக் காக்க தக்க ஆட்களையும் வேலைக்கு அமர்த்தியிருக்கிறார். பல்வேறு இடங்களில் உள்ள சைகோன் தோட்டங்களும் பறவைத் தோட்டங்களாவே இருப்பதாகச் சிலர் சொல்லுவதுண்டு. அவர் சிறுமியாக இருந்தபோது மரப்பொந்துகளிலிருந்து பிடிக்கப்பட்ட

பச்சைக் கிளிகளைச் சிறு கம்பிக் கூண்டுகளில் அடைத்துத் தனது தெருப் பக்கமாகக் கூவி விற்றுக்கொண்டு போனதையும் தான் ஏக்கத்தோடு பார்த்ததையும் அக்கிளிகளுக்காக ஏங்கியதையும் சாந்தியம்மாள் குறும் புன்னகையோடு நினைவு கூர்கிறார். ஊசும்பியே அவளளவில் ஒரு குருவி என்றும், திசை கடக்கும் பெரும் பறவையென்றும் அவ்வப்போது வண்ணம் மாறும் அப்பெருங்குருவி எதற்குள்ளும் அடைபடாமல் உலகெல்லாம் பறந்து திரிவதாகவும் சாந்திக்குத் தோன்றியது.

திருமணத்திற்கு முன்பு சாந்தியைச் சந்திக்க வந்த ஒரு கிறித்தவ தாயாரம்மாள் ஊசும்பியின் வாழ்க்கைத் திட்டத்தைக் கூறியதுடன், சாந்தி திருமணம் செய்துகொண்டு வாழ்வது அல்லது சிலகாலம் கழித்து ஊசும்பியுடன் வந்து சேர்ந்துகொள்வது என்ற இரண்டில் ஒன்றைத் தேர்ந்தெடுக்கும்படி ஊசும்பி சொன்னதை விவரித்துக் கூறினார். ஊசும்பியுடன் வந்து சேர்ந்துகொள்வதாக இருந்தால், தான் தந்த துணிமுடிச்சுகளை எல்லாம் தன் வீட்டினருக்குக் கிடைக்கும்படி செய்துவிட்டு, ஒருநாள் தான் அனுப்பும் காரில் தன் ஆட்களுடன் வந்து சேர்ந்துவிடவேண்டுமென்றும் அதற்கு ஒரு ஆண்டோ இரண்டு ஆண்டோ ஆகலாம் என்றும் சொல்லிவிட்டிருந்தாள்.

கல்யாணம் செய்துகொள்வதாக இருந்தால் அந்தத் துணிமுடிச்சுகள் அனைத்தும் சாந்திக்குப் பிறக்கும் முதல் பெண் குழந்தைக்கு உரியது என்றும் தெரிவித்திருந்தார். அதுவரை சாந்திக்குத் துணிமுடிச்சுகளில் என்ன இருக்கிறது என்பது தெரியாது என்பதால் வந்திருந்த அம்மையாரிடம் துணிமுடிச்சில் என்ன இருக்கிறது என்று கேட்டபோது, தனக்கு அது சொல்லப்படவில்லை என்றும் இனி சாந்தி எப்போது வேண்டுமானாலும் அதைப் பிரித்துப் பார்க்கலாம் என்றும் ஊசும்பி சொன்னதாகவும் தெரிவித்தார்.

வந்தது போலவே அந்த அம்மையார் சென்று மறைந்ததும் சாந்தி இதுவரை தான் மனதில் கொண்டிருந்த அனைத்து எண்ணங்கள், குழப்பங்கள், ஆசைகள் எல்லாவற்றையும் கணக்குப் பார்த்துத் தெளிய வேண்டிய வலி நிறைந்த சூழலில் தள்ளப்பட்டாள்.

பல நாள்கள் தூக்கமின்றிக் கழிந்தபின் அவள் ஒரு முடிவுக்கு வந்தாள், வசதியில்லாவிட்டாலும் தன்னை மதிக்கும் ஒரு ஆண் போதும் எனத் தன் கணவனைத் தேர்ந்தெடுத்தாள். திருமணம்

ஆகிப் புகுந்த வீடு போகும்போது கனத்த தன் பெரிய இரும்புப் பெட்டியைத் தன்னுடனேயே கொண்டு சென்றாள். ஒரு ஆணின் தொடுகையை ஏற்கும் மனத் தயாரிப்பு வரும்வரை அவள் தன் கணவருடன் கூடாமலேயே இருந்தாள். அவள் மனம் அதை ஏற்கத் தயாரானதை அறிந்த ஒருநாள் பெட்டியைத் திறந்து ஒரு துணி முடிச்சை எடுத்துப் பிரித்துப் பார்த்தவளுக்குக் கை பதறிவிட்டது. அத்தனையும் தங்கக் காசுகள். ஒவ்வொரு முடிச்சாக அவிழ்த்துப் பார்க்கப் பார்க்க அவளுக்கு வியர்த்துக் கொட்டி விட்டது. 'இது என் சாந்தியின் முதல் பெண் குழந்தைக்கு' என்று ஊசும்பியின் குரல் கேட்டது.

அவளிடம் அதைத் தெரிவித்த அம்மையார் ஊசும்பி சொன்னதாகச் சொன்னது திரும்பத் திரும்பக் காதில் ஒலித்தபடி இருந்தது. அதை வேண்டாம் என்று சொல்ல அக்காவுக்கு உரிமை உண்டு. ஆனால் எதுவுமே இல்லாமல் பிறந்த இந்த ஊசும்பி வேறு எப்படியும் இதைச் செய்திருக்க முடியாது. ஊசும்பி ஒருமுறை சாந்தியின் மடியில் படுத்து அழுததும் நினைவுக்கு வந்தது, சாந்தி அதற்குமேல் யோசிக்கவில்லை. எல்லாவற்றையும் ஒரு பழைய பானையில் போட்டு யாருக்கும் தெரியாமல் தங்கள் நிலத்தின் ஒரு பகுதியில் புதைத்துவிட்டு வந்த அன்று நீண்ட நேரம் குளித்தாள். இனி எல்லாவற்றையும் மறந்துவிட வேண்டியதென முடிவு செய்தபடி, தன் கணவரை அழைத்துக்கொண்டு புகுந்த ஊரைச் சுற்றிக்காட்டும்படி வெளியே கிளம்பினாள்.

கதை மறுக்கும் கதை:

பெண்களின் கதையை நாம் எத்தனை முறை கேட்டாலும் அதில் ஏதோ சில மறைக்கப்பட்டும் மர்மமாக்கப்பட்டும் இருப்பது போலத்தான் தோன்றும். ஏனெனில் பெண்கள் எப்போதும் எதையோ மறைத்து வைத்திருப்பதான எண்ணத்தில் ஆண்கள் இருக்கிறார்கள். பெண்களும் கூட ஆண்கள் கூறும் அனைத்தையும் நம்பிவிடுவதில்லை. ஏன் ஆண்கள் ஆண்களையும் பெண்கள் பெண்களையும்கூட நம்புவது இல்லை. ஏன் ஒவ்வொருவரும் நம்மை நாமே நம்ப முடியாமல் போவதால்தான் பிறரை நம்பவைத்து அதன்மூலம் நம்மை உறுதி செய்துகொள்கிறோம். இதையெல்லாம் நாம் யோசித்தோ தெளிந்தோ அறிந்தோ செய்வதும்கூட இல்லை. ஒரு பழக்கத்தின் காரணமாகச்

செய்துவிடுகிறோம். ஆனால் ஊசும்பி, சாந்தி, வள்ளி இவர்களில் யாரும் பழக்கத்தின் காரணமாகவன்றி, வேறு ஒரு திசையைத் தேர்ந்தெடுத்துக் கொண்டவர்கள்.

இலக்கிய நுண்ணுணர்வு உடையவர்கள் இந்நேரம் இந்தக் கதை தந்திரமான ஒரு பெண்ணியக் கதை என்பதைக் கண்டுபிடித்து எச்சரிக்கை அடைந்திருப்பீர்கள். நுண்ணுணர்வு அற்றவர்கள் வேறு சில வாசிப்புகளைத் தேடிச் சென்று ஏமாற்றம் அடைந்திருப்பீர்கள். என்றாலும் இந்தக் கதை ஒரு கதையாகவே இருக்கட்டும் என்றுதான் தோன்றுகிறது. ஆனால் ஒரு கதை எப்படி ஒரு சிறிய கதையாக மட்டுமே முடிந்துவிட முடியும்?

இந்தக் கதை அழகான பெண்கள் அழகற்ற பெண்கள் என்ற வகைமையில் பேசுவதால் ஆண் பார்வை உடையது என்பதை மறுக்க முடியாது. பெண்ணின் அழகு குற்றவியலின் அத்தனை மூலாதார ஆற்றலையும் உள்ளடக்கியது என்று சொல்ல வருவதால் இது பழைய புராண மரபைப் பின்பற்றிச் செல்வது. குறவர் மக்கள் பற்றிய மேலோட்டமான சித்திரிப்பையும் அவர்கள் வாழ்க்கை பற்றிய தவறான தகவல்களையும் தருவதால் இது இனவெறித் தன்மை உடையது. ஆண்கள் அத்தனை பேரும் பெண்களுக்காக எதையும் செய்வார்கள் என்ற கருத்தை உருவாக்க முயற்சிப்பதால் ஆண்களின் உளவியலுக்கு எதிரானது என்ற வாசிப்புக்கும் இக்கதை இடம் தருகிறது.

அது மட்டுமன்றி பெண்ணுக்கும் பெண்ணுக்குமிடையில் மிக உள்ளோட்டமான மோகம் நிலவ முடியுமென்று காட்ட முயற்சிப்பதால் பாரம்பரியமான ஓர் ஒழுக்கவியலை இது மீறுகிறது என்பதும் கூட உண்மையாக இருக்கலாம். இன்னும் ஒரு தருணத்தில் இது பெண்களைப் பற்றிப் பேசுவதால் ஆண் வாசிப்புக்கு ஒருவித மோகத் திருகலைத் தரலாம். அது பொதுவாக எப்போதும் நிகழக்கூடியதுதான். மொழி அப்படி அமைந்து விட்டது. சிறு வயதில் பெண்களின் பெயரை வெறுமையாகச் சுவரில் எழுதுவதே பாலியல் செயலாக அமைந்துவிடுவதை நாம் கவனித்து வருகிறோம்; சில பெயர்களை உச்சரிப்பதே பால்விழைவின் நுனியாக அமையலாம், அதனால் கதையில் அப்படி பாலியல் உட்கூறு இருப்பதை ஏற்கத்தான் வேண்டும்.

அரசியல் இக்கதையில் இல்லை என்பது ஒரு ஆறுதல்தான்; ஆனாலும் வள்ளி என்னும் பாத்திரம் அரசியலுடன் உறவுடையதாக இருப்பதற்கு நாம் பொறுப்பேற்கத் தேவையில்லை. அத்துடன் அது காணாமல்போன கதைப்பாத்திரம்; அது பற்றி நமக்குக் கவலையில்லை. வேறு மாநிலத்தில் எங்கோ கண்காணாத இடத்திற்குப் போய்விட்ட பாத்திரம்.

ஊசும்பி பற்றிய பகுதிகள் மிகைப்படுத்தப்பட்டவையாக உள்ளன. அதிலும் பிரஞ்சு செல்வந்தருடன் வசதியான வாழ்க்கை என்பது நம்பும்படியாக இல்லை என்பது நியாயமான குற்றச்சாட்டு. ஆனால், 'அழகு' என்ற அடையாளத்தினைக் கொண்டு உலகில் நடக்கும் விநோதங்களைப் பார்த்தபின் இதெல்லாம் ஒன்றுமில்லை என்றே தோன்றுகிறது. இவையெல்லாம் எப்படி இருந்தபோதும் ஒரு கதை கதையாகவே இருக்கட்டும் என்பதுதான் நாம் கடைசியாகச் சொல்ல முடிவது.

காட்சி ஊடகத்தில் பதிவுபடுத்தப்படும்போது அதன் மர்மங்கள் பகிரங்கப்பட்டுவிடுகின்றன. அங்கே நிகழ்வது அத்துமீறிய ஒரு கொலை. நாம் கதாபாத்திரங்களைக் கொல்வதற்கு எந்தவித உரிமையும் அற்றவர்கள்.

இவை எல்லாவற்றையும்விட ஒரு துயரமான மனதைக் கனக்க வைக்கும் ஏதோ ஒன்று இதற்குள் இருந்து கொண்டிருப்பதைக் கதைசொல்லி என்பதையும் மீறி உணர முடிகிறது. அது ஒரு எதிர்பார்ப்பா, மனித உறவுகள் பற்றிய மிகையான பாவனையா, உண்மையைப் புரிந்துகொள்ள முடியாத மூட உணர்வா தெரியவில்லை.

ஊசும்பி தன்னுடன் வந்து சேர்ந்து கொள்ளலாம் என்று கூறியிருந்ததை விட்டுவிட்டுத் திருமணம் என்ற ஒன்றை சாந்தி தேர்ந்தெடுத்ததற்கு என்ன காரணமாக இருக்கும்? பழகிய பாதுகாப்பான வாழ்க்கைக்கான தயாரிப்பா; இல்லை மாறிய வாழ்க்கை பற்றிய பயமா? இது இரண்டில் ஒன்று உண்மை என்றாலும் சாந்தி ஊசும்பியிடையே இருந்த நேசம் மேலோட்டமானதாகவே தோன்றும்.

அதுவும் அப்படியில்லை; ஊசும்பிக்கு இனி வாய்க்கப்போகும் வாழ்க்கையில் தான் ஒரு பாரமாகவும் பலவற்றுக்குத் தடையாகவும் இருக்கக்கூடாது என்ற எண்ணம் சாந்தியை வேறு முடிவெடுக்கத் தூண்டியது என்பது தெரியும்போது, காலம்தோறும் மனித

மனதைத் தொடரும் ஒரு சோகம் நினைவில் படிகிறது. ஊசும்பியின் வாழ்வில் சாந்தி இல்லாமலே போனது என்பது அவளுடைய தந்திரமனைத்தும் வீணாகிவிட்டதையே காட்டுகிறது. மீறல்களில் பிறக்கும் நேசங்களின் வலி காலம் தோறும் இப்படித்தானோ.

காலம் கடந்த அடிக்குறிப்பு:

40 ஆண்டுகளுக்குப் பின் ஒன்று ஞாபகம் வருகிறது. ஊசும்பி சாந்தியை ஒரு முறை கூண்டில் அடைபட்ட பஞ்சவர்ணக் கிளியே என்று கொஞ்சியதை எதோ காரணத்தால் இப்போது எழுதும் போது மறந்துவிட்டேன்.

நன்றி:

அக்னெஸ் வார்தா
காப்ரியேல் கார்ஸியா மார்குயெஸ்
மாரியோ வர்காஸ் லோசா
கி. ராஜநாராயணன்

பனி இருள் நெருப்பு

"அக்னெஸ் வார்தாவுடைய 'சான் துவா நீ லுவா' பார்த்திருக்க இல்லையா?" தாராமதி கேட்டாள். "நீயும் நானும் தானே பார்த்தோம் தாரா" நான் சொன்னேன். "அப்போ நீ எங்கூட இருந்தியா ஜோதி?" தாரா கேட்டாள். "பாரு, என்பேரு ஜோதி இல்ல, ஜோதிமணி. அது எனக்கு புத்தர் இட்ட பெயர். நீ என்ன ஜோதின்னு பாதி பெயரில கூப்பிட்டா நானும் உன்ன தாரான்னு பாதி பெயரிலதான் கூப்பிடுவேன்." "அப்ப நீ என்ன மதின்னு பாதி பெயரில கூப்பிடலாமில்ல?" "அப்படித் தான் உன்ன முன்னெல்லாம் அதிகம் கூப்பிட்டிருக்கேன்." "நாம முன்னமாதிரி இல்ல, வயசு ஆயிடுச்சி." அவளுக்கு முகம் மாறிவிட்டது. "எனக்கு ஒன்னும் வயசாகல." "அப்ப எனக்கு?" "உனக்கா நீ இன்னும் வளரனும் ரொம்ப சின்னப் பெண்ணாவே இருக்க, நல்லா சாப்பிடனும், இப்படி இருந்தா எப்படி நீ வளர்ரது?" தாராமதி சொல்லிவிட்டுப் புன்னகைத்தாள். "கூரையும் இல்லை, சட்டமும் இல்லை அதற்கு என்ன இப்போ?" மனம் தடுமாறியது. "சாப்பிட வேணும். ஆமாம் நீ சாப்பிட வேணும், அப்பத்தான் நானும் சாப்பிடுவேன்."

"நான் எப்படிச் சாப்பிட முடியும் சொல்லு? அக்கெஸ் வார்தா படத்தில வர்ற மோனா செத்து உறைஞ்சி கிடப்பாளே அப்படித்தானே நான் ஒரு வாரமோ, ஒரு மாசமோ உறைஞ்சி போய் இருந்தேன். கோணலாகிக் கைகள் ஒரு பக்கம் கால் மறுப்பக்கம், அப்படித்தான் நான் உறைஞ்சி போய், இந்த அறையில் கிடந்தேன். நீ வந்து பாக்கவே இல்லையே ஜோதி, ஆமாம் ஜோதிமணி. நீ என்ன வந்து பாக்கவே இல்லையே. நான் எப்படி சாப்பிடறது சொல்லு."

தாராவைப் பார்க்க மனது உள்ளுக்குள் புகைந்து கருகியது, கண்ணீரை அடக்கிக்கொண்டேன். "தாரா நான் எங்கேயும் போகல, பக்கத்து அறையிலதான் இருந்தேன்." "இல்ல ஜோதி நீ பொய் சொல்ற." "நான் உன்னிடம் பொய் சொல்லியிருக்கனா சொல்லு?" "நீயா, நீ என்கிட்ட பொய் சொல்ல மாட்ட. ஆனா சில உண்மைகள மறைப்ப, அது எனக்குத் தெரியும்." "நீ என்ன நம்பல, அப்படித்தானே? சரி அப்படியே இருக்கட்டும்."

"அந்தப் படத்தில் நடிச்ச பெண் யாரு சொல்லேன்?" "அவபேரு சார்தின் போனெர் எனக்குத் தெரியும், ஆனால் நீதான் எனக்கு மறதி அதிமாயிடுச்சின்னு சொல்லற." "அப்படியில்ல. சரி நீ சொல்லேன். வார்தா அந்தப் படத்த எடுத்த வருடம் என்ன? சொல்லவா?" "சொல்லு." "1985ஆம் வருஷம். மக்கு உனக்கு எல்லாம் மறந்து போச்சி. வார்தா அத 1983, 1984இல் எடுத்தாங்க, அவங்களே சினிமோடோகிராபி, எடிட்டிங் எல்லாம். உனக்குத்தான் மறதி, முழு மறதி." அவள் என் கையைப் பிடித்துத் திருகினாள். "நான் அது வெளிவந்த வருஷத்த சொன்னேன்." "அதுவா நான் கேட்டேன். எடுத்த வருடம் பத்திக் கேட்டேன். நீ வெளிவந்த வருஷத்தை சொல்ற. அதனாலதான் சொல்றேன் உனக்கு எல்லாம் மறந்து போச்சி. அப்படித்தான் நீ இதயும் மறந்து போயிட்ட."

அவளுக்கு எதுவும் மறக்கவில்லை, எதுவும் ஞாபகமும் இல்லை. அதிக ஞாபகம், ஆனால் அது எப்போது எந்த இடத்தில் வருவது என்பதில்தான் குழப்பம். அவளிடம் கேட்டேன் "எத நான் மறந்து போயிட்டேன்." "பத்து இருபது நாளா நான் அந்த மோனா போல செத்து உறைஞ்சி போயி இந்த அறையில் கிடந்தேன், நீ என்னத் தனியே விட்டுட்டு வெளியே போயிட்ட. ஆனா அது எல்லாத்தையும் மறந்து போயி பக்கத்து அறையில இருந்ததா சொல்ற. உனக்கு அது உண்மைன்னு தோணுது. இதுதான் மனக்கோளாறு, நீ மருந்து எடுக்க வேண்டும்."

"ஜோதி, நான் சொல்லறன் உனக்கு மருந்து தேவை, சிகிச்சை தேவை." "ஆனால் இந்த டாக்டர்கள், உளநோய் மருத்துவம் எதையும் நம்பாதே. ஆமாம் நான் உனக்கு மருந்து கொடுக்கிறேன். நிறைய படம் பாரு ஆமாம், அப்புறம் உன்னக் காட்டுக்குக் கூட்டிப்போறேன். அங்க இருக்கிற சில மூலிகைகள், வேர்கள் உன்ன குணப்படுத்திடும். நீ குணமானா நானும் குணமாயிடுவேன். பிறகு நீயும் சாப்பிடுவ, நானும் சாப்பிடுவேன். இரண்டு பேரும் ஒன்னா சாப்பிடலாம். ஆனா நான் சொல்வத கேக்கணும்." தாரா

பேசிக்கொண்டே சென்றாள். கண்ணீரை அடக்கிக் கொண்டு, “வா பல் விளக்கு, முகம் கழுவு, நானும் நீயும் சாப்பிடலாம்” என நகர்ந்தேன்.

எழுந்து வந்தவளிடம் பேஸ்ட், பிரஷ் கொடுத்து துண்டை வைத்துக் கொண்டு குளியல் அறைபக்கம் நின்றுகொண்டேன். “தாராமதி, தாரா உனக்கு ஒன்னும் ஆகல” எனக்குள் சொல்லிக்கொண்டேன். தாரா உள்ளே இருந்து வாய் நிறைய நுரையுடன் “என்ன சொன்ன ஜோதி, உனக்கு ஒன்னும் ஆகாது அப்படித்தானே, நானும் அதையே சொல்லுகிறேன். நீதான் அத நம்ப மாட்டிங்கிற. உனக்கு ஒன்னும் இல்ல.”

எனக்கு மனதில் ஒரு வீறல் விழுந்தது, நான் உள்ளுக்குள் சொல்லிக்கொள்வது இவளுக்குக் கேட்கிறதா, அல்லது நான்தான் உரக்கப் பேசிவிடுகிறேனா? எத்தனை மாதமாகிறது அவள் இப்படி மாறி. அவள் முன்பே இப்படித்தான். அவள் பேசுவது பலருக்குத் தொடர்பற்றதாக, துண்டு துண்டாக இருப்பதாகத் தோன்றும். ஆனால் எனக்கும் அவளுக்கும் அது மிக இயல்பாக இருக்கும். அவள் பேசுவதைப் புரிந்துகொள்ள அவள் படித்தவைகளை, பார்த்தவைகளை, அறிந்தவைகளை, உணர்ந்தவைகளை, எழுதியவைகளை, புலம்பியவைகளைத் தெரிந்திருக்க வேண்டும். எனக்கும் அவளுக்கும் மட்டுமே ஆனது அது. எங்களுக்குள்ளான பேச்சு , இயல்பாக இருக்கும். ஆனால் இது ஒன்றும் எங்களுக்கு மட்டுமுள்ள தன்மை இல்லை. ஒவ்வொருவருக்குமே அப்படித்தானே.

இரண்டு நண்பர்கள், இரண்டு எதிரிகள் தொடங்கி குடும்பம், வேலையிடம், பொது இடம், தனியறை, கட்சிக் கூட்டம், சிறைச்சாலை அத்தனையிடங்களிலும் அத்தனை பேரும் பேசுவது அங்கங்குள்ள இருவருக்கோ மூவருக்கோதான் புரியும். நான் சொன்னது புரியுதா என்று ஒருவர் கேட்கும்பொழுது புரியுது என இன்னொருவர் சொல்லுவது இந்த அர்த்தத்தில்தானே. ஒரே மொழியில் இருவர் பேசிவிடுவதால் அது அவர்களுக்குப் புரிந்து விடுமா, மொழி ஒன்றுபோல அனைவருக்குமானதா என்ன?

“எனக்கு என்ன ஆனது, நான் ஏன் இப்போது சிறைச்சாலை பற்றிப் பேசுகிறேன்?” தாரா, தாராமதி கேட்டாள் வருத்தப்படுவாள், என்னைக் கட்டிப்பிடித்துக்கொண்டு, “பயப்படாதே நான் உன்னை மீட்டுக்கொண்டு வருவேன்” என்று புலம்பத் தொடங்கிவிடுவாள்.

எனக்கு என்ன ஆனது. தாராவை நான் பார்த்துக்கொள்ள வேண்டும். எனக்கு ஒன்று ஆகிவிட்டாள்? அவள் கதி?

ஜோதிமணி நாம இப்போ சாப்பிட்டுவிட்டு வெளியே போகனும், முகத்தைத் துடைத்தபடி வந்தாள் தாரா. சரி போகலாம், ஆனால் மூன்று தோழர்கள் உன்னைச் சந்திக்க வேண்டுமென்று சொன்னார்கள். "அவர்கள் வரலாம். தோழர்களா? அவர்களைப் பற்றி இப்போது ஏன் நினைவுபடுத்துகிறாய், அவர்கள்தான் சிறையில் இருக்கிறார்களே."

எனக்குக் கைகளில் நடுக்கம் ஏற்பட்டது. "எல்லோருமே சிறையில் இல்லை. சிலர் வெளியேதான் இருக்கிறார்கள்." "சொல்லு ஜோதி, நான் வெளியேதானே இருக்கிறேன்?" நீ வெளியே வந்துவிட்டாய். "அது தெரியும். நான்தானே உன்னை வெளியே போகச் சொன்னேன்." அவள் கையைப் பற்றி, "நானும் வெளியேதான் இருக்கிறேன், நீயும் வெளியேதான் இருக்கிறாய். நாம் இருவருமே இந்த வீட்டில் இரண்டு அறைகளில் இருக்கிறோம்" எனச் சொன்னேன். அவள் என்னை முறைத்துப் பார்த்துவிட்டு, "அதுதான் சொல்கிறேன் நீ பக்கத்து அறையில் இருந்துகொண்டே பலமாதங்களாக என்னைப் பார்க்க வரல. நான் தனியே கிடந்தேன்."

என் கண்ணீரை மறைத்துக்கொண்டேன். தோளைப் பிடித்து வெளியே நடத்தி வந்து உட்கார வைத்துவிட்டு அவளுக்குப் பிடித்த அடைகள் இரண்டைத் தட்டில் வைத்துக்கொடுத்தேன். "இது உங்க அம்மா செய்ததுதானே, உங்க அம்மா எவ்வளவு பாசம் தெரியுமா, நம்ம ரெண்டு பேரையும் இங்க இருக்காதிங்க குழந்தைகளா வேற எங்கயாவது போயிடுங்க, பெரிய நகரமா, யாருக்கும் தெரியாத நகரமா" அப்படின்னு சொல்லி அனுப்பி வைச்சாங்க இல்ல. அந்தப் பதினேழு வயசுல யாரு அப்படி ரெண்டு பெண்பிள்ளங்கள அனுப்பி வைப்பாங்க சொல்லு. அடையை எனக்கு ஊட்டியபடி அவள் பேசிக்கொண்டிருந்தாள்.

கண்ணீர் கன்னங்களில் வழிந்துகொண்டிருந்தது, அது எனக்கா, இல்லை அவளுக்கா? "சரி சாப்பிடு மருந்து சாப்பிடும் நேரமாகிவிட்டது." "ஆமாம் நம்மள அனுப்பி வைச்சது உங்க அம்மாவா? என்னுடைய அம்மாவா, அல்லது உன்னோட அக்காவா? சரியா ஞாபகம் இல்லை. உங்க அம்மாதான் அது. அன்னிக்குக் கரகாட்டம் ஆடிக் களைச்சி, நள்ளிரவுக்குப்

பின்னாள அறைக்கு வந்தாங்க. நாம முழுச்சிருக்கிறது அவுங்களுக்குத் தெரியாது இல்லையா. ஒரு குவாட்டர் ரம்ம எடுத்துக் குடிச்சிட்டு, அலங்காரத்த எல்லாம் கலைச்சிட்டு ஒரு சின்னப் பிள்ளைய போலப் பாவாடை சட்டயோட படுத்துத் தூங்க ஆரம்பிச்சிட்டாங்க. நாம எவ்வளவு முட்டாளுங்க, அப்போ அப்படி நாம நடந்திருக்கக்கூடாது."

"மறுநாள் காலையில குளிக்கப் போகும்பொழுது என்னத் தனியே கூப்பிட்டுச் சொன்னாங்க, 'மல்லிகா உன்னப்பத்தியே பேசிக்கிட்டிருப்பா, அவள வீட்டுக்குக் கூட்டிவரட்டான்னு ரெண்டு வருஷமா சொல்லிக்கிட்டே இருப்பா, நம்ம ஊரு அதுக்குத் தயாராவல செல்லங்களா, ரெண்டு பேரும் படிக்கப் போறதா வெளியே எங்கயாவது போயிடுங்க.' அம்மா சொன்னபோது எனக்கு அதிர்ச்சிதான் ஜோதி."

அம்மா என்ன சொல்ரிங்கன்னு பயத்தோட கேட்டேன். பொண்ணு மனசு பொண்ணுக்குத்தான் தெரியும், அதுவும் நான் ஆட்டக்காரி, எனக்கு எல்லாம் தெரியும். தலையைத் தடவிக் கொடுத்து 'பயப்படாதிங்க நான் பார்த்துக்கிறேன் செவ்வந்தி கண்ணு. உன் பேரு மாதிரி நீயும் அழகுடி கண்ணு.' அம்மாவ என்னால நம்ப முடியல ஜோதி. இன்னிக்கும் நம்ப முடியல. அவள் பேசிக்கொண்டே இருந்தாள்.

மல்லிகா, செவ்வந்தி இரண்டு பேரும் தாராமதி, ஜோதிமணி ஆனது பெரிய கதையெல்லாம் இல்லை. சின்ன கதைதான் சின்னதான ஒரு கதை, கதை எழுத வைத்துக்கொண்ட புனைபெயர்கள். நாடகத்திற்காக, வெளியீடுகள் எழுத. மேடைகளில் பேச, பேசிக்கொண்டே இருக்க, நடித்துக்கொண்டே இருக்க எங்கள் பெயர்கள் அதுவாகவே ஆகிவிட்டது. மல்லி சாப்பிடு என்று தாரா பல வருஷங்களுக்குப் பிறகு சொன்னதும் முதலில் அதிர்ச்சிதான், ஆனால் திடீரெனக் கன்னம் சிவந்துவிட்டது. முறைத்தபடி நீ சாப்பிடு செவ்வந்தி நானும் சாப்பிடறேன் என்றேன். அவளுக்கு ஒன்றும் புரியவில்லை. தோழர், யார் அது செவ்வந்தி என்று குழப்பத்துடன் கேட்டாள்.

கன்னத்தின் சிவப்பு மறைந்து, கண்கள் மங்கின. அவளை மருந்து சாப்பிட வைக்க நானும் சில மருந்துகளைச் சாப்பிட வேண்டும். பல நிறத்திலான விட்டமின்கள். மருந்து சாப்பிட்ட சில நிமிடங்களில் அவள் தூக்கக் கலக்கத்தில் பேசத் தொடங்கினாள்.

“கிம் கி டுக் இந்தியா வந்தப்போ நீ சந்திச்ச இல்ல, கேட்கச் சொன்னேனே கேட்டியா? உன்னோட படங்கள்ல வர பெண்கள நீ எங்க சந்திச்ச? எல்லாப் பெண்களும் ஆண்களையே காதலிக்கறாங்க அல்லது கொல்லறாங்களே ஏன்? பெண்கள் பத்தி உனக்குத் தெரியுமா?” நான் எதுவும் பேசவில்லை. அதை அவள்தான் கேட்டாள், நான் அதைப் பார்த்துக்கொண்டுதான் இருந்தேன். தாரா நெற்றியைத் தடவிக்கொண்டே “அப்படி நான் கேட்டிருக்கக்கூடாது. அவனை அதுதான் தற்கொலைக்குத் தள்ளியிருக்கும், பாவம். இந்த ஆண்கள், பாவம்தான் ஜோதி.”

“இல்லை தாரா கிம் தற்கொலை செய்துகொள்ளவில்லை.” “அப்படியென்றால் நான்தான் கொலை செய்தேன் என்கிறாயா? அல்லது தற்கொலை செய்துகொண்டது நான்தான் என்கிறாயா? சரி சொல்லு, ஏன் கொலை செய்யக்கூடாது? என்னுடைய அப்பா போன்ற ஆண்களை ஏன் கொலை செய்யக்கூடாது?”

நீ ஒன்றும் தற்கொலை செய்துகொள்ளவில்லையே, சீச்சி, நான் என்ன பேசுகிறேன். நீதான் என்னோட இருக்கியே. தூக்கம் சொக்க, அந்தப் புத்தகத்த எடு என்றாள் தாரா. அப்புறம் படிக்கலாம் இப்ப கொஞ்சம் தூங்கு என்றேன். அவளைத் தூங்க வைப்பது நல்லது.

நாள் முழுக்கத் தூங்குவது, அல்லது இரண்டு நாள்கள் சாப்பிடாமல் அறைக்குள் உலவிக்கொண்டே இருப்பது. அவளை மீட்டுக் கொண்டுவர நான் என்ன செய்ய வேண்டும். “ஜோதி ஜோதி இங்க வா, அந்தச் சன்னல் வழியா பாரு, பயப்படாம பாரு” என்றாள் தாரா. வெளியே தெரு முனையில் மூன்று தோழர்கள் நின்று கொண்டிருந்தார்கள். எனக்கு எப்போதும் போல அதிசயம்தான், பார்க்காமலேயே இப்படி எதையாவது சொல்லுவாள், அது உண்மையாக இருந்துவிடுவதுண்டு. “ஆமாம் தாரா தோழர்கள் வருவதாகச் சொன்னேன் இல்லையா அவர்கள்தான், வரச் சொல்லவா.”

“முதலில் அவர்கள் தோழர்கள்தானா என்று சரியாகப் பார். யாரும் புலனாய்வுத் துறையாக இருக்கலாம், உளவு பார்க்க வரலாம்.” “அப்படியெல்லாம் இல்ல, மூவருமே தோழர்கள்தான்.” “எப்படிச் சொல்ற, அதில் ஒருவர் உளவுத் துறையாக இருந்தால் என்ன செய்வது. முன்னே அப்படித்தானே நடந்தது. எத்தனை பேர் சிறைக்குப் போக வேண்டியிருந்தது.”

அவள் என்னைப் பார்த்து மெல்லிய குரலில் "அவர்களில் யார் அதிகம் தோழமையுடன், அன்புடன், தீவிரத்துடன் பேசுகிறாரோ அவரே உளவாளி, பார்த்துக் கொள்". "அப்படி இல்லை தாரா. இவர்களை எனக்கு நெடு நாள்களாகத் தெரியும், இப்போது அவர்கள் சிறையில் இருக்கும் தோழர்களை மீட்கும் குழுவில்தான் இணைந்து செயல்படுகிறார்கள்." மொபலைக் கொடு என்று வாங்கியவளின் விரல்கள் நடுங்கின. அதில் ஒருவருடைய எண்ணைச் சொல் என்றபடி பொத்தான்களை அழுத்தினாள். "தோழர் நான் தாராமதி பேசுறேன், நீங்க சந்திக்க வர்றதா, தோழர் ஜோதிமணி சொன்னாங்க எப்ப வருவீங்க? இன்னும் இருபது நிமிடமா? இப்போ எங்க இருக்கீங்க? பாலத்தைத் தாண்டி வரீங்களா? சரி, வழி தெரியுமில்ல. வாங்க." மொபைலை என்னிடம் தந்துவிட்டுத் "தோழர்கள் வர்றாங்கலாம், பாலத்தை தாண்டி வரலாங்கலாம், பேசி அனுப்புங்க ஜோதிமணி தோழர்" என்றபடி அறைக்குள் சென்றுவிட்டாள்.

சன்னல் வழி பார்த்தேன் அவர்கள் வந்த வழியே திரும்பிப் போய்க் கொண்டிருந்தார்கள். நான் அவள் பக்கத்தில் படுத்து கைவிரல்களை வருடியபடி, "உனக்காக மூன்று நாவல்கள் வாங்கி வைத்திருக்கிறேன். என்ன சொல்லு பார்க்கலாம்" என்றேன். "வேறு என்ன யோசே சரமாகோ, அலெஜான்ரோ ஸாம்ப்ரா எதாவது வாங்கி வைச்சிருப்ப. சரமாகோ அந்தப் பைத்தியத்த படிக்கவே கூடாது தூக்கிப் போடு. பிளைண்ட்னஸாம் பிளைண்ட்னஸ் கொக்காள..." என்னப்பா இது? நான் வருத்தத்துடன் கேட்டபோது "கெட்ட வார்த்த பேசக் கூடாதில்ல. எல்லாக் கெட்ட வார்த்தையும் அம்மா, அக்கா இப்படித்தானே இருக்கு. போப்பா இது ஆண்களுக்கு. பெண்களுக்கு அப்பா, அண்ணன் அப்படித்தானே இருக்கு. நாம பள்ளிக்கூடம் படிக்கும் போது கெட்ட வார்த்தைகள பட்டியல் போட்டு ஆராய்ச்சியே பண்ணியிருக்கோம் இல்ல?"

"ஆமாம், நாம ஒன்பதாவதுல பண்ணத இப்போ பெரிய எழுத்தாளங்க உலக ஆராய்ச்சியா பண்ணிட்டு இருக்காங்க!" என் கண்கள் கலங்கின இப்படியே பேசிக்கிட்டு இருடி செல்லம், ஏன் அப்பப்போ இந்த நாசமா போன உலக அரசியல்லாம் பேசற?" "இப்ப என்ன சொல்லுற? பிராய்ட் பத்திதானே. அவன் அம்மா அப்பான்னுதானே எழுதியிருக்கான், இப்ப வரவங்க அம்மா இல்ல, அப்பா இல்லண்ணு எழுதிக்கிட்டு இருக்காங்க. இப்படியே எழுதிக்கிட்டு கெடக்க வேண்டியதுதான். அம்மா

அப்பா பிள்ளைகள் பாசம் தாய்ப்பாசம் எல்லாம் வெறும் சுயநலம், பிள்ளைகள் அம்மாவை நேசிப்பதெல்லாம் வெறும் சுயநலம், சுவையான உணவு, சுவையான முலைப்பால், அம்மாவின் உடம்பைத்தான் தின்கிறது ஒரு குழந்தை. தனது பெண்மையைப் பெரிது படுத்திக்காட்ட தாய்மைப் புலம்பல், பிள்ளைக்காகத் தியாகம் எல்லாம். ஆண்மைய நிரூபிக்க அப்பன் வேஷம். உயிரியல் உந்துதலுக்குக் காதல் வேஷம் நாசமாப் போக." அவள் கைவிரல்களை நெரித்துக்கொண்டாள். "இதுதான் எல்லாம், எனக்கு என்ன தோணுதுண்ணா? கிட்டவா சொல்லுறேன்." காதில் கிசுகிசுத்தாள். பிராய்டுதான் சொன்னான் அங்கதான் இருக்காம் எல்லாம்.

மூக்கைப் பிடித்துத் திருகியபடி, "வயசானாலும் புத்தி போகுதா பாரு. ஆமாம் உன்னோட மார்க்ஸ் ரொம்ப யோக்கியன், அந்த ஏங்கல்ஸ் குடும்பம் தனிச் சொத்துன்னு எழுதிட்டு ஊருக்கொரு குடும்பம் நாட்டுக்கொரு காதலின்னு வாழ்ந்துக்கிட்டு இருந்தான். பேச வந்துட்டா, பெரிய இவ. இதுங்க எல்லாம் ஒன்னுதாண்டி, தனிச் சொத்து, தனி அரசு, தனி முத்தம், தனி உரசு." அவள் தலையணையைத் தூக்கி அடித்தாள்.

"நீங்க ரொம்ப யோக்கியமா? மூடி வைக்கணும் அப்படிண்ணு ஒரு பத்து வருஷம், அப்புறம் தொறந்து போட்டு நடக்கணும்னு ஒரு பத்து வருஷம், உடன்பிறந்தவர்களா வாழனும்ணு ஒரு பத்து வருஷம், பிறகு உடன்படுத்து வாழ வேணும்னு ஒரு பத்து வருஷம். இப்படியே மாத்தி மாத்தி பேசிக்கிட்டே இருங்க, வாய்கிழிய." அவள் மீண்டும் காதில் வந்து ஒரு வாக்கியம் சொன்னபொழுது அவளுக்குக் குணமாகிக்கொண்டு வருகிறதோ என்று மனதில் ஒரு ஆறுதல் வந்தது.

உனக்கு "கிரைஸ் அண்ட் விஸ்பர்ஸ்" படத்தில் வரும் பெண்கள் எத்தனை பேர் என்று ஞாபகம் இருக்கிறதா? நான் மூன்று பேர் என்றேன். "மக்கு நான்கு பேர், உனக்கு அந்தப் பணிப்பெண் தோழிய நினைவில இல்லை, அதுதான் சாதி வர்க்க உணர்வின் நினைவிலி நிலை." எனக்குக் கோபம் வரவில்லை. அவள் அப்படித்தான் பேச வேண்டும். எங்கள் சாதிகளை அவள் மாற்றிப் போட்டுதான் பேசுவாள் அவள் அப்படிப் பேசுவது எனக்குப் பிடிக்கும்.

நான் அவளுக்கு ஒரு போட்டி வைத்தேன் “டின் டிரம்“ படத்தில் வரும் அந்தச் சிறுவன் முதன்முதலில் அந்தப் பணிப் பெண்ணிடம் என்ன செய்வான்?” “அவனா... அவளுக்கு கேக் வாங்கி வந்து ஊட்டிவிடுவான், சரிதானே.” நான் விழித்தேன், அவளோ “உனக்குத் தெரியாத மாதிரியே இரு நல்லது” என்றபோது, அழைப்பு மணி ஒலித்தது.

மூன்று தோழர்கள் உள்ளே வர, உட்கார வைத்துவிட்டுத் தாராவை வந்து கூப்பிட்டேன். வரணுமா என்றவள் ஒரு துணியைக் கழுத்தில் சுற்றிக்கொண்டு வெளியறைக்கு வந்தாள். அவர்கள் நாற்காலியில் அமர்ந்திருக்க, பெண் தோழர் ஒருவரின் அருகில் அவள் தரையில் உட்கார்ந்தாள். ”என்ன தோழர் எனக்கு விடுதலை கிடைத்து விட்டதா?” என்று இவள் பேச்சை ஆரம்பித்த போது அவர்கள் என்னைக் குழப்பத்துடன் பார்த்தார்கள். நான் ரகசியமாகத் தலையை அசைத்துச் சைகை செய்தேன். “விரைவில் எல்லோரும் விடுதலை ஆவார்கள். சட்ட நடவடிக்கை, வழக்கு செல்லும் போக்கு நம்பிக்கை அளிப்பதாக இருக்கிறது.”

அவள் தரையில் கிடந்த வேறு ஏதோ ஒரு துண்டறிக்கையை எடுத்து அதில் இல்லாத ஒரு பத்தியைப் படித்துக்காட்டினாள். “சட்டப் பாதுகாப்பு இல்லை, முறையீடு செய்ய முடியாது, எங்கே வைக்கப்பட்டிருக்கிறார்கள் என்பதைச் சொல்லத்தேவை இல்லை, பிணையில் வெளிவர முடியாது, அவர்களுக்காக முறையீடு அல்லது சட்ட நடவடிக்கை எடுப்பவர்களும் கைது செய்யப்படுவார்கள், வாரண்ட் தேவையில்லை, கால வரையரை கிடையாது, சாட்சிகள், சான்றுகள் கேட்க முடியாது, காணாமல் போக வேண்டும். அவ்வளவுதான்.”

தோழர்கள் என்னைப் பார்த்தார்கள். தாரா என்னைப் பார்த்துப் “போ போய் ஒரு படையைக் கட்டி சிறையை உடைத்துத் தோழர்களை மீட்டு வர வழியைப் பார்.” நான் அவளைக் கை காட்டி நிறுத்தினேன். “ஆமாம் சிறையை உடைத்து வெளியே கொண்டு வந்து என்ன செய்வது? எங்கே போவது, எங்கே போவது? கடலில் நீந்தி வேறு ஒரு தீவுக்குத்தான் போக வேண்டும்” அவள் தனக்குள் பேசிக்கொண்டாள்.

“அங்கேயும் அந்தக் கொடியேந்திய பேரணி ஒன்று நடக்காது என்று உங்களால் உறுதியளிக்க முடியுமா தோழர்.” அவர்கள் என்னைப் பார்த்தார்கள். தாரா என்னிடம் கிரீன் டீ போட்டு எடுத்து வரேன்

பேசிக் கொண்டிருங்கள் என்று அடுத்த அறைக்குள் சென்றாள். ”தோழர் கவலையாக இருக்கிறது, என்ன செய்வது, சிகிச்சை எந்த நிலையில் இருக்கிறது” என்று அவர்கள் கேட்டார்கள்.

அவள் தட்டில் நான்கு கிரீன் டீயும் ஒரு ரெட்டீயும் எடுத்து வந்து வைத்து விட்டு, “தோழர், கவலைப்பட ஒன்றுமே இல்லை, ஜோதிக்கு நல்ல சிகிச்சை நடக்கிறது, ஆறு மாதமாகலாம்” என்றாள். நான் அவளைப் பிடித்து நாற்காலியில் உட்கார வைத்தேன் அவள் மீண்டும் தரையில் உட்கார்ந்துகொண்டாள்.

“விடிகாலை இருட்டு விலகாத நேரத்தில்தான் அவர்கள் வருகிறார்கள், எங்கோ கொண்டுசெல்கிறார்கள். பிறகு அவர்கள் எங்கே கொண்டு செல்லப்பட்டார்கள் என்பதைத் தெரிந்து கொள்ள சில வாரங்கள் ஆகும். ஆண்கள் என்றால் வெளியே தெரியும், பெண்கள் என்றால் யாருக்கும் தெரியாது. அப்படி யாரும் இருந்ததாகக் கூட அவர்கள் ஒப்புக்கொள்ளமாட்டார்கள், புகார் அளிக்க வந்தவர்கள் மீதே சந்தேக வழக்கு பதிவு செய்து பெண் கொடுமை நடந்திருக்கலாம் என்று குற்றம் சுமத்துவார்கள்.”

அவள் யாரையும் பார்க்காமல் பேசிக் கொண்டே இருந்தாள். பிறகு அப்படியே படுத்துத் தூங்கிவிட்டாள். அவர்கள் மூவரும் வெளியே போய் நிற்க நானும் வெளியே போனேன். ”நன்றி தோழர், நீங்க மூணு பேரும் தினம் ஒருவரா வந்து பார்க்கவில்லையென்றால் எனக்கு ரொம்பக் கஷ்டமா இருக்கும்.” ”என்ன தோழர், இது! நாம செய்ய வேண்டியதுதானே. ஆனால் தோழரை இந்த நிலையில் பார்ப்பதுதான் மனதைப் படுத்தியெடுக்கிறது. முன்பு உடல்நிலை சரியில்லாத காலத்தில் உடல் அடையாளம் தெரியாத மெளிந்த போதுகூட அவர் எவ்வளவு திடமாக இருந்தார். அந்தக் காலத்தில்தானே நிறைய நாடகங்கள் செய்தார். நம்ப முடியாத அளவில் அவர் மீண்டும் குணமாகித் திரும்ப வந்தார். ஆனால் இது, மனசு கனக்குது.”

அவர்கள் போன பிறகு உள்ளே வந்த நான் அவளை ஒரு துணியால் கழுத்து வரை மூடினேன். அவள் கைகளைத் தொடைகளுக்குள் நுழைத்துக் கொண்டு உடலைக் குறுக்கிக் கொண்டபோது துணி கலைந்தது. கல்லூரி விடுதியில் இரவு நான்கைந்து முறை அவளுக்குப் போர்வையை எடுத்துப் போர்த்தி விட வேண்டும். உடலைக் குறுக்கிக்கொண்டு தூங்கும் பழக்கம்

இன்று வரை போகவில்லை. அவள் முகத்தையே பார்த்துக் கொண்டு உட்கார்ந்திருந்தேன்.

மறுநாள் மருத்துவரைப் பார்க்க வேண்டும். அவளை வெளியே அழைத்துச் செல்வதே படாதபாடாக இருந்தது, வெளியே போகக் கிளம்பிவிட்டு, “போ போய் அந்தக் கொடி கட்டிய வண்டிகள் தெருவில் போகிறதா என்று பார்த்துவிட்டு ஃபோன் செய்” என்று சொல்லிவிட்டு அறைக்குள் உட்கார்ந்திருப்பாள். என்ன செய்ய முடியும் அந்தக் கொடியில்லாத சைக்கிளைக் கூட இப்போதெல்லாம் பார்க்க முடியவில்லை. நான் ஒரு டாக்ஸியை ஏற்பாடு செய்து அவளை அதில் உட்கார வைத்து வெளியே அவள் கவனம் போகாதபடி ஏதாவது பேசிக்கொண்டே செல்ல வேண்டும்.

அதற்காகவே நான் கண்டுபிடித்த ஒரு தந்திரம்தான் நாங்கள் அடுத்து செய்ய இருந்த நாடகம் பற்றிய பேச்சு. ஒவ்வொரு முறையும் ஒரு நாடகம் பற்றிய பேச்சு எனக்கு உதவியது. அப்போதுதான் அந்தத் தோழிகளுடைய உதவியும் கிடைத்தது. அவர்கள் திரைப்படம் ஒன்றைத் தயாரிக்க இருப்பதாகவும் அதில் ஐந்து கதைகள் தனிதத்தனியே நிகழ்ந்து கடைசியில் ஒரு இடத்தில் சந்திப்பது போலத் திரைக்கதை அமைய வேண்டும் என்றும் கேட்டுக் கொண்டு தொடர்ந்து அவளைச் சந்திக்க வந்தார்கள்.

விரைவில் சிலர் வழியாக நிதியைத் திரட்டி படப்பிடிப்பைத் தொடங்கிவிடலாம் என்று அவர்கள் உண்மையாகவே நம்பியதுடன் அவளிடமும் அதற்கான உறுதியை அளித்திருந்தார்கள். தாராமதி தனக்கு வேறு ஒரு புனைபெயர் வேண்டும் என்று கேட்டபோது நான் கிளாரா ஜென்னி என்று விளையாட்டாகச் சொன்னேன், மாயா ஜென்னி என அதைத் தான் மாற்றிக்கொள்வதாகச் சொன்னாள்.

அவையெல்லாம் விரைவில் நடக்குமென்றால்! எனக்குள் அலையலையாக எண்ணங்கள் எழுந்து அடங்கின. ஒருமுறை கொடிகளின் பார்வையிலிருந்து தப்பி ஒரு மருத்துவரைச் சந்திக்க அவளைக் கூப்பிட்டுச் சென்றிருந்தேன். அவரோ இரண்டு கைகளிலும் கயிறுகளுடன் இருந்தார். அதில் அந்த நிறமே அதிகம் இருந்தது. தாரா அவரிடம், “சொல்லுங்கள் டாக்டர், எத்தனை நாளாக இந்தச் சிக்கல், என்னென்ன சிம்டெம் உள்ளது. வேத விஞ்ஞானத்தில் இதற்கு மருந்து இருக்கிறது, நாளை வாருங்கள்

எழுதித் தருகிறேன்" என்று பேசத் தொடங்கிவிட்டாள். எனக்கு அவள் மீது கோபம் இல்லை அந்த மருத்துவரிடம் அப்பாய்ண்ட்மெண்ட் வாங்கித்தந்த தோழியின் மீதுதான் கோபமாக வந்தது.

அவளை வெளியே உட்கார வைத்து விட்டு, அவளுக்கு ஒன்றும் இல்லை டாக்டர் எனக்குத்தான் என சிலவற்றைச் சொல்லி மருந்து எழுதி வாங்கி வந்தேன். அதற்குப் பிறகு வேறு மருத்துவர், அதிகம் பேசாத பெண் மருத்துவர். அவர் மருந்துகள்தான் இப்போது. அவர் மிகவும் குழம்பிப் போனார், இருவரில் யாருக்கு சிக்கல் என்பதில் ஒரு காம்ளிகேஷன் இருப்பதாகச் சொல்லி இருவருக்குமே மருந்துகள் தந்திருந்தார். தாராமதி, தாராமதி, தாரா தாரா, இதையெல்லாம் உன்னிடம் சொல்லமுடியுமா? மல்லிகா என்று கூப்பிட்டு என்னைக் கோபப்படுத்தத் தெரிந்த உனக்கு நான் படும் வேதனை புரியவில்லையா?

ஜோதிமணி, ஜோதிமணி என்ற முணுமுணுப்பு என் காதில் ஒலித்தது. பிறகு தாராதான் என் நெற்றியில் கைவைத்து இன்னும் உனக்குக் காய்ச்சல் விடவில்லை, தோழர்கள் வந்துவிட்டுப் போனார்கள் என்றாள். வந்துவிட்டுப் போயிருப்பார்கள் நான் ஏதும் தவறாகப் பேசியிருப்பேனோ?

●

நாடகத்திற்கான கலந்துரையாடல் தொடங்கிய பிறகு தாரா முற்றிலும் மாறிப்போனாள். அறையில் இருக்கும் போது சொட்டும் பயமும், நடுக்கமும் நாடகப் பயிற்சியின் பொழுது இல்லாமல் போனது. எனக்கு அது புதிராக இருந்தாலும் ஆறுதலாக இருந்து. ஆனால் என்ன நாடகம் செய்யலாம் என்ற ஆலோசனையின் போது அவள் சொன்ன இரண்டு நாடகங்களும் எனக்குக் கவலையை அளித்தன.

முதல் நாடகம் யுரிபிடிஸின் மெடியா, இரண்டாவது ஜியோர்ஜ் புஷ்னருடைய வோய்ஸெக். இரண்டில் ஒன்றைத்தான் செய்ய முடியும் என்று அவள் உறுதியாக இருந்தாள். கார்ஸியா லோர்க்காவின் ஹவுஸ் ஆப் பெர்னாதா அல்பாவைச் செய்யலாம் என்று சிலர் சொன்னபோது அதில் பெண்கள்தான் அதிகம் நடிக்க வேண்டும், அத்துடன் அது பெண்களுக்கு எதிரான தந்திரமான நாடகம் என்றும் கூறிவிட்டாள்.

நான் சாப்போ பற்றிய ஒரு நாடகம் இருக்கிறது அதைக் கொஞ்சம் மாற்றிச் செய்யலாம் என்றபோது நாம் அதைச் செய்ய வேண்டியதில்லை. வேறு யாராவது செய்யட்டும். எல்லோரும் நம்மை அப்படியே ஏற்றுக்கொண்டதாக நம்பி ஏமாறாதே என்று சொல்லிவிட்டாள்.

மெடியா, வாய்ஸெக் இரண்டுமே செய்யலாம் என்ற கருத்து வந்த பொழுது முதலில் எது என்பதைச் சீட்டு குலுக்கிப் போட்டு முடிவு செய்யலாம் என நாங்கள் சொன்னோம். வழக்கப்படி அவளுக்கான சீட்டுதான் வந்தது.

மெடியாவுக்கான பயிற்சிப் பட்டறையைத் தொடங்கியபின் அவளுடைய நேரம் முழுதும் அதில்தான் கழிந்தது. யுரிபிடிஸின் நாடகம் வேறு, தொன்மத்தில் உள்ள மெடியா வேறு, நான்கைந்து மெடியா கதைகள் உள்ளன. நம்மிடமும் இது போலச் சில கதைகள் உள்ளன. அதையெல்லாம் பிணைத்து ஒரு நாடகம் எழுத வேண்டுமென்று அவள் முடிவு செய்த போது எனக்கு மறுபடியும் மனத்தடுமாற்றம் ஏற்பட்டது.

ஆனால் நாடகக் குழுவினரோ இளையவர்கள், அவள் மீது அதிக மதிப்பும் ஒரு வித பயமும் கொண்டவர்கள். அவள் சொல்வதைச் செய்யத் தயாராக இருந்தார்கள். மெடியாவை முதலில் யுரிபிடிஸ் வடிவில் செய்து பார்ப்பதுதான் பயிற்சியின் தொடக்கம் என்றாள் இயக்குநர் மாய ஜென்னி என்கிற தாராமதி என்கிற செவ்வந்தி. இதனை அவளிடம் சொன்னால் மூக்கைக் கடித்துக் காயமாக்கிவிடுவாள்.

●

மெடியா, வாய்ஸெக் இரண்டு நாடகங்களைப் பற்றியும் அந்த இளம் கலைஞர்களுக்குத் தெரிந்திருந்தாலும் தாராமதி அவற்றை விளக்கிய விதம் அவர்களில் சிலரை அதிர்ச்சியடையவே வைத்தது. மெடியா தன் தந்தையையும், தனையனையும், தன் மண்ணையும் விட்டு ஜேசனின் மீது கொண்ட காதலால் அவனுடன் வந்து விடுகிறாள். அவள் வரும்போது சும்மா வரவில்லை. தன் அண்ணனைத் தன் காதலனுக்காகக் கொன்றுவிட்டுத்தான் வருகிறாள்.

ஜேசனுடன் சில வருஷங்கள் காதலின்பத்தில் திளைத்த அவளுக்குக் கிரியோன் என்ற அரசனின் மகள் குளேஸேவைத் தன்

கணவன் மணம் செய்துகொள்ளும் போது அந்தத் துரோகத்தைத் தாங்க முடியாமல் தவிக்கிறாள். அத்துடன் கிரியோன் அவளையும் அவளுடைய பிள்ளைகள் இருவரையும் நாடு கடத்தி உத்தரவு பிறப்பிக்கும் போது அவளுடைய கணவன் அதைத் தடுக்காததால் அவளுடைய கோபம் எல்லை மீற தன் இரண்டு ஆண் பிள்ளைகளையும் அதாவது தன் இரண்டு பிள்ளைகளைக் கொன்று கணவனுக்கு அனுப்பி வைக்கிறாள்.

யுரிபிடிஸின் நாடகத்தில் மெடியா பேசும் முதல் வசனம் இது "ஓ, என்னவாகி நிற்கிறேன் நான். கொடுமைக்கு ஆளான பெண்ணாக, இந்தத் துயரத்திலிருந்து தப்பிக்க நான் செத்துப் போகவா?" கதையைச் சொல்லி ஒரு சில வரிகளை நடித்துக் காட்டியபோது வட்டமாக அமர்ந்திருந்த பெண்களும் ஆண்களும் எதுவும் பேசாமல் சில நிமிடங்கள் உட்கார்ந்திருந்தார்கள்.

அதில் ஒரு பெண் "இந்தக் கிரேக்க நாடகங்கள் எல்லாம் ஏன் இப்படியே இருக்கின்றன? இடிபஸ், ஆண்டிகனி இது போலச் சற்றுக் கொடுமையாக." "கிரேக்க புராணங்கள் மட்டுமல்ல பெண்ணே, பாரதவர்ஷத்தின் தொன்மங்களும் அப்படித்தானே உள்ளன. பாரதமும், ராமகதையும் என்ன? கொலையும் துரோகங்களும்தானே? கங்கை தனக்குப் பிறந்த ஏழு குழந்தைகளையும் ஆற்றில்விடும் கதை தெரியும்தானே, ரத்தம் குடிக்கும் பீமனை நடித்துக் காட்டும் கூத்துக்காரர்களின் முகத்தை நீ பார்க்கவேண்டும். உபபாண்டவர்கள் எரிந்த இரவு பற்றிப் பாரதம் எப்படி விளக்குகிறது பாருங்கள். அஸ்வத்தாமா என்ன செய்கிறான்? சிவன், சக்தியைச் சாம்பலாக்குகிறான், புராணங்களில் ஓடும் ரத்தமும் சீழும் புதியதல்ல பிள்ளைகளா." அவள் பேசிக்கொண்டே சென்றாள்.

"ஒரு சிங்கள அரசி தன் கணவன் வேறு பெண்ணை மணந்து கொண்டபோது தனது பிள்ளைகளின் தலைகளை உரலில் இடித்துச் சமைத்து விருந்தாக அனுப்பினாளாம். தமிழில் மூன்று நான்கு கதைகள் உள்ளன. தன் கணவன் வைப்பாட்டி வீட்டிலேயே கதியாய்க் கிடப்பதுடன் தன் மனைவியிடம் தினம் விருந்து சமைத்து எடுத்து வரச் சொல்கிறான். வைப்பாட்டியோ என்ன சமைத்தாலும் ருசியில்லை என்று சொல்கிறாள். கணவனிடம் தினம் அடிபட்ட மனைவி ஒரு நாள் தன் ஒரே பிள்ளையை அறுத்துச் சமைத்து ஆக்கி எடுத்துச் சென்று பரிமாறுகிறாள். வைப்பாட்டியோ தினம் இதே போலச் சமைச்சா தின்ன ருசியா

இருக்கும் என்கிறாளாம். மனைவியோ எனக்கு இருந்தது ஒரே புள்ள இன்னும் ஒன்னுக்கு நான் எங்க போவேன் அப்படின்னு சொல்லி ஒப்பாரி வைக்கிறாளாம். அதற்கு மேல் பேச வேண்டாம் போதும் என்று சொல்லி அவளை அன்று அழைத்து வந்து விட்டேன்.

மறுநாள் அவள் வாய்ஸெக் கதையைச் சொன்னாள். பிரான்ஸ் வாய்ஸெக் என்ற ராணுவப் பணியாளன் மேரி என்கிற தன் மனைவியைக் கொலை செய்வதுதான் கதை என்று விரிவாக விளக்கி வெர்னர் ஹெர்ஹாக்கின் படத்தையும் பார்க்க வைத்தாள். மெடியா, வாய்ஸெக் இரண்டு பாத்திரங்களையும் அனைவரும் பயிற்சி செய்து ஒவ்வொரு நாள் காட்சியிலும் மாறிமாறி நடிக்க வேண்டும் என்றும் முதலில் தானே மெடியாவாகவும், வாய்ஸெக்காகவும் நடிப்பேன் என்றும் சொன்னாள். பிறகு பெண்கள் அனைவரும் ஆண் பாத்திரங்களையும், ஆண்கள் பெண்களின் பாத்திரங்களையும் ஏற்று நடிக்க வேண்டும் என்றும் சொன்னாள். அதனையும் மாற்றி நாம் அனைவரும் அனைத்துப் பாத்திரங்களையும் முழுமையாகப் பயிற்சி செய்ய வேண்டும், நாம் அனைவரும் ஒவ்வொரு முறையாவது அந்தப் பாத்திரத்தில் நடித்துவிட வேண்டுமென்று தன் திட்டத்தை மாற்றினாள்.

"ஹெர்ஸாக் படத்தில் கிளாஸ் கின்ஸியின் நடிப்பு அதிரவைக்கும். அதுவும் கொலை செய்த கத்தியைத் தேடும் காட்சி, பார்த்தீர்கள் இல்லையா? நாம் அதனை அப்படிச் செய்யப்போவதில்லை, ஒத்தேல்லோ போலவும் செய்யப்போவதில்லை. அமைதியாக அப்பாவித்தனத்துடன் கொலைகள் செய்யப்படுகின்றன. நடிப்பு முழு அழகியலுடன் இருக்க வேண்டும், கனிவான அன்பான காதலுடன் நடக்கும் கொலைகள்." அவள் அவற்றைப் பலவாறாக நடித்துக் காட்டினாள்.

ஓர் இளம் நடிகை அவளிடம் "ஆண்கள் பெண்கள் இருவருமே கொலை செய்கிறவர்கள்தானே, இதை எப்படி வேறுபடுத்துவது தாரா அம்மா" என்று கேட்டாள். தாரா சற்று யோசித்துவிட்டு எங்கள் ஊரில் நடந்த கதை இது, என்று சொல்லத் தொடங்கினாள்.

"ஒரு மரமேறி புதிதாகக் கல்யாணம் செய்து அழகான பெண்ணொருத்தியை வீட்டுக்கு அழைத்து வந்து சந்தோஷமாக வாழ்க்கையைத் தொடங்குகிறான். சில மாதங்கள் கழித்து மரமேறிவிட்டு தோப்பில் இருக்கும் தன் வீட்டுக்கு வந்தவன்

திண்ணையில் ஒரு சொம்பில் பாதி தண்ணீர் இருப்பதைப் பார்த்து என்ன இது என்று குழப்பமடைகிறான். இரண்டாவது நாளும் பாதி சொம்பு தண்ணீர் திண்ணையில் இருக்கிறது.

ஒரு நாள் விட்டு ஒரு நாள் திண்ணையில் பாதி சொம்பு தண்ணீர் இருப்பதைப் பார்த்துச் சிறுக்கி மக சீரழிஞ்சி போனா குடும்ப மானம் என்னாகிறது என்று கருவிக்கொண்டு ஒரு நாள் மரமேறப் போவது போலப் போய் வீட்டுக்குப் பக்கத்தில் இருந்த தென்னையில் ஏறி உட்கார்ந்துகொள்கிறான். அவன் எதிர்பார்த்தது போலவே ஒரு ஆம்பிளை சைக்கிளில் வந்து திண்ணையில் உட்கார அந்தப் பெண் சொம்பில் தண்ணீர் எடுத்து வந்து தருகிறாள். அவன் பையில் எடுத்து வந்த மாம்பழங்களைத் தருகிறான். இருவரும் வெளியே இருந்து சிறிது நேரம் சிரித்துப் பேசியிருந்த பின் அவன் போகிறான். மரத்தில் இருந்து இறங்கி வந்தவன் நேராக வீட்டுக்குள் நுழைந்து சில நிமிடங்கள் கழித்து வெளியே வருகிறான்." இதனைச் சொல்லி நிறுத்திவிட்டு அவன் எப்படி வந்திருப்பான் என யாராவது சொல்லுங்கள் என்றாள்.

எனக்கு அவள் அதனைப் பலமுறை சொல்லிய போதும் இந்த இடத்தில்தான் நிறுத்துவாள். எனக்கு அன்று அவள் சொன்ன முறை முறுக்குக் கம்பி போல இறுக்கியது. அதில் ஒரு பெண் மட்டும் எழுந்து "அவன் இடக் கையில் அவளுடைய தலை இருந்தது, வலக் கையில் ரத்தம் சொட்டும் பாளைக்கத்தி இருந்தது சரிதானே" என்றாள். அவளைப் பார்த்து புன்னகை செய்தவள் பெண்ணாகப் பிறந்த யாருக்கும் இது புதிதாக இருக்காதுதான் என்றபடி தொடர்ந்தாள்.

"அவன் தெரு வழியாக நடந்து சென்றான். எல்லோருக்கும் என்ன நடந்திருக்கும் என்பது புரிந்துவிட்டது. குழந்தைகளின் கண்களை மூடி வீட்டுக்குள் கொண்டு சென்றார்கள் பெண்கள். போலீசில் சரணடைந்தவனுக்குச் சில காலம் சிறை தண்டனை. ஊரில் உள்ள அனைவரும் அவனை மானஸ்தன் என்றனர். பல ஆண்கள் அவனைப் போலத் தாங்கள் இருக்க முடியவில்லையே என்று கள்ளுக்கடைகளில் புலம்பித் திரிந்தனர். சில கணவன்மார்கள் பெண்டாட்டிகளை மிரட்ட அந்த நிகழ்ச்சியை சொல்லிக் காட்டினர்.

காலம் காற்றில் சருகு போல ஓடிக் கழிந்தது. வெளியே வந்தவனுக்குச் சில மாதங்களில் திருமணம், பிறகு ஐந்து

பிள்ளைகளுடன் நடந்தவைகளை மறந்துவிட்டு அவனும் வாழத் தொடங்கிவிட்டான். அந்தக் குடும்பத்தை நான் பார்த்திருக்கிறேன். அவன் அப்படிச் செய்த பின்னும் யார் அவனுக்குப் பெண் கொடுத்தது தெரியுமா? வேறு யார் அவனுடைய மாமனார்தான் தன் கடைசிப் பெண்ணை அவனுக்குத் தந்தார்.

எங்கள் ஊரில் ஒரு கிழவி மட்டும் அடிக்கடி புலம்பும். பாவி மகன் அங்க வந்து போனது பக்கத்து ஊருக்கு வேலை செய்யப் போகும் அவளோட சித்தப்பன் மகன்னு தெரிஞ்சிக்கலயே, மரத்து மேல இருந்தா எப்படித் தெரியும்." தாரா இதைச் சொல்லி முடித்து, அந்தப் பாட்டி என்னிடம் இதனைப் பலமுறை சொல்லியிருக்கிறது என்றாள்.

ஆனால் முடிவுதான் இங்கு கவனிக்க வேண்டும். கிழவி சொல்லும் "பொண்ணுங்கதான் கவனமா இருக்கணும், அண்ணனா இருந்தாலும் ஆறு அடி தள்ளி நிக்கனும், அப்பானா இருந்தாலும் ஆம்படையான் இல்லாதப்போ அன்பா பேசக்கூடாது, சித்தப்பனா இருந்தாலும் சிரிச்சிப் பேசக்கூடாது. கட்டனவன தவிர யாரையும் கண்ணெடுத்துப் பார்க்கக்கூடாது, வெட்டன பின்ன யாருக்குத் தெரியும் வேசியா பத்தினியான்னு" கிழவியைப் போலவே பேசி நடித்தவள் ஒரு லிட்டர் தண்ணீரை முழுசாகக் குடித்து முடித்தாள். கலைஞர்களிடம் நிலவிய அமைதியைக் கலைக்க அவளே தொடர்ந்தாள்.

பாஞ்சாலியைத் தெய்வமாகக் கும்பிடும் சனங்கதான் நாம, கர்ணனையும் அவ நினைச்சி உருகினதா கண்கலங்கிக் கதை சொல்லும் கூட்டம்தான் நாம. அதனால ரொம்ப உருக வேணாம். விக்கிரமாதித்தன் கதையை விரிவா படிச்சுப் பாருங்க. பிரம்மமோகம் பத்திய புராணத்தை விளக்கமா பேசிப்பாருங்க.

•

நாடகக் குழுவில் இருந்த பெண்ணொருத்தி தனக்குக் குழந்தை இருப்பதை ஒருநாள் தயங்கிச் சொன்னபோது அவளது குழந்தையை அடிக்கடி சென்று பார்த்து வந்தாள் தாரா. தனித்த தாயாக இருந்தவளிடம் இவள் அதிகப் பாசம் காட்டியது ஒன்றும் எனக்கு வியப்பளிக்கவில்லை. தனது வீட்டிலிருந்து வெளியேறியவளுக்கு அவளுடைய காதலன் தன்னைக் கைவிட்டுப் பிரிந்து சென்றது பெரும் துயரமாக இருந்தது.

உதவியற்று நின்ற அவளுக்கு வேலை ஒன்று பார்த்துத் தந்தவள், படிப்பையும் தொடர வைத்தாள். குழந்தைக்கு மூன்று வயதாக இருக்கும் போது திரும்ப அவளை வந்து சந்தித்த காதலன் இனி திருமணம் செய்துகொண்டு வாழலாம் எனச் சொல்வதாக அவள் ஒரு நாள் வந்து தாராவிடம் சொன்னாள். தாரா அவளிடம் நீ என்ன செய்யப் போகிறாய் என்றாள். அவள் “இனி அவனுடன் மட்டுமில்லை யாருடனும் வாழப் போவதில்லை” என்று சொல்லிவிட்டு, ஆனால் அவன் தினம் வந்து அழுவதாகவும் சில சமயம் மிரட்டுவதாகவும் சொன்னாள்.

“நீ கர்ப்பிணியாக இருக்கும்பொழுது அவனுக்குக் காதல் மறைந்து விட்டது, தாயாக மாறியபொழுது உன் அழகு குறைந்துவிட்டது, இந்த மூன்று ஆண்டுகளில் நீ வேறு ஒருத்தி, காமத்தைத் தூண்டும் உடலுடன் இப்போது வேறு ஒருத்தியாக இருக்கிறாய், அவனுக்கு என்ன வேண்டும் என்று உனக்குத் தெரியும்தானே?” தாரா கேட்டதை அவள் ஒப்புக்கொண்டாள். அவனோ நாடக ஒத்திகை வரை வந்து தொந்தரவு செய்ய ஆரம்பித்துவிட்டான்.

ஒரு ஒத்திகையின் பொழுது தாரா அந்தக் குழந்தையுடன் கொஞ்சிக் கொண்டிருந்தாள், அவன் வந்தான், தன் காதலியைத் தன்னுடன் அனுப்ப வேண்டும் என்று மிரட்டினான். தாரா அமைதியாகச் சொன்னாள். உன் குழந்தையிடம் கேள் நான் உனக்கு அப்பாவா என்று. குழந்தையிடம் தாராவே கேட்டாள். செல்லம்மா இது யார்? “இவர் என் அம்மாவை மிரட்டும் போலீஸ்காரர்.” அவன் குழந்தையை அறைய, தாரா அவன் விதையில் ஒரு உதைவிட்டு கையை உடைத்தாள். அந்தப் பெண்ணின் முகத்தில் அப்படி ஒரு வெளிச்சம். போலிஸ் கேஸாகி, கொலை முயற்சி எனப் பதிவாகி சில நாட்கள் ஒத்திகை நின்றது.

மெடியாவும், வாய்ஸெக்கும் இரண்டு ஆண்டுகள் பயிற்சிக்குப் பின்னும் மேடையேறவில்லை. ஆனால் தினம் மாலை ஒத்திகை நடந்தது. ஒத்திகைக்குப் பின் சிறு உணவும் மதுவும். அந்தக் காலத்தில் அவள் புகைப்பதும் குறைந்தது. எனக்காகக் கொஞ்சம் எண்ணிக்கையைக் குறைத்த அவள், இந்த இளம் கலைஞர்களுக்காக இன்னும் குறைத்துக்கொண்டாள்.

மெடியா, வாய்ஸெக் ஒத்திகையின்பொழுதே திரைப்படம் செய்வதாக சொன்ன தோழிகளும் சிறிய முதலீட்டுடன் படத்தைத் தொடங்கலாம் எனச் சொன்னபொழுது எனக்கு பயமாகத்தான்

இருந்தது. எந்தக் கதையை அவள் சொல்லப் போகிறாள். எதனை அவள் திரைக்கதையாக மாற்றப் போகிறாள்.

ஒவ்வொரு நாளும் ஒரு கதைவீதம் சொல்லத் தொடங்கியவளுக்கு உறக்கம் குறைந்தது. ஆனால் ஒரு கதை மட்டும் தோழிகளுக்குப் பிடித்திருந்தது. “முன்னைப் போல இல்லை இந்தியத் திரை ” எனச் சொல்லி தோழிகள் அவளுக்கு ஊக்கம் அளித்தனர்.

அவளிடம் நெருங்கிப் பழகிய ஒரு பெண் “இனிய முடிவு கொண்ட பெண் தோழி காதலைச் சொல்லும் படம் எதுவும் இந்தியத் திரையில் வரவில்லை அதனை நீ செய்யலாம்” என்றாள். “எனது காதல் இனிதாகவே உள்ளது, அதனைப் பிறகு செய்யலாம்” என்றாள் இவள். ஏன் இப்போது செய்யக் கூடாதா என்ற அவளிடம், காதல் இனிதானதுதான், அதன் முடிவுதான் என்ன என்று எங்களுக்குத் தெரியவில்லை என ஏதோ பேசத் தொடங்கியபோது நான் அந்தப் பேச்சைத் திசை மாற்றினேன்.

ஒரு பெண்குழந்தையைத் தத்தெடுத்து வளர்க்கும் கரகாட்டக் கலைஞர் பற்றிய கதை தாராவுக்குத் தெரியும் அதைப் பற்றித் திரைக்கதை செய்யலாமே என்றேன். அந்தக் கலைஞரை மீண்டும் சந்தித்த பிறகே நான் அவர் பற்றி எழுத முடியும் என்று சொல்லி என்னைக் கீழ்க்கண்ணால் பார்த்தாள். முடிவாக ஐந்து கதைகள் இணையும் கதையே செய்வது என்று முடிவானது.

உறக்கம் குறைந்த நாள்களாக அவை மாறிப் போயின. எங்கள் தோழர்கள் சிலர் கைது செய்யப்பட்டபோது நாங்கள் எதுவும் செய்ய முடியாதவர்களாகப் பதுங்க வேண்டியிருந்தது. அதற்குத்தான் அவள் நாடகத்தையும் திரைப்படத்தையும் செய்கிறாளோ என்று எனக்குத் தோன்றியது.

“அவளோ யார் செத்தால் எனக்கென்ன நான் எனது வேலையைச் செய்யப்போகிறேன்” என்றாள். “வேலை செய்ய முடியவில்லை என்றால்? நானும் சாகப்போகிறேன்.” “நீ செத்துப் போனால் நான் என்ன செய்வதாம்?” “நீயும் செத்துப் போ. யார்தான் சாகவில்லை சொல்? சாவது இனியது, ஆனால் நீ கொஞ்சம் கருணை செய்ய வேண்டும், என்னை அடக்கம் செய்தபின் சாக வேண்டும்.” “என்னை யார் அடக்கம் செய்வதாம்?” “உனக்கு உன் அம்மா வருவாள். எனக்கு நீ மட்டும்தான்.”

அவளுடன் நான் மூன்று நாள் பேசவில்லை, அவள் சமைத்ததைச் சாப்பிடவும் இல்லை. மீண்டும் திரைக்கதை பற்றிப் பேச தோழிகள் வந்த அன்றுதான் அவள் தந்த காப்பியைக் குடித்தேன். அவர்களிடம் அலென் ரெனேவின் "நைட் அன்ட் ஃபாக் பார்த்திருக்கிறீர்களா?" என்று அவள் கேட்டாள், அப்படி அவள் பேச்சைத் தொடங்கியது எனக்குப் பிடிக்கவில்லை. அவர்கள் என்னைப் பார்த்தனர். நான் லேப்டாப்பை எடுத்து உட்கார்ந்த போது அவள் சுவரில் சாய்ந்து கொண்டு ஒரு திரைக்கான ஒரு கதையைச் சொல்லத் தொடங்கினாள்.

இந்தக் கதையில் வரும் அவனுக்கு, அவள் ஊக்கமும் அறிவும் தந்த ஒரு மூத்த தோழர். அவனோ அவளுக்கு 16 வயதுடைய ஒரு சிறுவன். அரசியல் கற்க ஆர்வம் கொண்டவன். 15 வயதிலிருந்து அந்தத் தோழரின் பேச்சுகளையும் சிறு வெளியீடுகளையும் வாசித்து வருபவன்.

அவளது பேச்சுகள் ஒவ்வொன்றும் ஒவ்வொரு வகையில் இருப்பதைக் கண்டு அவன் வியந்திருக்கிறான். அமைதி நிறைந்த பேச்சு, ஆத்திரம் கொப்பளிக்கும் பேச்சு, அழுகை வரவைக்கும் பேச்சு, அதிரச் சிரிக்க வைக்கும் பேச்சு, விரக்தியும் குழப்பமும் நிறைந்த பேச்சு, அவள் ஒவ்வொரு முறையும் ஒவ்வொரு வகையில் உருமாறுவதை அவன் மதிப்புடனும், வியப்புடனும் பார்த்து வந்தான்.

அவள் எழுதிய சிறு வெளியீடுகளும் அப்படித்தான் இருந்தன, அதில் குறிப்பிடப்படும் நூல்களையும் சிந்தனையாளர்களையும் தேடிப்படித்துதான் தன்னை வேறு ஒருவனாக அவன் மாற்றிக் கொண்டான். முப்பத்தாறு வயதில் பலருக்கு கிடைக்காத அரசியல் அனுபவங்களும் வாசிப்புகளும் கொண்ட அவளை அவன் ஒரு நாடகத்தின் போது நடந்த கலந்துரையாடலில் நேரில் சந்தித்துப் பேசினான்.

அதற்குப் பிறகு பல முறை சந்திப்புகள், உரையாடல்கள் தொடர அது ஒரு தோழமையாக வளர்ந்தது என்றுதான் சொல்ல வேண்டும். சில காலம் கழித்துதான் அது அவனுக்குத் தெரிந்தது. அவள் தனது தோழியுடன் வாழ்பவள் என்று. அது அவனுக்குள் ஒரு பாசத்தைப் படர வைத்தது. அவள் தனது தோழியைத் தனது

இணைவி என்றே அவனுக்கு அறிமுகப்படுத்தி வைத்தபோது அவன் இன்னும் நெகிழ்ந்துபோனான்.

தனது படிப்பைத் தொடர என்ன செய்வது என்று தெரியாத நிலையில் தனது ஊருக்குப் போனவன் கைதாகி இருப்பதை அறிந்து அவள் தன் தோழியுடன் அங்கு சென்றாள். குடிசைகள் எரிந்த அந்தப் பகுதியில் அவனுடைய தாய் தகப்பனைச் சந்தித்த போது அவர்கள் நடந்ததைச் சொல்லி அழுதனர். ”ஊர்த் தெருக்காரர்கள் சேரியை எரித்த மறுநாள் இவனும் தோழர்களும் ஊரில் சில வீடுகளை எரித்தது உண்மைதான்” என்று சொல்லித் தலையில் கைவைத்துக் கொண்டனர்.

“யார் வந்து எதைக் கேட்டாலும் எங்களுக்குத் தெரியாது என்று சொல்லிவிட வேண்டும்” என்று அறிவுரை தந்துவிட்டு வந்தபின் அவனை வெளியில் கொண்டு வர இரண்டு மாதங்கள் ஆனது. அவன் வேறு ஒருவனாக மாறியிருந்தான். வழக்கு தொடரட்டும் அது போய்க் கொண்டே இருக்கும் நீ படிப்பைத் தொடரவா என்று அவனை இருவரும் அழைத்துக்கொண்டு வந்தனர்.

எரிக்கிற துணிவும் தெளிவும் எப்படி வந்ததென்று கேட்டதற்கு அவர்களிடம் கற்றதுதான் என்று தயக்கமின்றிக் கூறினான் அவன். அவனை முதல்முறையாகத் தலையைக் கோதி நெற்றியில் முத்தமிட்டாள் அவள். காலம் இப்படியே செல்லுமா என்ன? அவளுக்கு அந்த நோய் வந்து சேர்ந்தது, புகைபிடிப்பாளா என்று மருத்துவர்கள் கேட்க, அவளோ “டாக்டர் நீங்களும் ஒரு நாளைக்கு ஒரு பாக்கெட் புகைக்கிறீர்கள் உங்களுக்கு நோய் வந்ததா” என்றாள். அவர் புன்னகையுடன் “வரலாம், வராமல் போகலாம் உறுதியில்லை, ஆனால் இனி நீங்கள் புகைப்பதை நிறுத்துங்கள்” என மருத்துவத்தைத் தொடங்கினார்.

நெடிய உடம்புகொண்ட அவள் மெலிந்தபோது அதிகத் துயரமானதாக அது காட்சியளித்து. ஓயாமல் ஓடிக் கொண்டிருந்தவள் இளைத்தபோது, அவளுடைய துணைவிக்கு துயரம் பெருகியது. உடனிருந்தே கவனிக்க வேண்டிய நிலையும், அடிக்கடி மருத்துவமனை செல்ல வேண்டிய தேவையும் உண்டானபோது இருவரும் தடுமாறிவிட்டனர். துணைவி வேலைக்குச் செல்லவில்லை என்றால் உணவும் மருந்தும் சிகிச்சையும் கிடைக்காது. உடனிருக்கவில்லையென்றால் அவளால் எதுவும் செய்ய முடியாத இளைப்பு. அப்போதுதான்

அவன் வந்தான், அழுத கண்களுடன் தன்னிடம் ஏதும் கூறாதது பற்றி வருத்தப்பட்டான்.

அன்று வந்தவன் அங்கேயே தங்கிச் சமைக்கவும், வீட்டைக் கவனிக்கவும் தொடங்கினான். "மருத்துவம் படிக்கவேண்டிய நீ இப்படி மருந்து வாங்கித் தரும் வேலையைச் செய்யனுமா" என்று அவளுடைய துணைவி கூறி வருத்தப்பட்ட போது "ஆறு மாதம் படிக்காவிட்டால் எல்லாம் முடிந்துவிடுமா" என அவர்களுடனேயே இருந்தான்.

அவளுடைய துணைவி மறுபடியும் வேலைக்குச் செல்லத் தொடங்கிவிட்டாள். அவன் முழு நேரமும் அவளுடனே இருந்தான். பேச்சைத் தவிர அவளால் எதுவும் செய்ய முடியாத நிலை, அவள் பேசுவதைக் கேட்டுக்கொண்டே இருந்தான் அவன். அவள் படித்தபடி உறங்கிவிடும்போது அந்த நூல்களை அவன் படிக்கத் தொடங்கினான்.

அவளுக்கான சிகிச்சை பற்றி அவன் படித்துத் தெரிந்துகொண்டு அச்சம் அடைந்தாலும், அவளுக்கு அடிக்கடி ஆறுதல் சொல்வான். சிகிச்சையோ ஆறுமாதம், ஆறுமாதம் எனத் தொடர்ந்து இரண்டு ஆண்டுகள் கடந்துவிட்டது. இனி அறுவைச் சிகிச்சை தேவை என்ற நிலையில் மீண்டும் சிகிச்சை, சிகிச்சைக்குப் பின் சிகிச்சை என நீண்டது. கடனும், கடினமும் நிறைந்த நான்கு ஆண்டுகள். அவன் அவர்களில் ஒருவனாக மாறியிருந்தான்.

தான் ஒரு ஆண் என்பதையே அவன் மறந்து போயிருந்தான், விடுதியில் இருக்கும்போது படித்த ஒரு வகையான புத்தகங்களும் இப்போது அவனுக்குப் பிடிக்காமல் போயிருந்தன. அவர்கள் இருவரும் அணிந்த ஜீன்சும் சட்டைகளும் அவனுக்கும் பொருந்தின. வழக்கின் திசை மாறிமாறி இரண்டு பேர் மட்டும் தற்காப்புக்காக அதில் ஈடுபட்டதாகச் சொல்லி இவனை விடுவித்த பொழுது அவர்கள் விருந்துடன் கொண்டாடினர். நோயின் கடுமை குறைந்து குணமாகிய போதும், அவள் உடல் தெளிய நாள்கள் எடுத்தன. அதனால் பெரிய இடைவெளிக்குப் பின் அவன் படிப்பைத் தொடர வேண்டியிருந்தது.

விடுதியில் தங்க வேண்டியிருந்தாலும் வாரம் தோறும் அவர்களைச் சந்திக்க வந்துவிடுவான். அவர்களும் அவனுக்காகக் காத்திருக்கவே செய்தனர். ஒரு நாள் அவன் அவளுடைய முகத்தையே பார்த்துக்கொண்டிருந்தான். என்ன என்றபோது தடுமாறி

முதன்முதலாகப் பார்த்தபோது இருந்த அதே முகம் என்றான். அவள் புன்னகையுடன் "அப்போ நீ என் பேச்சைக் கேட்கவில்லை முகத்தைத்தான் பார்த்துக் கொண்டிருந்தாயா?" என்று கேலியாகக் கேட்டபோது கருத்த முகம் சிவக்க, "பேச்சையும் கேட்டேன் அத்துடன் முகத்தையும் பார்க்க வேண்டியிருந்தது, உங்கள் கையசைவுகளையும் நான் கவனிக்க வேண்டியிருந்தது. வேறு எதுவும் இல்லை" என்றான்.

"அப்படி இருந்தால்தான் என்ன? அதற்குப் பிறகு நீ எதைத்தான் பார்க்கவில்லை" என்று அவனுடைய தலையைக் கோதிவிட்டாள். "இப்படியே இருக்காதே விரைவில் ஒரு தோழியைத் தேடு" என்று அவன் மூக்கைத் திருகினாள். அவன் கண்களில் கண்ணீர் முட்டியது. என்னடா? என்ன? என்றபொழுது ஒன்றும் சொல்லாமல் புன்னகை புரிந்தான். அவளிடமிருந்து நிறைய நூல்களை எடுத்துச்செல்ல அடிக்கடி வந்தான்.

அவனைக் கவனித்த அவளுடைய துணைவியோ ஒருநாள் அவளிடம் சொன்னாள். "அவன் உன் மனதின் அத்தனைப் பகுதிகளையும் அறிந்துகொண்டிருக்கிறான். அத்துடன் உன் உடலும் அவனுக்குத் தெரியும், உன் உடலில் இல்லாத பகுதியும் தெரிகிறது. என்ன செய்யப் போகிறாய்?" என்றாள். "என்ன செய்வதாம்? எல்லாம் இப்படித்தான் தொடங்க வேண்டும் என்றோ, இப்படித்தான் முடியவேண்டும் என்றோ இல்லை, இது முடிவும் இல்லைதானே" என்றபடி அவளுடைய தலையைக் கோதிவிட்டாள்.

"சிறுவனாகப் பார்த்தவன். இப்போது சிறுவனா என்ன? எத்தனை நாள்கள் உன் படுக்கைக்குக் கீழே படுத்து உறங்கி இருக்கிறான். நானே பயந்து போயிருக்கிறேன். இப்படிக் கூட இருக்க முடியுமா என்ன?" குழப்பத்துடன் பேசியபடி இருவரும் உறங்கிப் போனார்கள்.

சில நாள்கள் கழித்து அவனிடம் தோழி "சொன்னாள் நான் வெளியூர் செல்கிறேன் நீ வந்து வீட்டில் இரு." அவனுக்கு எதுவும் புதிதில்லை. சமைக்கவும் இசை கேட்கவும் படிக்கவும் அமைந்த இடம். இரண்டு நாள்கள் கழித்து, அவள் மது அருந்தியபடி, "புதிதாக யாருக்கும் மது அருந்தவோ புகைக்கவோ சொல்லித் தருவது இல்லை, உனக்கு வருத்தம் ஒன்றும் இல்லையே" என்றாள். அவன் "அதெல்லாம் இல்லை, நண்பர்களுடன் ஒரு முறை பியர்

அருந்தியிருக்கிறேன், சுவை பிடிக்கவில்லை, அத்துடன் அன்று தூக்கமும் இல்லை, தலைவலி வேறு" எனக் குழந்தை போலச் சொன்னான்.

அவனை இங்கே வா என்று காதில் எதையோ அவள் கேட்க, அவன் வெட்கத்துடன் அதெல்லாம் இல்லை என்றான். காதல் எதுவும்? "படிக்கும்பொழுது ஒரு நண்பன், அவனிடம் காதல் போல ஒன்று, ஆனால் ஒரு ஆணிடம் நான் என்ன சொல்வது, அது என்ன எனத் தெரியாமலேயே கரைந்துபோனது."

அவள் ஒரு இசையை ஒலிக்கவிட்டபடி "இனி ஒரு காதல் என்றால் அது ஆணுடனா பெண்ணுடனா" என்று கேட்டாள். அவன் "நீங்கள் ஒரு ஆணாக இருந்தால் சற்றுச் சிக்கலாக இருக்கும்" என்று கேலி பேசினான். "சரி நீ இப்படியே சில காலம் குழப்பத்தில் இரு" என்றாள் அவள்.

சன்னலோரம் நின்றிருந்தவனின் தோளைத் தொட்டுத் திருப்பிய அவள் "இந்த நேரத்தில் ஏதாவது மருந்துக் கடை இருக்குமா" என்றாள். "இரண்டாவது தெருவில் ஒரு மருந்துக் கடை இருக்கு." அப்போ இதில் எழுதியிருப்பவைகளை வாங்கிவா என்று அவள் ஒரு தாளைக் கொடுத்தாள். "நீ பிரித்துப் படிக்கக் கூடாது. மருந்துக்கடையில் கொடு அவர்கள் கொடுப்பதை வாங்கி வா" என்றாள். அவன் கீழே இறங்கி பைக்கை நகர்த்தி வெளியே செல்வதைப் புன்னகையுடன் பார்த்துத் தலை முடியைச் சரி செய்துகொண்டாள்.

தெருவின் திருப்பத்தில் அவனை மறித்து நின்ற ஒரு வேனின் முன் பிரேக் போட்டு நின்றவனை வெள்ளைச் சட்டை அணிந்திருந்த இரண்டு பேர் இழுத்துச் சென்று வேனின் பின்னால் அடைப்பதைப் பார்த்தாள். கீழே இறங்கி ஓடித் தெரு முனையை அடைந்தபோது பைக் சரிந்து கிடந்தது. அவனுடைய பர்ஸ் கிழே கிடந்தது.

அவள் பைக்கை எடுத்துக்கொண்டு நாலு பக்கமும் பதறி அலைந்து காவல் நிலையத்தை அடைந்தாள். புகார் எழுதிக் கொடுத்த அவளை ஏற்கெனவே அறிந்திருந்த போலிஸ்காரர், "இந்த நேரத்தில் அவனுக்கு உங்கள் வீட்டில் என்ன வேலை?" என்றார். அவன் மீது உளவுத் துறைக்கு ஒரு கண் இருக்கிறது என்றார். "அது பற்றிய விசாரணையை நீங்கள் பிறகு செய்யுங்கள். அந்தப் பிள்ளையை நாளைக்குள் கொண்டு வந்து என்னிடம் ஒப்படையுங்கள்" என்று

சொல்லிவிட்டு வீட்டுக்கு வந்தவள் உடனே தன் தோழிக்குப் பேசினாள்.

நகரத்தின் வேறு பகுதியில் இருந்த தோழியின் வீட்டில் இருந்த துணைவி முப்பது நிமிடங்களில் அங்கு வந்து சேர்ந்தாள். அவளைக் கட்டிக்கொண்டு அழுதவள் எல்லாம் என்னால்தான் என்று புலம்பத் தொடங்கினாள்.

அவன் பர்ஸை எடுத்துப் பார்த்த அவள் அதிலிருந்த தாளில் எழுதியிருந்த இரண்டு மருந்துகளையும் கீழே எழுதியிருந்த ஒரு பெயரையும் படித்துவிட்டு "இதற்கா அவனை அந்த நேரத்தில் அனுப்பி வைத்தாய்" என்று உற்றுப் பார்த்தபடி கேட்டாள். "ஆமாம் ஒரு விளையாட்டாகச் செய்தேன், அவன் திரும்பி வந்திருந்தால் உன்னிடம் ஆண் உடல் பற்றிச் சொல்ல எனக்குச் சில இருந்திருக்கும்" என்றாள் இவள். அவனுக்குத் தெரியுமா? "இல்லை, அவன் அதைப் படிக்கவில்லை." இருவரும் அதற்குப் பின் நெடுநேரம் பேசாமல் உட்கார்ந்திருந்தனர். தூக்கமற்ற இரவுகள், தொடர்ந்த கண்ணீர். இருவருக்குமே அதற்குப் பின் மருந்தும் சிகிச்சையும் தேவைப்பட்டது.

●

அப்புறம் என்ன என்றார்கள் தோழிகள். அப்புறம் என்ன வேண்டும்? "திரைக்கதை இத்துடன் முடியாது இல்லையா?" என்றார்கள் அவர்கள்.

அவன் என்ன ஆனான்? என்று கேட்டாள் ஒரு தோழி. "தாளில் எழுதியிருந்ததை அவன் மட்டுமில்லை பார்வையாளர்களும் அறியாதது போலவே அவன் எங்கே போனான், என்ன ஆனான் என்பதும் தெரியாது." தாரா சொன்னபோது கலைஞர்கள் ஒருவரை ஒருவர் பார்த்துக்கொண்டனர்.

ஒரு பெண் மட்டும், அதில் என்ன எழுதியிருந்தது என்று கேட்டாள். "அவனுக்கே தெரியாதபோது நீ தெரிந்துகொண்டு என்ன செய்யப்போகிறாய்?" என்று சற்று எரிச்சலுடன் கேட்டாள் தாரா. அவன் என்ன ஆனான் என்று இன்னொரு பெண் கேட்டாள்.

"அது தெரிந்திருந்தால் ஏன் நான் இதைத் திரைக்கதையாக எழுதப் போகிறேன்?" என்றாள் தாரா. அவர்கள் ஒருவரை ஒருவர்

பார்த்துக் கொண்டனர். நான் அவர்களிடம் பிறகு பார்க்கலாம் இப்போது கலையலாம் என்றேன்.

தாரா அவர்களிடம் "அவன் என்ன ஆனான் என்று தெரிந்த பின் நான் இதைத் திரைக்கதையாக எழுதித் தருகிறேன் இப்போது இது வேண்டாம்" என்றாள். நாளை வாருங்கள் வேறொரு கதை சொல்கிறேன் என்றபடி உள்ளே சென்றாள்.

நான் அவளைத் தொடர்ந்து சென்று நாளை என்ன கதை சொல்லப் போகிறாய் என்றேன். "தன் வீட்டுக்கு வந்த தோழியுடன் நெருக்கமாக இருந்த மகளையும் அவள் தோழியையும் கொல்லத் திட்டமிட்ட சாதிவெறி பிடித்த தகப்பனை அவள் மகளே விஷம் வைத்துக் கொல்லும் கதை, அதனை அவள் தாய் மறைத்துவிடும் கதைதான் அது" என்றாள். எனக்கு நெஞ்சுக்குள் நெருப்பு பற்றிக் கொண்டது. எனக்குத் தெரியாத கதை ஒன்றை இத்தனை நாள் வைத்திருக்கிறாள் இவள்.

நாங்கள் இருவரும் மருந்துகள் எடுத்துக்கொண்ட போதும் அன்று இரவு உறக்கம் வரவில்லை. அவள் அடிக்கடி எழுந்து போய் தண்ணீர் குடிப்பது போலத் தெரு முனையைப் பார்த்துவிட்டு வந்து படுத்தாள்.

"அமிஸ்டாட் படத்தில் அந்தப் பெண் தன் கைக்குழந்தையுடன் கடலில் சாய்வாளே அப்போது அவளுக்கு என்ன மனநிலை இருந்திருக்கும்" என்றேன் நான். "எரியும் குடிசைக்குள் இருந்து தன் குழந்தையாவது பிழைக்கட்டும் என்று வெளியே வீசிய தாய் அது மீண்டும் உள்ளே வீசப்பட்ட போது தாவிப்பிடித்தாளே அப்போது அவளுக்குள் என்ன எண்ணம் ஓடியிருக்கும்" என்றாள் அவள். "நைட் அன்ட் ஃபாகில் நீ உன் பேச்சைத் தொடங்கியிருக்கக்கூடாது" என்றேன் நான். அது முடியவே இல்லையே நான் என்ன செய்வது?

"தரையில் குழிசெய்த தொட்டியில் ஆடையில்லாத ஒரு கருப்புப் பெண்ணை உள்ளே போட்டு அடைத்து வைத்து இரும்புக் கம்பிக் கதவால் மூடி வைத்திருப்பார்கள். அது வெயில் நேரம். அவள் உடம்பில் ஒரு வெள்ளைக்காரன் வந்து தண்ணீரை ஊற்றுவான். அப்போது அவள் முகத்தில் தோன்றுமே ஒரு கறலும் அழுகையும் அது எனக்கு ஞாபகம் வருகிறது" என்றேன் நான். "எனக்கு இப்போது அந்த இரண்டு குதிரைகளின் நடனத்தைப் பற்றிச் சொல்லாமல் இதையேன் நினைவுபடுத்துகிறாய் பிசாசே" என்றாள்

தாரா. "நெருப்பாக எரிகிறது உடம்பு, தொட்டுப்பார் ஜோதி? எரிகிறது உடம்பு. இருட்டில் என்னை அடைக்காதே. நான் நாளை ஒரு கதை சொல்ல வேண்டும், என்னைத் தூங்கவை." தாரா என் கைகளை இறுகப் பற்றிக்கொண்டாள்.

"தாரா, தாரா, தாராமதி, புத்தன் வைத்த பெயர்தானே உனக்கும் எனக்கும் கொஞ்சம் புத்தனைத் தியானித்து உறங்கிவிடேன். நீ உறங்கும்போது புத்த முகத்துடன் இருப்பாய்." அவள் காதில் சொன்னேன். "நீ உறங்கு நான் பிறகு உறங்குகிறேன். வேனில் வந்து உன்னை யாராவது இழுத்துச் சென்றுவிட்டால் நான் என்ன செய்வேன் ஜோதி, ஜோதி, ஜோதி, ஜோதிமணி..." தாரா தனக்குள் சொல்லிக்கொண்டாள். எனக்கும் அது கேட்டது. ஓம் மணி பத்மயேகம், உறங்கா மனமே யுத்தகளம்.

(குறிப்பு: கதையில் வரும் திரைப்படங்கள், இயக்குநர்கள், கிரேக்க, ஜெர்மானிய நாடகக்காரர்கள் பற்றியெல்லாம் அறிய விரும்புகிறவர்கள் வலைதளத்தில் எளிதாக அறிந்துகொள்ளலாம். மற்ற சில உண்மைகளைத் தகவல் அறியும் உரிமைச் சட்டத்தின் கீழ் உள்துறை அமைச்சகம் வழி அறிந்துகொள்ளலாம்.)

நன்றி

அமீபா
அணங்கு
உயிர் எழுத்து
நீலம்
இதழ்களுக்கு